I0564433

स्मरण

'दिलीपराज प्रकाशन प्रा. लि. 'च्या नवीन पुस्तकांची यादी व माहिती हवी असल्यास आपला पत्ता, दूरध्वनी क्रमांक किंवा Email आमच्या *diliprajprakashan@yahoo.in* या Email address वर पाठवावा किंवा आमच्याशी दूरध्वनी क्रमांक फॅक्ससहित : ०२०-२४४८३९९५/२४४९५३१४ /२४४७१७२३ यावर संपर्क साधावा. आमच्या वेबसाईटला एकदा अवश्य भेट द्या.

Website: *www.diliprajprakashan.com*

स्मरण

(वैचारिक)

ग. वा. बेहेरे

दिलीपराज प्रकाशन प्रा. लि.
२५१ क, शनिवार पेठ, पुणे - ४११ ०३०.

प्रकाशक
राजीव दत्तात्रय बर्वे,
मॅनेजिंग डायरेक्टर,
दिलीपराज प्रकाशन प्रा. लि.,
२५१ क, शनिवार पेठ, पुणे - ४११ ०३०

© श्री. रवि बेहेरे
श्रीनिकेतन, ४०/२१,
भोंडे कॉलनी, पुणे ४११ ००४
Email : ravirajprakashan@gmail.com

प्रकाशन दिनांक : १५ सप्टेंबर २०१३

प्रकाशन क्रमांक : २०५०

ISBN : 978 - 93 - 82988 29 -8

मुद्रक
Repro India Limited, Mumbai.

टाइपसेटिंग
मधुराज प्रिंटर्स ऑण्ड पब्लिकेशन्स प्रा. लि.
स. नं. २९/८-९, पारी कंपनीजवळ,
धायरी, पुणे - ४११ ०४१

मुद्रितशोधन । मिलिंद बोरकर, पुणे

मुखपृष्ठ । सुहास चांडक

आतील सजावट । रेषविश्व ॲड, सागर नेने

स्मरण / Smaran

माझी बालमैत्रीण
कै. छगुल
हिला!

                     - गणपती

राम गणेशांची अनेक सुभाषिते मराठीत लोकप्रिय आणि रूढ आहेत. पण मला त्यांचे सर्वांत अधिक आवडणारे, किंबहुना उपनिषदातील एखाद्या मंत्रासारखे अर्थघन वाटणारे सुभाषित म्हणजे राजसंन्यासातील ते प्रसिद्ध वाक्य. ''जोपर्यंत जगण्यासारखे काही जवळ आहे, तोपर्यंतच मरण्यात मौज आहे.'' माणसाचे जगणे आणि मरणे यांच्यातील नात्याचा इतका समर्पक अन्वय लावणारे सुभाषित मलातरी अन्यत्र गवसलेले नाही. तसा प्रत्येक मनुष्य जगण्यासारखे काहीतरी जवळ असते, म्हणूनच जगत असतो. मग तो स्वत:चा संसार सांभाळणारा प्रांपचिक असो, कोठल्यातरी साधनेची उपासना करणारा साधक असो वा स्वार्थाचे विसर्जन परमार्थात करणारा संत असो. माणसागणिक जगण्यासारख्या 'काहीतरी'च्या तऱ्हा भिन्न असतात; पण त्या असतातच. या 'काहीतरी'मुळेच तो जीवनाशी बांधला जातो आणि आपल्या भविष्यकालीन अस्तित्वाविषयी नि:शंक बनतो. म्हणूनच प्रत्येक माणूस, मग तो कोणत्याही परिस्थितीत असो, रोज रात्री बिछान्यावर पडताना उद्याच्या कार्यक्रमाचा आराखडा मनाशी आखतो, आणि झोपी जातो. रात्री शय्येवर अंग टाकणारा माणूस सकाळी जिवंत उठेलच, अशी ग्वाही जगातील कोणतेही वैद्यक वा ज्योतिष देऊ शकणार नाही. पण आपण 'काल'च्या अनुभवाशी बांधलेले असतो आणि म्हणूनच 'उद्या'चा प्रारंभ आपण गृहीत धरलेला असतो. मॅकबेथने म्हटल्याप्रमाणे ''प्रत्येक उद्या माणसाला काळाच्या अंतिम तळाकडे फरफटत ओढून नेणारा असतो.'' पण मॅकबेथने हे उद्गार काढले, तेव्हा त्याचे जगणे रिकामे आणि उद्दिष्टहीन झालेले होते. दोन तुकडे झालेली पालीची शेपटी क्षणभर थरथरते, तसे त्याचे जगणे होते. पण सुदैवाने असा मॅकबेथ हजारांत एखादाच. बहुसंख्य माणसे 'काल'चा धागा घेऊन आज जगत असतात आणि आजचा धागा उद्याशी जोडला जाणार आहे, असा विश्वास बाळगतात. हेच माणसाच्या जगण्याचे, व्यवहारातील त्याच्या गुंतवणुकीचे आद्य कारण असते.

तेव्हा 'जगण्यासारखे काही' प्रत्येक माणसाजवळ असते. पण काही माणसांजवळ ते अधिक, खूप अधिक असते. समईही जळत असते आणि नंदादीपही जळत असतो. दोन्हींच्या ज्वलनाची प्रक्रिया ही मूलत: सारखीच. तरी एकीचे प्रकाशदान लहानशा देवघरापुरते सीमित असते, तर दुसऱ्याच्या प्रकाशदानाने देवळाचे प्रांगणच नव्हे तर सभोवारचे अवकाशही उजळून जाते. या काहींचे जगणे अशा प्रकारचे असते. हे सगळे संतमहात्मे असतात, असेही नाही. ते तसे असतातच; पण अनेकजण आपल्या विशिष्ट कालाच्या द्वारा, आपल्या शब्दांच्या द्वारा, आपल्या विशिष्ट पराक्रमाच्या द्वारा आपल्या भोवतालचा सामाजिक परिसर कमी-अधिक प्रमाणात अधिक संपन्न आणि अधिक आशयपूर्ण करीत असतात. यातून माणसाच्या संस्कृतीचा ऐवज तयार होत जातो. वाढत जातो. माणसाच्या संस्कृतीची प्रगती एका रूळजोडीवरून धावणाऱ्या आगगाडीसारखी असत नाही. महेश्वरजवळील नर्मदेप्रमाणे ती सहस्त्रधारांनी विविध गतींनी आणि विविध उद्दिष्टांनी पुढे जात असते. अशी माणसे जेव्हा मरतात, तेव्हा कॅलेंडरातील तो दिवस क्षणमात्र तरी थरथरतो आणि कृतज्ञतेचा एक नमस्कार करून पुढची वाटचाल करतो.

"रामकृष्णही आले गेले, त्याविण जग का ओसची पडले?" हे तर खरेच आहे. पावसाळ्यातील नदीप्रवाहाप्रमाणे दुनियेचा व्यवहार अखंड पुढे चाललेला असतो. कोणी नारळ वाहतो आहे, कोणी पाण्यात बुडतो आहे म्हणून तो थांबत नाही हे खरे असले, तरी 'आले' आणि 'गेले' या दोन अवस्थांमध्ये जे काही घडलेले असते, तेच दुनियेचा व्यवहार अधिक अर्थपूर्ण, सतेज आणि सुंदर करणारे असते. म्हणून अशा काहींच्या सतत गतिमान असणाऱ्या व्यवहाराचीही नोंद घ्यावी लागते आणि त्याच्या स्मरणसमाधीवर दोन फुले जाता जाता वाहावी लागतात.

अशा निवडक नोंदींचा संग्रह या पुस्तकात केलेला आहे. त्यांची कक्षा बरीच व्यापक आहे. स्वातंत्र्यवीर सावरकरांपासून मराठी रंगभूमीच्या कंठातील कौस्तुभापर्यंत– बालगंधर्वांपर्यंत– त्यात विविध क्षेत्रांतील आणि विविध स्तरांवरील व्यक्तींचा अंतर्भाव आहे. त्यात भावे, कुरुंदकर, पाध्ये यांच्यासारखे श्रेष्ठ साहित्यकार आहेत. सी. रामचंद्रांसारखे रसीले संगीतकार आहेत. केशवराव कोठावळ्यांसारखे कर्तबगार प्रकाशक आहेत, आणि आपल्या मायेच्या विशाल छायेत कुटुंबाला आधार देणाऱ्या ताईही आहेत. यांतील सर्व नाही तरी बहुतेक माणसे गडकऱ्यांनी म्हटल्याप्रमाणे जगण्यासारखे काही जवळ असतानाच गेलेली आहेत. ही सर्व माणसे एकाच प्रकारची नव्हेत अथवा परिसराला लाभलेले त्यांचे प्रकाशदानही

एका प्रमाणातील नाही. या सर्वांना एकत्र आणणारे सूत्र आहे लेखकाला त्या सर्वांविषयी वाटणाऱ्या अकृत्रिम प्रेमाचे, त्यांच्या कर्तृत्वाच्या जाणिवेचे आणि काही प्रमाणात माणूस नावाच्या घटनेसंबंधी त्याला असलेल्या अपार कुतूहलाचे. श्री. ग. वा. बेहेरे हे या लेखनाचे लेखक आहेत, हे लक्षात घेतल्यावर त्यांच्या गुणविशेषांसंबंधी अधिक काही सांगण्याची खरोखरच गरज नाही. आजच्या मराठीतील एक जबरदस्त निर्भय आणि चतुरस्त्र पत्रकार म्हणून ते विख्यात आहेतच; पण त्यांची मर्मग्राही शैलीदार लेखणी वृत्तपत्रांतील स्तंभापाशी थांबलेली नाही. कथा, कादंबरी इ. ललित साहित्यातही तिने तितक्याच सहजतेने संचार केला असून त्या प्रांतांतही त्यांना सन्मानाचे स्थान मिळवून दिलेले आहे. बेहेरे हे आपल्या मतांबद्दल आग्रही असतात. 'सर्वस्वाने' हे त्यांच्या वृत्तपत्रीय लेखनाचे आणि व्यवहारांचे सूत्र आहे. तरीपण ते मूलत: साहित्यिक असल्याने आणि राजकारणी नसल्याने माणूस म्हणजे मत असे समीकरण त्यांनी कधी मांडलेले नाही आणि मानलेलेही नाही. साहित्यिकाचा शोध हा अखेरत: अनेक आवरणांच्या आत दडलेल्या माणसाचा शोध असतो. श्री. बेहेरे असे साहित्यिक आहेत आणि म्हणून ज्या दिवगंतांच्या स्मरणावर त्यांनी ही सुंदर सुगंधी फुले वाहिली आहेत, त्यांच्या विचारांचा त्यांना कोठे अडथळा झाला नाही. किंबहुना, आम्ही दोघे विचारांच्या भिन्न तळांवर असताही मला 'प्रस्तावना लिहा' असे सुचविताना त्यांना तो अडथळा जाणवला नाही. शेवटी स्नेह हा मनाचे उंबरठे ओलांडणारा असतो आणि असायला हवा. मीही तसेच मानतो, आणि म्हणूनच प्रस्तावना नावाचे हे एक भरकटणे...

- वि. वा. शिरवाडकर

नोंद : काही सुस्काऱ्यांची..!

प्रत्येकाच्या आयुष्यात उभे-आडवे माणसांचे धागे गुंफूनच त्याचे जीवनवस्त्र विणले जाते. आपल्या बालपणापासून ते अगदी आपला अखेरचा श्वास सोडेपर्यंत वेगवेगळ्या निमित्तांनी वेगवेगळी माणसे आपल्या आयुष्यात डोकावून जातात. प्रत्येकाचा आपल्या आयुष्यात वाटा असतो. तो घेतात आणि कधी अकारण तर कधी सकारण दूर जातात. त्यांनीही आपल्याला काही दिलेले असते. आपल्याजवळ असल्या देण्याघेण्याची नोंद करण्याचे काही साधन नसते; पण कोणत्या ना कोणत्या निमित्ताने त्यांचे नाव निघते आणि मग मन:कोषात खोलवर जपून ठेवलेली श्वसने एकदम उफाळून वर येतात. कधी आपण हळवे होतो, कधी त्यांना परत जाऊन भेटावेसे वाटते, तर एखादा कलह होऊन जर दूरत्व निर्माण झालेले असेल, तर विझलेला कलह पुन्हा प्रज्वलित होऊन आपल्याला जाळू लागतो.

आपल्या आयुष्याचे वस्त्र हे अशा लहानमोठ्या धाग्यांनी विणलेले असते. कुणाच्यात आपण गुंतलेलो असतो, कुणी आपल्यात गुंतलेले असते, तर कधी कधी आपण दोघेही तिसऱ्याच व्यक्तीत गुंतलेले असतो. ही सारी गुंतागुंत आपल्या आयुष्याचे वस्त्र रंगतदार करते. आपल्या आयुष्याच्या वस्त्रावर विचित्र नक्षी काढते. कधी त्या वस्त्राला त्यामुळे पोत येतो, कधी ती वस्त्रे विरविरीत होऊन जातात. पण ही माणसे आपल्या आयुष्यात आलीच नसती तर आपले आयुष्य किती सपक झाले असते, हेही आपल्या लक्षात येते. किंबहुना कुणीच कुणाच्या आयुष्यात आलेच नसते, तर आयुष्य या शब्दाला अर्थतरी निर्माण झाला असता का? आयुष्य म्हणजे केवळ आयुर्मर्यादा नव्हे, तर आयुष्य म्हणजे आपण बगिच्यात लावलेल्या किंवा आपणहून आलेल्या झाडांची बाग. त्यात एखाद् दुसरे झाड काटेरी असते. एखाद् दुसरे झाड नुसतेच फुलांचे असते. एखाद् दुसरे झाड नुसतेच वाढते, त्याला फळ किंवा फूल येतच नाही. तरीही ती बाग आपली असते आणि आपलेपणा या शब्दात साऱ्या उणिवा झाकून टाकता

येतात.

पण माझ्या आयुष्यात अशी काही माणसे आली आणि निघून गेली, की इच्छा असूनही मी त्यांना परत भेटू शकणार नाही. त्यातले काही माझे अत्यंत जिवलग मित्र होते, काहींचे केवळ जगणे हे माझ्या कालखंडाला शोभा देणारे होते. काहींनी माझे विचारविश्व समृद्ध केले होते, तर काहींनी माझ्या भावविश्वात गहिरे रंग आणले. काहींशी माझी वैयक्तिक मैत्री नव्हती; पण त्यांच्या विचारांवर माझी दृढ श्रद्धा होती. काहींच्या विचारांबाबत माझे मतभेद असले, तरी त्यांचे या जगातून जाणे सुन्न करणारे होते. या पुस्तकातील सारेच लेख काही मृत्युलेख नाहीत. काहींचे स्मरणलेख आहेत. आता ही केवळ स्मरणगाथाच झालेली आहे. यांपैकी कुणी आज आधार द्यायला हयात नाही; पण तरीही ही सारी माणसे माझ्या मनात कुठेतरी उरलेलीच आहेत. त्यांना संपूर्णपणे पुसून टाकले, तर मी भिकारी होईन. बुद्धिवादाचा कितीही आश्रय केला, तरी मृत्यूनंतर माणूस संपूर्ण संपतो हे भारतीय मनाला पटणे शक्य नाही. तो मागे उरतोच. ज्याच्यात्याच्या कर्तृत्वाप्रमाणे आणि आपल्या भावनाशीलतेप्रमाणे त्याचा ठसा मागे उमटल्याशिवाय राहत नाही. सी. रामचंद्र सुरावटीच्या रूपाने मागे आहेत. सावरकर त्यांच्या मूलगामी सिद्धांतामुळे मागे उरले आहेत. भावे आपल्या शब्दकळेमुळे मागे उरले आहेत. अत्र्यांची गर्जना अजूनही अधूनमधून ऐकू येते. एकलव्याप्रमाणे निष्ठेने सेवा करणारे कार्यकर्ते पाहिले, की म्हाळगींचे स्मरण अपरिहार्य होते. विद्वत्ता, रसिकता आणि सभ्यता यांचा अपूर्व मेळ दुर्मीळ असतो; पण तो आढळला की कुरुंदकरांची आठवण येते. बा. भ. पाटील हा काही तसा मान्यवर लेखक नव्हे; पण उसळता उत्साह हे जर तारुण्याचं प्रतीक असेल, तर आलेल्या प्रत्येक तरुण लेखकाकडे पाहिलं, की मला बा. भ. पाटलांची आठवण होते. खरंतर या संग्रहातील सारी स्मरणे माझ्या नकळत माझ्या मुठीतून चोरलेल्या रत्नांची स्मरणे आहेत. रत्नाचे मोल ठरवण्याची कसोटी त्याच्या संबंधांवरूनच निर्माण होते. या संग्रहात अनेकांच्या आठवणी लिहायच्या राहून गेल्या आहेत. बापूसाहेब माटे, ना. सी. फडके, वि. वि. बोकील... छगुल? हरिभाऊ मोट्यांबद्दल लिहिण्याचा मी प्रयत्न केला; पण माझ्या दुबळ्या शब्दकळेला त्यांना नीट पकडता येईना. दोन कव्हर्समध्ये सापडू न शकलेली आणि मी गमावलेली अनेक स्मरणे मी अजूनही सांभाळतो आहे. ती प्रकट केलीच पाहिजेत, असे नाही. कित्येकदा असे होते, की एखाद्या व्यक्तीची आठवण लिहिताना आपण आपल्याच आठवणी लिहायला लागतो. एका परीने ते आपलेच स्मरण असते. निकटवर्तीय मित्रांचे

मृत्यू म्हणजे पर्यायाने हळूहळू आपलेच घडत असलेले मृत्यू असतात. जीवनवस्त्राचा एकेक धागा ओढून काढला जात असतो. मृत्यू अटळ आहे. तो कोणालाही चुकलेला नाही. तो मलाही चुकणार नाही, याची मला जाणीव आहे; पण मृत्यूचा लहरीपणा आणि अनपेक्षितपणा यांमुळे मृत्यू अनाकलनीय वाटत राहिला आहे. फक्त एवढेच होते, की एक दिवस जे मधाळ स्नेहबंधांचे अतूट वाटणारे नाते असते, ते अचानक संपुष्टात येते. ज्याबद्दल मानसिक तयारीच झालेली नसते, अशा आपल्या मित्राच्या मृत्यूमुळे कित्येकदा असे वाटते, की मृत्यू नुसता दुष्ट नाही; तर त्याला जीवनातील काव्यही समजत नाही. ज्याची मृत्यूशी भेट आता ठरलेली आहे, त्याने अल्पवयीन मित्राच्या मृत्यूसाठी अश्रू गाळणे यात शहाणपण काय आहे? कदाचित मृत्यू देत असलेली ही शिक्षाही असेल.

त्याचेही स्मरण ठेवलेले बरे!

- ग. वा. बेहेरे

अनुक्रमणिका

.१.

मराठी सारस्वतातील 'भावे प्रयोग' अस्तंगत झाला!

पुरुषोत्तम भास्कर भावे या एका मनस्वी बलदंड माणसाची अखेर दिनांक १३ च्या पहाटेस झाली. जेव्हा सूर्य उगवायचा तेव्हा सूर्य मावळला. पुरुषोत्तम भास्करांची एक प्रदीर्घ वाटचाल आता संपली. गेले महिना-दीड महिना ते आजारीच होते. त्या आजाराचे जे स्वरूप कानावर आले होते, त्यावरून त्या मानी, भांडखोर आणि तेजस्वी साहित्य-भास्कराचे मरणे त्यांच्या जगण्यापेक्षा बरे वाटू लागले. भावे एका मस्तीत जगले, आणि अशा मस्तीत जगलेल्या माणसाने विकलांग होऊन जगत राहण्याला काही अर्थ नव्हता. साहित्यातला एक 'भावे प्रयोग' आज संपुष्टात आला.

सर्वसामान्य साहित्यिकांचा कर्मणी प्रयोग असतो. त्यांचा कोणीतरी कर्ता असतो आणि ते बिचारे वाट पुसत सावलीसारखे त्या कर्त्याची पाठराखण तरी करतात किंवा कर्त्याचे नाव लपवून स्वत:कडेच कर्तेपण घेतात. पण त्यांचे पितळ लवकरच उघडे पडते. काही खरेखुरे कर्तरी प्रयोग असतात. म्हणजे ते स्वत:च्या रस्त्याने गेलेले असतात. पण मुद्दाम वाकड्यातिकड्या काट्याकुट्यांचा रस्ता शोधून काढून, साथसंगत नसताना, एकट्यानेच धुंदीत वाटचाल करणारे, 'भावे प्रयोग' मात्र साहित्यात दुर्मीळ आहेत. परंपरेचे अभिमानी असूनसुद्धा पुरुषोत्तम भास्कर भावे यांनी कुणाही ज्येष्ठ साहित्यिकाची धुणी धुऊन मोठेपणा प्राप्त करून घेतला नाही.

ते कुठल्याही साहित्यिक कंपूत सामील झाले नाहीत,

किंवा स्वत:चा बडेजाव माजविण्यासाठी स्वत:चा कंपूही त्यांनी निर्माण केला नाही. ते एकटेच चालत राहिले. भांडत राहिले. म्हणून साहित्यिक मानसन्मान त्यांना फार उशिरा मिळाले.

टीकाकारांच्या लेखी आजही पुरुषोत्तम भास्कर भावे हे ना यशस्वी नाटककार, ना श्रेष्ठ कादंबरीकार! अगदी नाक मुरडत त्यांच्या पदरात कथाकार ही ललित साहित्यातली बिदागी टाकली जाते. तेथेही कुत्सितपणे 'केवळ शैली' अशी पुस्ती जोडली जाते. पत्रकार भावे हेतर कुणाला आठवतच नाहीत. काळीज पिळवटून टाकणारे, षंढाचे रक्त उसळविणारे, अंगावर थरार उमटविणारे असे भावे टीकाकार लक्षातच घेत नाहीत. एखाद्याची शैली चांगली असते म्हणजे काय? बाराखडीतील ज्ञात अक्षरे त्याला चांगली लिहिता येतात, एवढाच का त्याचा अर्थ? एखाद्या लेखनाचा प्रभाव वाचकाच्या अंत:करणावर उमटतो, तो केवळ शब्द चांगले असतात म्हणून नव्हे. एखाद्या लेखकाचे शब्द अश्रूंत, घामात आणि रक्तात भिजून चिंब होतात, तेव्हाच वाचकांच्या मनात थरार उमटतात. शब्द स्वत:हून बोलके नसतात. तसे असते तर मुळाक्षरांची पुस्तके वाङ्मयात अमर झाली असती. लेखकाने आपले व्यक्तिमत्त्व जेव्हा भाषेत चिणून टाकलेले असते, तेव्हाच ते मलूल शब्द तरारून उभे राहतात, आणि नाना अर्थांसाठी टाहो फोडतात. भाव्यांसारख्या माणसाने आपल्या सत्तर वर्षांहून अधिक मोठ्या रंगीबेरंगी कालखंडात हिऱ्यामोत्यांसारखे शब्द गोळा केले. कसबी कारागिराप्रमाणे त्या शब्दांना कोंदणे निर्माण केली.

एकदा पुरुषोत्तम भास्करांची बाधा झाली, की मग वाचकाला दुरुस्त करणे कठीण आहे.

ऐन तारुण्यात भाव्यांनी पत्रकार म्हणून साहित्यात प्रवेश केला आणि जेव्हा त्यांचा प्रवेश पत्रकारितेत झाला, तेव्हाच हिंदुत्वाचे निशाण त्यांनी आपल्या खांद्यावर घेतले, आणि खांदे फाटले तरी शेवटपर्यंत त्यांनी ते निशाण खाली टाकले नाही. हिंदुधर्माची, आपल्या परंपरांची वा आपल्या परमेश्वरभक्तीची भाव्यांना कधी शरम वाटली नाही. उलट, अभिमान ठेवण्यासारख्या या तेवढ्याच गोष्टी आहेत, असा त्यांचा दावा होता. ते हटवादी असतील; नव्हे ते होतेच. पण त्यांच्या हटवादीपणालाही जास्वंदीच्या भडकपणाची शोभा किंवा काटेरी निवडुंगाचा गोडवा चिकटलेला होता.

गांधीवधानंतर हिंदुत्वाला फार वाईट दिवस आले. जी थोडीफार माणसे त्याही अवस्थेत हिंदुत्वाला इमान देऊन ताठ मानेनं जगली, त्यात पुरुषोत्तम

भास्कर भावे हे नाव अग्रभागी घ्यावं लागेल. साहित्य संमेलनाचे अध्यक्षपद साहित्यिक भाव्यांना मिळायला हवं होतं, ते फार पूर्वी. त्यांचे परममित्र ग. दि. माडगूळकर अध्यक्ष झाले त्याच्याही पूर्वी. हिंदुत्वनिष्ठ भाव्यांना हा सन्मान द्यायला पुष्कळांचा विरोध होता आणि भावेही अध्यक्षपदासाठी उभे रहायला त्या काळात तयार नव्हते.

आज निधर्मीवादाचा कितीही पुरस्कार होत असला, तरी हिंदूंना बरे दिवस आले आहेत, म्हणूनच भावे निदान साहित्य संमेलनाचे तरी अध्यक्ष होऊ शकले.

पत्रकारितेचे प्रेम माझ्या मनात उत्पन्न झाले त्याला 'सावधान' मधील भाव्यांचे लेख कारणीभूत आहेत, आणि नंतर आदेशकार भावे हे काही काळ माझे दैवतच होऊन बसले. मराठी भाषेत एवढ्या आग्रहाने लिहिता येते, आकर्षक युक्तिवाद करता येतो, एवढेच नव्हे तर कोणत्याही जागतिक भाषेला शोभेल अशी ऐट मराठीला आणता येते, हा मला न शोभणारा कॉम्प्लिमेंट मला बॅ. नाथ पैं नी दिला होता. पण खरे सांगू, याचे निम्मे श्रेय भाव्यांचे होते आणि निम्मे श्रेय बापूसाहेब माट्यांचे होते. दीर्घकाळ अनुनय करणाऱ्या माणसाला अखेरी भाषा वश होते. तेवढ्या बाबतीत भाषेत आणि स्त्रीत विलक्षण साम्य आहे.

आपल्याला प्रत्येक लेखकाने काय काय दिले याचे हिशोब शांतपणे मांडताना माझ्या लक्षात येते, पुरुषोत्तम भास्करांचे मी खूपच देणे लागतो. त्यांच्यात आणि माझ्यात भांडण झालं, तरीही त्यांचे देणे मी नाकारीत नाही. कारण ते देणे काही परत करायचे नाही. ज्या ऋणाचा अभिमानच वाटतो, असे हे देणे होते. भावे माझ्यावर कितीही रागावले, तरी मनोमन त्यांना माहीत होते, की बाकी कुठल्याही गोष्टीचा नाही तरी त्यांच्या हिंदुत्वाचा वारसा मीच चालवतो. त्यांच्याइतका मी दुराग्रही आणि हट्टी राहू शकत नाही, कारण भाव्यांच्या आणि माझ्या मनोरचनेतच मूलभूत फरक आहे. एकांतिक भावेसुद्धा सुंदर दिसत असत. दुर्गुणांनासुद्धा शोभा यावी, विरोधकांनीसुद्धा अवाक होऊन पाहत राहावे, आणि वैऱ्यांनीसुद्धा प्रेमात पडावे, असे उत्तुंग व्यक्तिमत्त्व त्यांच्या ठायी होते. परिणामांचा विचार न करता एखाद्या विचारात स्वत:ला लोटून देणे, ही काही सामान्य गोष्ट नव्हती. कातडीबचावू माणसांना हे काही करता येत नाही. हे करायला सिंहाची छाती हवी, गरुडाची भरारी हवी आणि कोल्ह्याचे चातुर्य हवे. भाव्यांजवळ हे सारं काही होते. म्हणून एकाकी वाढणाऱ्या सिल्व्हर ओक झाडाप्रमाणे त्यांचे

वागणे, बोलणे, लिहिणे हे नयनमनोहर होत असे. स्त्रियांनी त्यांच्यावर प्रेम करावे, ह्यात नवल काहीच नव्हते. पण शक्तीने, समृद्धीने आणि सत्तेने मोठी असणारी माणसंसुद्धा भाव्यांच्या मस्तवालपणावर फिदा झालेली मी पाहिली आहेत. नेपोलियनसारखीच त्यांची शरीरयष्टी आणि मनोवृत्तीही होती. म्हणूनच युद्धाच्या ठिकाणी ते युद्ध करीत आणि प्रेम करायच्या ठिकाणी ते प्रेम करीत. पण या दोन जागांच्या व्यतिरिक्त तिसरी जागा त्यांच्या ठिकाणी निर्माण झाली नाही.

ते मित्र तरी होत किंवा शत्रू तरी होत. पण जीवनात अनेक लहानमोठी नाती असतात व या नात्यांबरोबर त्यांना झेपेल असे प्रेम करत जगावे लागते, याचे त्यांना कधी भानच नव्हते. ते होते तोपर्यंत दिलदार असत; पण बिघडले तर त्यांच्यातला तो भांडखोर शिपाई लगेच जागा होई. आपले खरे मित्र कोण,हे मित्रासाठी कुर्बानी करणाऱ्या भाव्यांनासुद्धा कधी फारसे कळलेले नाही. चांगली आणि वाईट अशी ढोबळ वर्गवारी ते करत आणि म्हणूनच त्यांच्याबरोबर जमवून घेणं पुष्कळांना अवघड जात असे.

जीवनातील अनेक सौंदर्ये त्यांना मोहात पाडीत. सुंदर कपडे, सुगंध, चांगले मद्य, उत्तम जेवण, उत्तम ग्रंथ यांचा तर त्यांना मोह होताच; पण चांगल्या माणसांचाही त्यांना मोह होता. अशा वेळी ते वयाचाही विचार करत नसत. पुरते अहंकारी असूनसुद्धा ते पोरांत पोर आणि साहित्यिकांत साहित्यिक होऊ शकत असत. यशवंतरावांच्या मेहेरबानीने भारताच्या सीमेवरील सैनिकी तळ पाहायला जाताना म. गांधी ते यशवंतराव चव्हाण यांचे राजकारण कसे चुकलेले आहे, हे त्यांनाच समजावून सांगण्याची ते हिंमत करू शकतात. त्यांच्या लिहिण्या-बोलण्यात एक भारून टाकण्याची शक्ती होती. त्यांनी एक अभेद्य असं तर्कशास्त्र रचले होते. त्यांना विरोध करायचा असेल, तर तो त्यांच्या तर्कशास्त्राच्या पहिल्या पायरीवर ते उभे असतानाच करता येत असे. एकदा का तुम्ही त्यांच्या युक्तिवादात अडकलात, की तुम्ही संपलातच. त्यांची विचक्षणा चांगली होती. व्यासंगही जाणवण्यासारखा होता. त्यांच्याबाबत चूक एकच आहे, की फाळणीनंतरचा भारत त्यांना समजलाच नाही. फाळणी ही अगदी त्यांच्या जिव्हारी जाऊन बसलेली गोष्ट होती आणि म्हणूनच अलीकडे त्यांच्या बोलण्या-वागण्यात हटवादीपणा येऊ लागला होता. या प्रचंड संस्कृतीचे मूळ माणूस हे आहे आणि त्याच्या गरजेनुसार संस्कृतीत उलथापालथ होते, या गोष्टीचाच त्यांना विसर पडू लागला होता.

हिंदू धर्मातील कर्मकाण्डे, व्रतवैकल्ये, भुतेखेते, पुनर्जन्म, दैवी शक्ती या साऱ्या गोष्टींवर त्यांची प्रामाणिक श्रद्धा होती. पण या श्रद्धा अनेकांच्या

दु:खांना कारणीभूत झाल्या आहेत, इकडे ते डोळेझाक करीत. चिरंतन असे चांगले या जगात काही नाही; कारण शुभाशुभाच्या कल्पना बदलत राहतात, याचाही त्यांना विसर पडला. परिणामी, अनेक वर्षे झोपी गेलेल्या 'रिप व्हॅन व्हिंकल' सारखी त्यांची स्थिती झाली होती. त्यांचे ठीक होते. त्यांच्या मस्तीत त्यांना विचारणारेही कोणी नव्हते. पण त्यांचा शब्द वेदवाक्य मानणाऱ्या त्यांच्या अनुयायांची मात्र परवड होई. म्हणूनच पत्रकार भावे फार पूर्वीच संपले होते. 'सोबत' मध्ये आणि मग 'सोबत' वर रागावून 'जत्रा' मध्ये त्यांनी काही लेखन केले. पण ते खरे भाषाभास्कर भाव्यांचे लेखनच नव्हे. अर्थ हरवलेले शब्द म्हणजे पुरुषत्व हरवलेल्या पुरुषासारखे असतात. दोन्ही असतात– पण केवळ असतातच.

पुरुषोत्तम भास्कर भावे यांनी माझ्या आयुष्यातली चार-पाच वर्षे रंगतदार केली. 'सोबत' चे ते अगदी प्रारंभापासून लेखक नव्हते; परंतु स्वरूप आवडल्याबरोबर केवळ आर्थिक कारणांसाठी सुरू न झालेले त्यांचे लेखन 'सोबत' मध्ये सुरू झाले. अर्थात त्यांच्या आणि माझ्या विचारांत त्या काळाततरी बरेच साम्य होते. परिस्थितीने आणि नवनवीन अनुभवांनी माणसांच्यात बदल होतो. तसा तो माझ्यात होत होता. परंतु भावे मात्र आपल्या तत्त्वज्ञानावर ध्रुवताऱ्याप्रमाणे अढळ होते. आपण एकदा जे ठरविले आहे, त्यात बदल करण्याची आवश्यकता नाही, असे त्यांचे ठाम मत होते.

म. गांधींनी सर्वसामान्य माणसांना प्राण दिले, त्यामुळेच या देशात बरीवाईट लोकशाही अस्तित्वात आली, असे मी त्यांना म्हणालो. त्यावर गांधी हा या देशावर कलंक आहे हे मला पटविण्यासाठी त्यांनी दोन-तीन तास खर्ची घातले. काही शब्दांबद्दल त्यांचे व माझे मतभेद होते. पापस्थान, सुलताना, इंदिरा, रक्तपिती हे सर्व राजकीय पक्षांना आणि व्यक्तींना उद्देशून वापरलेले त्यांचे शब्द आहेत. मी त्यांना म्हणे, "कम्युनिस्टांचा उल्लेख रक्तपिती करून तुम्ही काय साधता?" स्त्रीला प्रमाणाबाहेर स्वातंत्र्य देण्याला त्यांचा विरोध होता. निसर्गानेच स्त्रीला दुबळी केली आहे, म्हणून स्त्रीमुक्ती त्यांना मान्य नव्हती. वर्णव्यवस्था ही एक हिंदू संस्कृतीने निर्माण केलेली लोकविलक्षण गोष्ट आहे आणि त्यामुळेच आपली संस्कृती इतकी वर्षे टिकली, असा त्यांचा सिद्धान्त होता.

आपले सिद्धान्त पुन्हापुन्हा तपासण्याची त्यांना गरजच वाटत नसे. सावरकरांचा राजकीय दृष्टिकोन त्यांना मान्य होता; पण सामाजिक दृष्टिकोनात भाव्यांना अतिरेक केला, असे त्यांचे मत होते. आपल्या देशात होऊन गेलेल्या थोर पुरुषांचे मार्गदर्शन चुकीचे असेलच कसे, हे तत्त्व मानल्यामुळे बदलत्या

प्रवाहाशी त्यांना कधीच जमवून घेता आले नाही. त्यांच्या मूलभूत आग्रहांशी माझे मतभेद नव्हते आणि असले तरी त्यांच्या-माझ्यात त्यामुळे बेबनाव झाला नाही. वाद झाला, शब्दांच्या अतिरेकामुळे. एरवी खरे पाहता भाव्यांचे लेखन 'सोबत' ला फारसे उपयोगाचे नसले तरी त्यांचा स्नेह, वडीलकीचा आशीर्वाद आणि माझ्याकडून कधी गलथानपणा झालाच, तर त्यांचा वाटणारा धाक या सर्वांमुळे त्यांची नितान्त आवश्यकता होती. त्यांच्या आणि माझ्या संबंध बिघडलेल्या काळातही एखादा चांगला लेख वाचला, तर त्याचा उल्लेख करायला ते विसरत नसत. वैरासाठी वैर करणारी माणसे जगभर पसरलेली आहेत. अशा वेळेला भाव्यांसारखा दिलदार वैरी एखाद्या शापित यक्षाप्रमाणे संकटाच्या वेळेस एकदम समोर येऊन साहाय्यासाठी उभा राहतो. वाटते, भाव्यांशी भांडण व्हायला नको होते. कारण डाव्या हाताने उजव्या हाताशी भांडण्यासारखे हे भांडण होते. अंत:करणात त्यांच्याबद्दल अपार प्रेम ठेवायचे आणि जगात मात्र त्यांच्याशी भांडण करायचे, या दुर्दैवाला तुम्ही काय म्हणणार? त्यांच्या-माझ्यात जे काही समान मित्र होते, त्यांनी– ग. दि. माडगूळकर, विद्याधर गोखले, बाळ कोल्हटकर– हे भांडण मिटावे म्हणून जंगजंग पछाडले. परंतु भाव्यांचा एकच धोषा होता, की मी 'सोबत' च्या स्तंभातून दिलगिरी व्यक्त करायला हवी. पण ती गोष्ट जन्मात कधीही शक्य नव्हती. भाव्यांसारख्या उमद्या, ज्येष्ठ मित्रापुढे मान लववायला मी केव्हाही तयार होतो. कारण भाव्यांपुढे मी कोणीच नव्हतो. पण 'सोबत' च्या प्रतिष्ठेपुढे भावेही कुणीच नव्हते. व्यक्तिगत राग आणि सामाजिक राग त्यांना वेगळे करता आले नाहीत.

मित्र म्हणून भावे हे अक्षरश: शंभरनंबरी सोने होते. मित्राच्या हातून कसलीही चूक झाली, तर ते मित्राची कानउघाडणी करतील; पण त्याला सोडून कधी जाणार नाहीत. माडगूळकरांनी 'कर्ता' ही गोष्ट लिहिली. ती माझ्या लेखी अतिशय गैर होती. माझ्या मर्यादेत त्याबद्दल माडगूळकरांना मी खूप दोष दिला. पण भावेअण्णा जेव्हा 'कुटुंबप्रमुखानं करू नये असा प्रमाद तुम्ही केलात!', असे माडगूळकरांना म्हणाले, तेव्हा मात्र माडगूळकरांच्या डोळ्यांतून घळाघळा अश्रू वाहू लागले.

कधी कधी एखाद्या वात्रट मुलाप्रमाणे संबंध दिवसभर ते टिंगल करण्यात घालवीत आणि त्यांची चेष्टा किती जीवघेणी असे, हे चेष्टित झाल्यावाचून समजण्यासारखे नाही. उघड्या कार्डावर ते वाटेल तशी पत्रे लिहीत. वाटेल त्या नावाने कुणाचाही उल्लेख करीत. त्यांचे हस्ताक्षरच विलक्षण दिव्य असल्यामुळे

त्यांची ती चेष्टा अन्य कोणाच्या ध्यानात येऊ शकत नसे. भावे एखाद्या गुप्त लिपीत लिहीत आणि ती गुप्त लिपी महाराष्ट्रात दहा-वीस लोकांनाच ज्ञात होती. ते चटईवर चक्क लवंडून आपले लेखन करीत. आपले लेखन ते पुन्हा कधीही वाचून पाहत नसत. 'वाकडेवाडीचा वाल्मीकी' अशा पत्त्यावर त्यांची माडगूळकरांना पत्रे येत आणि पोस्टमन बिचारे खरोखरीच ती माडगूळकरांना पोचवीत असत. एकमेकांना स्वामी, अण्णा, बुवा या नावांनी संबोधण्याची आमची प्रथा होती. त्यामुळे बाहेरच्या माणसाला आम्ही कुणाचा उल्लेख करतो आहोत, हे कळणं फार कठीण असे.

माडगूळकर, मी आणि भावे या तिघांनी एकत्र येऊन कितीतरी रात्री रंगविल्या. त्या रात्रींतील गप्पांत साहित्य-शास्त्र-विनोदाचा महापूर असे. मुख्य बोलणं भाव्यांचे, अधूनमधून गजाननस्वामी त्यात भर घालीत. परंतु या साऱ्या संभाषणात अनुपस्थित माणसांची कधीही टिंगल झाली नाही. कुठल्याही स्त्रीबद्दल कधी अनादराचा शब्द निघाला नाही. रात्रीचे बारा-एक वाजलेले असत. घरचे खाणे सर्वांनाच आवडणारे. त्यामुळे रात्री अकरा-बारा वाजताना सौ. विद्याताईंना फोन जाई. फोनवर त्या वेळेस माडगूळकर किती आर्जवाने विद्याताईंशी बोलत, हे पाहून मोठी मजा वाटे. माडगूळकर तर फार अवेळी गेले. त्या बैठकी केव्हाच संपल्या. भाव्यांचे माझ्या लेखी एक अज्ञात ऋण आहे. ते म्हणजे मित्रांचे रक्षण करण्याचीही जबाबदारी चांगल्या मित्राला घ्यावी लागते, हा मला फारसा न पाळता आलेला धडा ते माझ्यासाठी ठेवून गेलेले आहेत.

माझ्या मुंबईच्या घरीसुद्धा भावे येत असत. एवढेच नव्हे, तर वसुंधराबाई व आनंदीबाई यांची चांगली मैत्रीही जमली होती. मध्यंतरी मी एका आवर्तात सापडलो आणि माझे मन द्विधा झाले होते. ज्या आनंदीबाईच्या प्रेमात मी अडकलो होतो, त्या प्रेमात एक मोठा व्यत्यय निर्माण झाला होता. माझ्या पहिल्या घरी जाणे मला थोडे संकोचाचे वाटत होते, अशा भ्रमिष्ट अवस्थेत वर्ष-दीड वर्षे मी एकटाच राहत होतो. आणखी दोन-तीन वर्षं मी असाच राहिलो असतो, तर कदाचित माझ्या आयुष्यात कधीही कर्तृत्वपर्व सुरू झाले नसते.

एक दिवस भावे पहाटेपहाटे माझ्या मठीवर आले आणि म्हणाले, "तुमचं मन जर अजूनही आनंदीबाईंच्यात गुंतलेलं असेल, तर तुम्ही थोडा कमीपणा स्वीकारून परत मुंबईला जा. पण ते जर तुम्हांला शक्य नसेल, तर एखाद्या भंकस माणसासारखं एकटे मात्र राहू नका. तुम्ही एक लेखक आहात, कलावंत आहात. हे असले एकाकी जीवन तुमचा सर्वनाश करील. तुमच्या

बायको-मुलांना तुमची गरज आहे, त्याहीपेक्षा तुमची समाजाला गरज आहे आणि तुम्ही कुटुंबवत्सल झालात तरच तुमचा समाजाला उपयोग आहे.''

भाव्यांचा युक्तिवाद शब्दशः माझ्या ध्यानात नाही, पण बारा तासांच्या आत मी त्याची अंमलबजावणीही केली आणि मग भावे माझ्या घरी जेवायलाही आले. भाव्यांना पाहिल्यावर लहान मुलांना एकदम नमस्कार करावा, असे का वाटावे? न सांगता माझ्या मुलीने त्यांना एकदम वाकून नमस्कार केला. त्याबरोबर भाव्यांनी एक बंदा रुपया काढून तिच्या हातावर ठेवला. कुणाचेही काहीही न स्वीकारणाऱ्या माझ्या मुलीने तो रुपया कौतुकाने स्वीकारला आणि तो दाखवायला ती आईकडे निघून गेली. ''ह्या आनंदासाठी बेहेरे, संसार करावा लागतो. कलावंताला कधी रडावं लागतं. कधी रडवावं लागतं. तुमच्या मुलीला मी रुपया दिला. अलीकडे वाकून नमस्कार करण्याची परंपरा संपुष्टातच आली आहे. मी त्या नमस्कारालाच दाद दिली.'' तेव्हापासून भावेअण्णा जेव्हाजेव्हा आमच्या घरी येत, त्या त्या वेळी मुकुल त्यांना वाकून नमस्कार करी आणि ते मौलिक पारितोषिक मिळवी. एखाद्या धार्मिक सणाच्या दिवशी मीसुद्धा त्यांना वाकून नमस्कार करीत असे आणि माझ्याही हातात रुपया पडे. परवा साहित्य परिषदेत ते आले होते. अलीकडेच त्यांचे आणि माझे भांडण थोडे विझू लागले होते. ऐसपैस अशा गप्पा सुरू झाल्या. त्यांची खास सिगारेट ओढण्याची लकब आता बदलली होती. नको तितके त्या वेळेस ते ताजे टवटवीत आणि लालबुंद दिसत होते. तो दिवस संक्रांतीचा होता. ते काहीतरी शोधत होते. काय हे विचारण्यापूर्वी त्यांनी खिशातून तिळगूळ काढून दिला. तिळगूळ स्वीकारताच तेथे बसलेल्या सौ. गोडबोले ह्यांनी त्यांना वाकून नमस्कार केला. मग सर्वांनाच तिळगूळ मिळाला आणि नमस्काराबरोबर एकेक रुपयाही मिळाला. साहित्य परिषदेसारख्या सार्वजनिक जागी चाललेला हा सोहळा लवकरात लवकर थांबवणे भाग होते. कारण भाव्यांसारख्या श्रेष्ठ साहित्यिकाला आलेल्या प्रत्येकानेच नमस्कार केला असता आणि भाव्यांचं पाकीट पुष्कळच हलके झाले असते. भाव्यांच्या चेहऱ्यावर त्या साऱ्याच प्रसंगात एक सफलतचे तेज चमकत होते. जणू काही 'याचसाठी केला अट्टाहास', असा अभिमान त्यांच्या व्यक्तिमत्त्वात तेव्हा जाणवत होता. भारतीय संस्कृतीतील नम्रतेची परंपरा कोणीतरी चालू ठेवावी आणि त्यासाठी प्रसंगी सर्वस्वाचे दान करावे, हीच भाव्यांची मनीषा होती.

म्हणून भाव्यांना त्यांच्या साहित्यातून समजून घेता येत नाही. भाव्यांच्या जीवनाचे असे वेगवेगळे कप्पे नव्हते. ते एक अखंड शिल्प पाहतच राहावे, असे

होते. अजंठा-वेरूळच्या शिल्पांतूनच एक दिग्गज आणि मस्तवाल राजपुत्र पूर्वीचे राजवैभव घेऊन स्वारी करण्यासाठी निघाला, असे ते शिल्प त्यांच्या रूपाने साकार झाले होते.

भाव्यांची त्यांच्या ऐन वैभवातील व्याख्याने मी ऐकली आहेत. अलीकडे त्यांच्या म्हातारपणातला आवेश त्यांच्या विचारांशी विसंगत वाटायचा. काही कारण नसताना क्षणी-प्रतिक्षणी ते एखादी पावनखिंड लढवत आहेत असे वाटायचे. तरीसुद्धा ते केवळ तोंडाने बोलत नसत, तर सर्वांगांनी बोलत असत. शब्दांना बाहेर पडण्यासाठी इतकी आतुरता निर्माण होई, की मग त्यांचा प्रत्येक अवयव बोलू लागे. ते लालबुंद होत. भारतीय इतिहासातील एखाद्या शरणकालाचं वर्णन करताना ते करपून जात, तर नौआखालीतील अत्याचारांचे वर्णन करताना ते जणूकाही समोरच्या नराधमावर प्रहार करीत आहेत, असा त्यांचा आवेश असे. भाव्यांचे व्याख्यान हा त्या काळात एक आनंद होता. शब्दांवर हुकमत असणारी माणसे फार थोडी आहेत. भाव्यांचा भाषाशुद्धीचा आग्रह इतका अनिवार असे, की अशा एखाद्या अनगड शब्दापायी आपल्या भाषेचा प्रवास खंडित होतो आहे, इकडे ते लक्ष देत नसत.

भावे आणि अत्रे यांच्या प्रकृतींत पुष्कळ साम्य आहे. दोघांनाही आपापल्या शक्तीचा गर्व होता. पण भाव्यांची शक्ती राजस होती आणि अत्र्यांची शक्ती तामसी होती. त्यामुळे सहसा भावे वादात हरले नाहीत. कारण कोणताही वाद हे एक सत्यासाठी चाललेले युद्ध आहे, म्हणजेच ते एक धर्मयुद्ध आहे, अशी एक कडवी भूमिका ते घेत असत आणि एकदा युद्ध म्हटले, की सारे काही क्षम्य असते. म्हणून अत्रे-आदेश खटल्यात भाव्यांनी अत्र्यांविरूद्ध एवढा पुरावा गोळा केला, की अत्र्यांसारख्या बलदंड माणसानेही रणांगणातून पळ काढला. अत्रे कोणत्याही पातळीला जाऊ शकत म्हणून महाराष्ट्रातील सर्व साहित्यिक आणि राजकारणी अखेरी त्यांना शरण जात. टिकले ते फक्त पुरुषोत्तम भास्कर भावे. आपल्या अखेरच्या पर्वात अत्र्यांनी सर्वांशी दोस्ती करण्याचा प्रयत्न केला होता. वैरी मागे ठेवून त्यांना मरायचं नव्हतं. म्हणून अत्र्यांनी मैत्रीचा हात पुढे करताच सर्वांनी अत्र्यांना मिठी मारली. पण भावे मात्र ताठ राहिले. ते एवढेच म्हणाले, "अत्र्यांशी केवळ हस्तांदोलन करणं म्हणजे विष्ठेला स्पर्श करणं, इतका हा मनुष्य गलिच्छ आहे. याला जीवनातील कोणतीही सभ्यता मान्य नाही. माझी मैत्री करून अत्रे शुद्ध होतील; पण माझे काय?" अत्र्यांच्या मृत्यूनंतर मात्र, भावेअण्णा, शिरीष पैंच्या समाचारार्थ 'शिवशक्ती'त गेले होते, असं त्यांनीच

मला एकदा सांगितलं.

मराठी वाङ्मयातील भावे प्रयोग आता संपुष्टात आला. शेवटच्या घटकेपर्यंत त्यांनी आपल्याला विसरू दिलेले नाही. वयाच्या सत्तरीला येऊनही त्यांच्या शब्दाचे नाजूकपण ओसरलेले नाही. बाबूराव पेंढारकरांवर त्यांनी लिहिलेला लेख भाव्यांच्या पूर्ववैभवाची साक्ष देणारा आहे. आयुष्यात कशाशीही तडजोड न करणारा, पण आपल्या मतांची किंमत देऊ इच्छिणारा पुरुषोत्तम भास्कर आता अंतर्धान पावला आहे. सरस्वतीचे उपासक पुष्कळ आहेत; पण सरस्वतीलाच दुर्गावतार करण्याची किमया विष्णुशास्त्री चिपळूणकर, शिवरामपंत परांजपे, अच्युतराव कोल्हटकर, विनायक दामोदर सावरकर आणि पुरुषोत्तम भास्कर अशा फार थोड्या लोकांनी केली आहे. 'लेखण्यांच्या बंदुका करा', हा सावरकरांचा मंत्र पुरुषोत्तम भास्करांनी प्रत्यक्षात आणला.

भावे सुखात जन्मले, सुखात वाढले; पण त्यांच्या अखेरच्या पर्वात नियती त्यांच्यावर रुष्ट का झाली, याचा मात्र उलगडा होत नाही. माणसाने प्रहार तरी किती झेलावेत? वज्रहृदयाचा असला, तरी भावे हा एक कनवाळू माणूस होता. लक्ष्मणसारखा पाठचा भाऊ, त्याची सुविद्य पत्नी, लोभस पुतणी अशी कितीतरी कुटुंबातली माणसे एकामागोमाग एक निवर्तली. कधी कधी वाटते, हा खरोखरीच एक शापित यक्ष होता. स्वर्गात वावरण्याच्या आणि गंधर्वाच्या अद्भुत शक्तींचा संचय असणारा. गेल्या जन्मी काहीतरी नक्की त्यांच्या हातून घडले असले पाहिजे आणि कोणीतरी त्यांना शाप दिला असला पाहिजे. शापालासुद्धा वरदानाप्रमाणे मानून आयुष्यावर प्रेम करीत भावे जगले. एका सिद्ध पुरुषाप्रमाणे त्यांनी स्वतःचे घराणे निर्माण केले. त्यांच्या घराण्यात सुदैवाने आमचा जन्म झाला, एवढे आमचे भाग्य नक्कीच उज्ज्वल आहे. आमचा बाप मेला, याचे दुःख दुसऱ्याला सांगून उपयोगी नाही. जोडलेले हात आता अधांतरी तसेच ठेवायचे; कारण आशीर्वाद देणारा निघून गेला. भावे असतील तिथे सुखात असोत. त्यांच्या सुखदुःखांची चिंता आम्ही कशाला करायची? शब्दांच्या ठिणग्या करून त्यांची पुन्हा फुले करणारा यक्ष पुन्हा यक्षभूमीत पोचलासुद्धा असेल; आणि या पृथ्वीवरचे सारे रागलोभ येथेच ठेवून आमच्यासारख्या त्याच्या मुलांनातवांवर आशीर्वाद देण्यासाठी त्याचा हात सदैव उभारलेला असेल!

- ० - ० - ० -

. २ .

एक घुमट, एक कळस, एक घाट...

ते राजहंसाचे चालणे
अन् कोकिळकंठी गाणे
नाजुक पारिजातक हासणे
आता कैचे

बालगंधर्व वारले. खरे म्हणजे त्यांची कला मृत्यू पावून बरीच वर्षे झाली होती. उरला होता, तो चैतन्यशून्य सांगाडा! तरीही त्या कुडीने महाराष्ट्राच्या कानाकोपऱ्यांत केवढेतरी चलनवलन जिवंत ठेवले होते. नामवंत धन्वंतरी, राजकारणी, कलावंत हे सारे, बालगंधर्व कसे आहेत हे कळण्यासाठी वाटेल ते करावयास सिद्ध होते. गेली पन्नास वर्षे रसिकांच्या प्रीतीचा झालेला हा विषय आता केवळ इतिहास झाला. आता त्या चौकस पृच्छा संपल्या. गंधर्व खरोखरीच वारले.

तरुणपणी माणसाच्या कोवळ्या मनावर जे परिणाम होतात, ते त्याची संगत अखेरपर्यंत सोडत नाहीत. एकोणीसशे दहा ते एकोणीसशे तीस-बत्तीस पर्यंतच्या कालखंडात ज्यांनी गंधर्व पाहिले, त्यांच्या लाडकाव्याने ज्यांच्या अंगावर रोमांच उठले, ज्यांनी आपल्या सर्व आशाआकांक्षा गंधर्व-शृंगारावर बेतल्या, ज्यांनी आपला जीवनविषयक दृष्टिकोन गंधर्वांवर अवलंबून ठेवला, ती सर्व पिढी गंधर्वांनी सर्वथा भारून टाकलीच होती. आजही टाकलेली आहे. आज साठीपुढे जे वृद्ध उभे आहेत, त्यांना गंधर्व या नावानेच गदगदून येते. त्यांच्या पत्नीचे, मित्रांचे, पुत्राचे, पित्याचे ऋण त्यांना क्वचित

कमी मोलाचेही वाटते. बालगंधर्वांनी प्रत्येक रसिकासाठी निरनिराळी रूपे घेऊन त्या सर्व पिढीला कृतार्थ केले होते. त्या पिढीच्या भावना मी समजू शकतो. अलौकिक स्पर्शाने माणूस संपूर्णतया वश होतो. गंधर्वांच्या सर्व अवगुणांसकट त्या सुसंस्कृत रसिक पिढीने गंधर्वांवर सदैव प्रेमच केले.

मी गंधर्वांना पाहिले, ते उतरत्या काळात. म्हणजे १९३५ नंतर. माझ्या बरोबरच्या व काही लहान वयाच्या मित्रांनी धाय मोकलून गंधर्वांबद्दल लिहिलंय, ते मात्र ढोंगीपणाचे असले पाहिजे (उदाहरणार्थ, वसंत बापट– साधना). नव्याने गंधर्वांना पाहणाऱ्यांना गंधर्वांचा अलौकिक स्पर्श जाणवावा, असे त्यांच्याजवळ काही उरले नव्हते. त्यांचे रूप ओसरले होते. स्त्रीभूमिका करताना हवे असणारे नाजूकपण उरले नसल्यामुळे, त्यांचा लाडिकपणा विचित्र– थोडा भयानकसुद्धा– वाटत होता. त्यांच्या गाण्याला एकसुरी रूप आले होते. घोळून घोळून म्हणण्याच्या गाण्याचा अतिरेक झाला होता व म्हणूनच सारेकाही खोटे वाटत होते. वार्धक्याच्या खुणा स्वरात अन् पदाघातात जाणवत होत्या आणि गंधर्वरंगभूमी लुप्त झाली होती. भोवतालचे वैभवही गेल्यामुळे ती नाटके ओकीबोकी झाली होती. प्रेक्षकातही तरुण पिढी तुरळकपणे दिसत होती.

त्यामुळे गंधर्वांचे जे स्वप्न मी डोळ्यांपुढे आणले होते, ते भंग पावले होते. अन् त्या स्वप्नभंगामुळे मी दुःखी झालो होतो. वडीलधाऱ्या माणसांचे ओलावणारे डोळे, अंगावर उठणारे रोमांच, भारावलेल्या मुद्रा यावरून गंधर्वांचे रूप मी हळूहळू समजावून घेऊ लागलो. त्यांच्यावरचे साहित्य वाचू लागलो. त्यांच्या रेकॉर्ड्स ऐकू लागलो आणि गंधर्व ही काय चीज आहे, हे हळूहळू माझ्या ध्यानात आले.

आणि एक दिवस मला त्यांच्या अलौकिकत्वाचा धागा सापडला.

तो काळ असा होता, की सुसंस्कृत तरुण स्त्रीसंबंधी तरुण पुरुषांच्या काही अपेक्षा निर्माण झाल्या होत्या. इंग्रजी वाङ्मय, इंग्रजी रिवाज यांमुळे आपल्या जोडीदाराविषयीच्या काही उबदार कल्पना तरुण मनाने उभ्या केल्या होत्या. प्रत्यक्षात मात्र अशी स्त्री कुठेही दिसण्यासारखी नव्हती. बरोबरीने वागणारी, संभाषणचतुर– तरीही शालीन, कलाकौशल्याची हौस असणारी, कोटिबाज, गोरी, मांसल... गंधर्वांच्या रूपाने प्रत्येकाला आपली जीवनसाथी सापडली... लग्न त्यांनी एका अशिक्षित स्त्रीशी केले, पण संसार मात्र त्यांनी बालगंधर्वांच्या सुरेल रूपाशी केला. सौभद्रातल्या 'प्रिये पहा रात्रीचा...' या गाण्यापूर्वीचा 'नच सुंदरी करू कोपा' हा शृंगार त्यांनी रुक्मिणीशी केला नाही; तर तो त्यांनी

गंधर्वांच्या छबीशी केला. 'सुजन कसा मन चोरी' या गंधर्वपंक्तीनी त्यांना वाटे, तो सुजन आपणच. आपल्यापाशी 'मम सुखाची ठेव ठेवणारी' ही सखी आपलीच जन्माजन्मीची सखी. आजच्या तरुण मुली, कारकून, तिकीट कलेक्टर, लेजरकीपर... अशाच पुरुषांशी विवाहित होतात. पण मनोमन संसार करतात तो देव आनंद, राज कपूरशी... तोच प्रकार गंधर्वकाली झाला होता. म्हणूनच एका संपूर्ण तरुण पिढीला गंधर्वांनी गारद केले. भारून टाकले. गंधर्वांच्या स्वरांशी माझा परिचय हळूहळू झाला. तसे मला अजूनही गाण्यातले काही फारसे कळत नाही. पण अद्‌भुतातला अचानक स्पर्श करणारा स्वर कळायला हृदय हवे असते. डोके नव्हे! त्यामुळे गंधर्वसंगीतातला तो अद्‌भुतातला अचानक स्पर्श करणारा मधुगंधित स्वर अजूनही कानी गुणगुणतो आहे. दीनानाथांप्रमाणे इथे चमत्काराचा हट्ट नव्हता; तर चमत्कार नकळत घडतच होते. दीनानाथांच्या स्वरांनी मी अजून झपाटलो आहे. पण गंधर्वांच्या स्वरांनी मला माणूस केलंय. पुरुष केलंय, तरुण केलंय.

गंधर्व गेले आणि जुनी वैभवशाली राजेशाही रंगभूमी संपली. आता काही पोरेटोरे कधी गंधर्वांची, कधी दीनानाथांची नक्कल करतात. त्यांना वाटते, ती नाटके म्हणजे जलसे होते. (गंधर्वांसाठी ती जलसे असू शकली असती; पण ती खरे पाहता गंधर्वांसाठीही केवळ जलसे नव्हतीच.) पण त्या तरुण नटांना हे कळत नाही, की नाटकाची रंगत जलशाच्या रंगतीपेक्षा अधिक समृद्ध असते. नाटकातले संवाद धडाधड म्हणून ते एकदम पुढे येऊन पेटीवाल्याला काळी चार पांढरी दोन अशा खुणा देतात. जुन्या नाटकातील समृद्ध जीवनाचा निदान आभास तरी या नटांनी द्यावा. राजपुरुषाची चाल-बोलण्यातली शान, मानापमानाच्या प्रसंगाचा डौल या नाइटच्या पाकिटाची प्रतीक्षा करणाऱ्या नटांनी का देऊ नये? एकदा फुललाइटच्या प्रकाशात पाऊल टाकले की, नटाने स्वत:चे आयुष्य विसरले पाहिजे. उरते ती भामिनी, सुभद्रा, रुक्मिणी... मग घरी आजार आहे, नाइट मिळणार आहे, पाऊस फार पडतोय, नवरा बदफैली आहे किंवा नाटकानंतर कुणी प्रियकर भेटणार आहे, या साऱ्या गोष्टी विसरल्या पाहिजेत. पण ही तल्लीनता आता लोपली.

आता ती जुनी नाटके लागतात, तेव्हा लोक गर्दी करतात, काही जुन्या आठवणींना उजाळा देण्यासाठी येतात. काही नव्या जमान्यातल्या गायक नटांच्या गाण्यासाठी येतात, काही नाटकाला जाणे ह्या फॅशनसाठी ही येतात.

'अनृतचि गोपाळा' मधील 'गो' वरचा डौलदार घुमट, 'दयाछाया' मधील

तो उंचच उंच कळस, 'मम सुखाची' मधील नदीचा उतरता घाट ही आता डोळे मिटून मी समोर आणतो. कानांवर येणारे सूर त्या समोरच्या किनऱ्या आवाजाच्या नटीचे नसतात. ते चालणे त्या पाणकोंबडीचे नसते, तर ती चाल राजहंसाची असते. तो स्वर मधाच्या पोळ्यातून ठिबकत येतो. मी समोरचा रंगमंच सहज विसरतो आणि त्या यक्ष-किन्नर-गंधर्वांच्या दुनियेत जातो. वैभवशाली राजकन्या, सुवर्णकांतीचे ते वीरपुरुष, पराक्रमावर प्रसन्न होणारी युवराज्ञी, दासदासी....

आणि तो विदर्भ देशाचा राजमहाल समोर उभा राहतो.

आता उरल्या पडक्या भिंती.

खरे म्हणजे आठवणींत राहू नयेत, इतक्या त्या गोष्टी जुन्या आहेत. समज न आलेल्या काळाच्या त्या स्मृती म्हणजे आपण अनुभवलेल्या सुगंधाची जातसुद्धा समजलेली नाही अशा अवस्थेतल्या. काही आठवणी अशा असतात की, आपल्या मनाच्या कोपऱ्यात त्या जाम जाऊन घट्ट बसतात आणि यत्न करून हाकललं, तरी त्या हलत नाहीत.

चौदा-पंधरा वर्षांचे वय असेल माझे. समज येण्याचा तो उंबरठा. पलीकडे काय चालले आहे याविषयी अमाप कुतूहल. साहित्य, संगीत, नृत्य यांतला भावुक आनंद नुकताच उलगडू लागलेला. नाटके पाहायची ती भडक-रंगीत कपड्यांसाठी, मध्यंतरात मिळणाऱ्या 'रॉसबेरी' साठी. नाटकातील आनंद, अदभुतरम्य भीषण प्रसंग, अपूर्व संगीत, कसदार अभिनय, सूचक शृंगार यांपैकी काहीच कळायचे ते वय नव्हते, असे नाही. कुठेतरी काहीतरी मनाच्या कोवळ्या जागेत स्पर्श करून जाई. त्यातले कळायला हवे ते कळलेले नाही, अशी मनाला हुरहुर लागे. आपण थोडे उशिरा जन्माला आलो, याबद्दल खंत उत्पन्न होई. ती काही केल्या जात नसे.

बहुधा अडतीस-एकोणचाळीस साल असेल. नाट्यव्यवसायाचा मेकअप उतरू लागला होता. नाटकाचा जमाना संपला, तरी नाटकवेडे मागे होते. भाबड्या कोल्हटकरांच्या ओल्या आठवणी सांगणारे जसे तिठ्यातिठ्यांवर भेटत, तसेच ऐन भरात असलेल्या बालगंधर्वांच्या त्या शारदेच्या-सुभद्रेच्या लाडिक हावभावांची साभिनय आठवण काढणारे नाटकवेडे भेटत असत. गंधर्व नाटक कंपनी हीतर प्रत्येकाला आपल्या घरचीच मालमत्ता वाटत होती. गंधर्व नाटक मंडळीतल्या कोणाशी तरी बादरायण संबंध जोडून आपलं नातं सांगणारी मंडळी काही कमी नव्हती. जुन्या आठवणींचे सुस्कारे जागोजाग जाणवत होते. गंधर्व हे नाव उच्चारताना त्यांच्या डोळ्यांत विलक्षण अस्वस्थता दिसे. यापूर्वी भोगलेल्या

सुखास्वादांची कृतज्ञता त्यांच्या डोळ्यांतून डोकावे आणि पाणी नसतानाही डोळे ओलेचिंब होत.

गंधर्वांवर जसे मराठी जनतेने प्रेम केले, तसे अन्य कोणा नटाच्या वाट्यास आले असेल, असे वाटत नाही. तसे चाहते सर्वांनाच असतात. बापू पेंढारकरांच्या प्रयोगशीलतेवर आणि नावीन्याच्या वेडावर खूश असणारे चाहते मला माहीत होते. दीनानाथांचा नाट्यगृह भेदून जाणारा अस्मानी स्वर आणि पौरुषयुक्त अभिनय हातर मी स्वत:च अनुभवला होता (त्या तोकड्या समजाच्या वयात). दीनानाथांच्या स्वरांचा बुलंद स्पर्श मला सहजगत्या झाला, तसाच तो सर्वांना झाला असेल. परंतु गंधर्वांच्या स्वरांचे सामर्थ्य आणि सौंदर्य त्या वेळेला मला समजायला हवे होते, तेवढे समजले नव्हते. बालगंधर्वांनी मराठी स्त्रीला सुसंस्कृत केले आणि समज दिली. स्त्री-भूमिका करणाऱ्या पुरुषनटाचे अनुकरण साऱ्या स्त्रीसमाजाने करावे, हा एक चमत्कारच आहे आणि हा चमत्कार ह्याच देशात घडू शकला, याचे मला आश्चर्य वाटते. स्त्रियांच्या मागासलेपणावर आगरकर-कर्व्यांनी पहिला प्रहार केला. माजघरातून ओटीवर आलेल्या स्त्रीने वागावे कसे, बोलावे कसे, शृंगार कसा करावा, ह्यांचे धडे फडक्यांनी कादंबऱ्यांतून आणि गंधर्वांनी रंगमंचावरून दिले. गंधर्व हे काय प्रकरण होते, हे आजच्या पिढीला कळावयाचे नाही. गंधर्वांचे गायन, तद्रूपता, लाडकावा हे सारं आता शब्दानं सांगणं कठीण आहे. आपल्या पत्नीच्या गालावर उठलेली पहिल्या चुंबनाची गुलाबी छटा समोर दिसत असली, तरी ती शब्दांत पकडता येत नाही; तसंच गंधर्वांचे सौंदर्य, रूप, शब्दफेक, स्वर लावण्याचा तो अद्‌भुत प्रकार हे सारं शब्दांत सांगणं अशक्य आहे. ज्यांनी गंधर्वांना पाहिलं आहे, ती पिढी नष्ट झाली की, गंधर्व ही एक दंतकथाच राहील.

गंधर्वांना मी तसे पुष्कळ वेळा पाहिले होते; परंतु त्यांचे एक रूप मला स्वच्छ आठवतेय. त्या वेळेला गंधर्वांच्या कर्तृत्वाची अखेरची वर्षे उलगडत होती. तसे आता गंधर्वांचे काहीच उरलेले नव्हते. सुडौल शरीर, दैवी गायन, मधुर अभिनय हे आता सावलीसारखे होत होते. पण समोरच्या प्रेक्षकांपैकी बहुतेकांना ते मान्य नव्हते. पडदा उघडला, रंगमंच प्रकाशला, पात्रे बोलू लागली; परंतु अजून नाटक सुरू झाले आहे, असे कुणाला वाटलेच नव्हते. तेवढ्यात एकाएकी समोरचे दृश्य पालटले. प्रेक्षकांच्या सर्वेंद्रियांच्या शक्ती डोळ्यांत जमा झाल्या. समोरचा रंगमंच मग रंगमंच उरलाच नाही. विदर्भाच्या महासुलक्षणी चारुगात्री राजकन्येचा तो महाल झाला. त्या सुवर्णकालात एकदम सारेजण पोचले आणि

त्यांना दिसली प्रियकराच्या वेडानं नादावलेली राजकन्या. सावळ्या श्रीहरीची डोळ्यांत प्राण आणून वाट पाहणारी ती प्रणयिनी तेथे उभी होती. पिता, बंधू, दासी, परिवार या सर्वांचा संकोच सोडून ती त्याचं सर्वांगांनी स्वागत करणार होती. वाट चांदण्यांची करीत तो कृष्ण, भूलोकीचे लावण्य धुंडाळीत कुंडिनपूरच्या सीमा ओलांडून रुक्मिणीकडे येत होता. मध्यंतरीच्या दगडमातीच्या भिंती, राजपथ, रथ, पालख्या, हत्ती, घोडे यांतून आरपार नजर फेकीत त्या चारुगात्रीची नजर त्याच्यापर्यंत पोचली आणि मग कानांचे सार्थक करणारे नादमय शब्द एकदम झंकारले...

"दादा! तुम्ही असे नुसते उभे... ते आले ना? सामोरे नको का जायला? ते आले ना! अगं बाई."

आणि मग शांतरसात चिंब झालेला यमन साऱ्या रंगमंचावर प्रेक्षकांवर मोहिनीअस्त्र टाकू लागला. गंधर्वांच्या तोंडून 'नाथ हा माझा' या पदाचा पहिला चरण पडला आणि एक विलक्षण आनंद अनेक हृदयांतून एकाच वेळी निर्माण होऊन माझ्यापर्यंत पोचला. गंधर्व म्हणजे काय, याचा थोडासा अर्थ मला त्या क्षणी समजला.

मी उशिरा जन्माला आलो, या खेदाने माझे मन व्यापून गेले.

अलीकडे ती बासरी पिचली होती. देवाच्या दरबारात परतण्याची ती वाट पाहत होती. ज्याच्या केवळ आठवणीनं हजारो अंत:करणे अजूनही सैरभैर होतात, त्या जिवाचा हा क्षीण प्रवास आता पाहवत नव्हता. आपण रोगी बरा होण्यासाठी देवाची प्रार्थना करतो; पण माझी वेडी प्रार्थना अशी आहे की, दिव्यत्वाचा स्पर्श झालेल्या बासरीतला स्वर गेल्यावर लाकडाला मागे ठेवून काय उपयोग? त्या सुंदर शरीराचे हे हाल आता कशासाठी? ज्या स्वरासाठी हजारो अतृप्त कान, उत्कंठतेने वाट पाहत; तो स्वर साधी सुखदु:खेसुद्धा आता व्यक्त करू शकत नव्हता. उंच केलेल्या उजव्या टाचेच्या ऐटबाज हालचालींनी, नयनांच्या विभ्रमांनी आणि एखाद्या नाजूक मुरक्याने जिथे हजारो अंत:करणे घायाळ होत असत, त्या देहाला साध्या देहधर्मासाठी दुसऱ्याकडून हालचाल करून घ्यावी लागावी, यात नियतीच्या क्रौर्याशिवाय मला दुसरा अर्थच दिसत नाही.

बालगंधर्व हा संगीत रंगभूमीचा शेवटचा प्रकाश आहे!

-०-०-०-

.३.
मित्राचा मृत्यू

परवा नुकताच माझ्या एका मित्राचा मृत्यू झाला. मृत्यू ही कल्पना तत्त्वज्ञानाचा कितीही आधार घेतला तरी क्लेशकारकच आहे. कालपरवा ज्या माणसाबरोबर आपण जीवन व्यतीत केलेले असते, असा चैतन्यदायी माणूस आपण बघता बघता हरवून बसलेलो असतो. असा माणूस स्मृतिरूपाने किंवा अविनाशी आत्म्याच्या रूपाने मागे उरला आहे, हाही युक्तिवाद फसवा आहे. कारण माणसाची स्मृती सोईपुरतीच तल्लख असते आणि आत्मा हीतर मुळातच कुणालाच न समजणारी गोष्ट आहे. हिंदू तत्त्वज्ञानाचे तर एक राहोच (कारण तेथे परस्परविरोधी अशा अनेक मतांचा घोटाळा आहे.); पण अन्य धर्ममतांतही मृत्यूचे स्वरूप असेच अज्ञात आहे. माणूस येतो कुठून आणि जातो कुठे, हे न सुटलेले प्रश्न आहेत. मृत्यू माणसाच्या जीवनाची निरर्थकता आणि शक्तीचा तोकडेपणा सदैव सांगत असतो एवढे खरे.

आपले सारे आयुष्य एक छोट्यामोठ्या अनुभवांची मालिका असते. हे अनुभव घेणारे आपले एक अत्यंत तरल आणि सर्वगामी असे मन असते. या मनाचे व्यापार शोधताना माणूस मेटाकुटीला येतो. स्वतःच्या मनावरही त्याचा पुरेसा ताबा नसतो. चांगले-वाईट यांचीही तो गल्लत करतो. अहंकाराने म्हणजे आपल्या अस्तित्वाच्या हट्टाने व वासनेने त्या मनाचे सारे कोपरे भारून टाकले आहेत. मृत्यूच्या स्पर्शाने त्यांचा तोल सुटतो आणि मग आपली गणिते चुकू लागतात.

माझे काही जिवाभावाचे मित्र माझ्या वाटचालीत मी गमावले आहेत आणि त्या प्रत्येक मृत्यूच्या वेळेस मला एकच अनुभव आला आहे, की माझ्यातला मीसुद्धा थोडाफार हरवलो आहे. ज्या कोणा एका 'मी' बद्दल मला एक दंभ आहे, तो मीही माझ्या एकट्याच्या मालकीचा नसला पाहिजे. कळत नकळत माझ्या भोवतालच्या जगातील मनांच्या स्पंदनांनी माझे मीपण साकारले असले पाहिजे. बऱ्यावाईट प्रसंगी नीतिअनीतीचा विचार न करतानाही पत्नीच्या नात्याने बांधलेली बायको जे काही माझ्या मीपणाचे समर्थन करते व माझ्या अस्तित्वाला अर्थ देते, तोही माझ्या मानसिक ताठ्याचा भाग असला पाहिजे. ज्यांच्यात मी स्वत:ला पाहतो व अतृप्त आकांक्षा पुऱ्या होतील अशी स्वप्ने पाहतो, ती माझी रक्तामांसाची मुले हेही माझ्या अस्तित्वाचे कारण असू शकेल. माझ्या व्यवसायातील यश- अपयश वा मी मानलेले हटवाद हाही माझ्या ताठ मानेच्या अस्तित्वाला थोडा कारणीभूत असेल. माझे संस्कार, माझे बालमित्र, माझे गुरुजन, शाळा, कॉलेज, समाजाकडून झालेले अपमान व सन्मान या साऱ्यांतूनही मला थोडे बळ मिळत असेल. माझ्या आयुष्यात आलेल्या स्त्रियांनी केवळ माझ्या देहाच्या गरजा भागवलेल्या नाहीत; तर त्यांनी माझ्यातल्या मीपणाला फुंकर घालून सतत प्रज्वलित ठेवलेले आहे.

अशा माझ्या 'अहंपणा' च्या कारणात रुपये आणि पै त मोजमाप होणार नाही, असे माझे काही मित्रही आहेत. हे मित्र बालपणापासून आजपर्यंत आहेत, असेही नाही. ज्यांच्यावाचून माझे निभणार नाही, असे मला नेहमी वाटत आले होते, त्यांची मैत्री कोणतेही व्यावहारिक कारण नसताना नकळत मधेच तुटली आहे. ते गेल्यामुळे तेव्हा गमावले, असे काही वाटले नाही. परस्परांच्या आयुष्यातली उपयुक्तता संपल्यावर त्या मैत्रीने विराम घ्यावा, हे योग्यच होते. त्या सर्वांची संगतवार आठवणही आता नाही. पण त्या त्या काळात सर्व मित्र माझे प्राणवायू होते. वेळोवेळी कधी दूरच्या वास्तव्याने, तर कधी व्यवसायभिन्नतेने त्यात अंतर पडत गेले. ते मित्र गेले. काही नवे आले. माझ्यातला मीपणा जोपर्यंत शाबूत आहे, तोपर्यंत या येण्याजाण्याचे दु:ख नव्हते. परंतु आपल्याच डोळ्यांदेखत ज्यांच्या भावनांची व आपली गुंतागुंत झालेली आहे, असे मित्र मृत्युमुखी गेले, की मी थोडाकाळ तरी त्राणरहित होतो.

परवा मा. का. देशपांडे अचानकपणे मृत्यू पावले, तेव्हा क्षणमात्र मला असेच झाले. वयानं ते माझ्यापेक्षा मोठे होते. त्यांचे व्यासंगाचे विषयही निराळे होते. जीवनाविषयीच्या त्यांच्या कल्पना थोड्या भडक होत्या. अलीकडे गेल्या

पाच-सात वर्षांत वार्धक्यामुळे येणारी अगतिकता त्यांच्यात जाणवू लागली होती. टापटीप, आक्रमकपणा आणि बेबंदपणा यांसाठी सतत प्रयत्नशील असणाऱ्या रसिक उमद्या माणसाला मृत्यूने नेले, हे खरेतर मृत्यूने त्यांच्यावर उपकारच केले. वार्धक्याला न जुळणारे गुण सतत टिकवणे, हे सोपे काम नाही आणि म्हणून वार्धक्यापुढे चोळामोळा झालेले त्यांचे आयुष्य त्यांनाही सुखद झाले नसते आणि माझ्यासारख्या त्यांच्या मित्रांनाही सुखद झाले नसते. दोनेक महिन्यांपूर्वी सोबतच्या कार्यालयात ते एकदा आले होते. कपड्यांतला त्यांचा नेटकेपणा कमी झालेला आढळला. मी त्यांना विचारले, ''माधवराव, तब्येत बरी नाही का?'' ते नेहमीच्याच उत्साहाने म्हणाले, ''छे हो! प्रकृती ठणठणीत आहे.'' त्यांच्या सुरकुतल्या कपड्यांकडे पाहत मी म्हणालो, ''मग आज तुम्ही नेहमीसारखे का नाही?'' एकदम अंतर्मुख होत ते म्हणाले, ''आय डोंट फील लाइक इट'' मी त्यांना म्हणालो, ''इज इट ओल्ड एज?'' ते हसले. त्यांच्या हसण्यात एक कारुण्य होतं. ते म्हणाले, ''मला मृत्यूची भीती वाटत नाही. मी तर केव्हाही तयार आहे. या घटकेलासुद्धा. पण मला इतर म्हाताऱ्यांसारखं कळाहीन व्हायचं नाही.''

पण दुर्दैवाने माधवरावांसारखा एक रसिक भांडखोर पुरुष कुठेतरी खचला होता. त्याच्या दिनक्रमात तसा म्हणण्यासारखा फारसा फरक नव्हता. अजूनही अधूनमधून एखादी नवी स्त्री त्यांच्याबरोबर दिसे. मद्यपानही त्यांनी कमी केलेले नव्हते. पण मला वाटते, त्यातले पुष्कळसे खोटे अवसान होते. आपल्या प्रसन्न वृत्तीच्या खुणा म्हणून सुगंधित असे रंगीबेरंगी फुलांचे हातरुमाल एखाद्याने बाळगावेत, तसे ते तारुण्याच्या निदर्शक खुणा आपल्याबरोबर बाळगत होते. ते कितीही रंगेल असले, तरी त्यांच्या अंतर्यामी तत्त्वज्ञानाचीही गंभीर बैठक होती. नचपेक्षा 'संत आणि सायन्स' हा ग्रंथ त्यांनी लिहिलाच नसता. मला एक शंका आहे, की इच्छा आणि शक्ती यांचा मेळ घालण्यात ते यशस्वी झाले नाहीत. खऱ्या अर्थाने जे भोगवादी असतात, त्यांनी इच्छा आणि शक्ती यांचा मेळ चुकू देता कामा नये. तारुण्यात जेव्हा रग खूप असते, तेव्हा मनातील बऱ्यावाईट सर्व वासना चहुबाजूंनी अंगावर स्वार होऊ पाहतात. परंतु शरीराची शक्ती क्षीण होत जाते, तसा आपल्या इच्छांना आवर घातला नाही, तर याच सुंदर असणाऱ्या डौलदार वासना कुरूप होतात. हे गणित जमणं तसं कठीण आहे. फार थोड्यांना ते जमतं.

आपल्या समाजात स्त्री आणि मद्य या दोन गोष्टींबद्दल एक विचित्र कल्पना असल्यामुळे निष्क्रिय, सामान्य कुवतीच्या माणसांना प्रतिभासंपन्नांचं चारित्र्यहनन करण्याचा एक मोका मिळतो. ज्यांचे चारित्र्य केवळ संधीअभावी

शाबूत आहे, अशानी दुसऱ्यांचा मत्सर करावा, हे दिसताना ठीकच दिसते. परंतु समाज मोठा होतो तो तथाकथित पोटभर चारित्र्यवंतापेक्षा प्रतिभासंपन्न, पौरुषसंपन्न आणि भावनासंपन्न माणसांमुळे, हे विसरून कसे चालेल?

मा. का. देशपांडे यांच्याबद्दल समाजात पुष्कळ गैरसमज आहेत; परंतु दारूने धुंद होऊन ते रस्त्यात पडल्याचे मी कधी ऐकले नाही किंवा कुणा बाईला फूस लावून तिचा नाश केल्याचेही मी पाहिले नाही. स्त्रिया त्यांच्यावर का लुब्ध होत होत्या, हे सांगणे कठीण आहे. ते त्या स्त्रियांनाच विचारले पाहिजे. पण चांगल्या चांगल्या स्त्रिया त्यांच्यातील उमदेपणावर, पौरुषावर, संभाषणचातुर्यावर खूश झालेल्या मला माहीत आहेत. पुण्यातील काही सदाशिवपेठी टवाळांनी त्यांच्या उघडउघडपणे चालणाऱ्या मुक्त आयुष्यावर सूड घेण्याच्या इराद्याने त्यांच्याविरुद्ध कलेक्टरकडे तक्रार केली व तुम्हाला हद्दपार का करू नये, अशा स्वरूपाची त्यांना नोटीस मिळाली. एक वर्षभरपर्यंत कलेक्टरपुढे पुण्यातील अनेकांचे जाबजबाब झाले. मा. का. देशपांडे यांच्या बाजूने साक्ष देण्यासाठी अनेक पत्रकार व साहित्यिक तर आलेच होते; पण त्यांच्या वर्गातील विद्यार्थिनी, समाजातील अनेक प्रतिष्ठित महिलाही आल्या होत्या. त्या किटाळातून ते निष्कलंक म्हणून बाहेर पडले, याला पुण्यातील स्त्रियांनी त्यांना केलेले साहाय्यच कारणीभूत होते.

मा. का. देशपांडे आणि माझे संबंध पुष्कळ वर्षांपासूनचे जुने आहेत. अनेक संध्याकाळी मी त्यांच्याकडे गेलो आहे आणि तेही माझ्याकडे आले आहेत. इंग्रजी आणि फ्रेंच भाषांवरचे त्यांचे प्रभुत्व हे वादातीत आहे. त्यांच्या-माझ्या बोलण्यात कधीही हीन अभिरुचीचे विषय आले नाहीत. एक घोटभर दारू पोटात जाताच बायकांबद्दल अभद्र बोलणाऱ्या कितीतरी संभावित साहित्यिक मला माहिती आहेत. अलीकडे त्यांच्या तोंडी त्यांच्या पूर्वीच्या मित्रांबद्दल कडवट शब्द येत; पण त्याला कारणेही तशीच होती. मा. का. देशपांडे यांच्याबद्दल जे अनेक गैरसमज प्रचलित आहेत, त्याला त्यांचे हे तथाकथित मित्रच कारणीभूत आहेत. अशा मित्रांच्या कृतघ्नपणाच्या अनेक कथा ते सांगत असत. त्यावर त्यांना मी म्हणालो होतो की, ही सर्व मंडळी तुम्हांला जिवंत ठेवताहेत. आपल्या समाजात जी निंदा होते, ती बहुतांशी मत्सरापोटीच आणि पुष्कळदा स्वत: आपल्यालाच मोठे ठरवून घेण्यासाठी.

पुण्यातील रुद्रवाणी या पाक्षिकातून त्यांनी लिहिलेल्या काही अभद्र मजुकराबद्दल त्यांची अप्रतिष्ठा झाली. वास्तविक अशा तऱ्हेचे प्रक्षोभक लिहिण्याची

त्यांची मूळची प्रवृत्ती नव्हती. एकाकीपणामुळे, मित्रांच्या कृतघ्नपणामुळे आणि कोणत्याही प्रकारे सनसनाटी करू पाहणाऱ्या संपादकामुळे हे असले बिनबुडाचे लिहिणे त्यांनी केले होते. चूक समजावून सांगितली, तर स्वीकारण्याचे औदार्य त्यांच्याजवळ होते. त्यांनी या लेखाबद्दल कदाचित दिलगिरीही व्यक्त केली असती; पण त्या लेखात एका उद्योगपतीचे संबंध गुंतलेले होते, आणि त्याला खूश करणाऱ्या काही भाटचारणांनी मा. का. देशपांड्यांना एकदम जनता न्यायालयात नेले. त्या क्षणापासून मा. कां. च्या जीवनातला रस आटल्यासारखा झाला. मा. कां. चा निषेध करणारा लेख मीही सोबतमध्ये लिहिला होता आणि मुद्दाम तो लेख त्यांच्याकडे पाठवला होता. मला वाटलं होतं, ते रागावतील; पण ते रागावले तर नाहीतच, पण उलट एक प्रदीर्घ पत्र लिहून खऱ्या मित्राचे कर्तव्य मी केले, असे मला कळवले. त्या लेखानंतरही त्यांचे-माझे संबंध तसेच स्नेहाचे राहिले.

मा. का. देशपांडे आता गेले. एक वादळी व्यक्तिमत्त्व अस्तंगत झाले. पुण्याच्या रस्त्यावरून अज्ञातात काहीतरी शोधत फिरणारा एक ऐटबाज उंच मानेचा माणूस आता यापुढे दिसणार नाही. महाराष्ट्रभर पसरलेल्या त्यांच्या अनेक विद्यार्थ्यांना 'मा. का. देशपांडे यांचे इंग्लिश क्लासेस' ही पाटी यापुढे दिसणार नाही. टिळक रोडवरच्या एका जुनाट माडीवर एकाकीपणे आयुष्य जगणाऱ्या या आडदांड माणसाला भेटण्यासाठी एखादी संध्याकाळ राखून ठेवण्याची गरज आता राहिली नाही.

कधीही त्यांच्याकडे गेले, तरी पुस्तकांच्या राशीत आणि एका व्हिस्कीच्या पेल्याच्या सान्निध्यात ते भेटत. मोठ्या उत्साहाने ते स्वागत करीत. मग धावाधाव करून वेगवेगळ्या वस्तूंची ते मांडामांड करीत. मोठ्या आपुलकीने व जिव्हाळ्याने मध्यंतरीच्या काळात घडून गेलेल्या गोष्टींची आठवण काढीत. घड्याळाकडे लक्ष जर जायला लागलं, तर रागावू पाहत. त्या रागात अर्थातच अधिक संगतीची आतुरता असे. सात-आठ वर्षांपूर्वीची गोष्ट आहे. एकदा संध्याकाळी अवचितपणे एक चिमुकली मुलगी मला 'पप्पांनी बोलावलं आहे', असे सांगायला येई. माझ्यापुढे दुसरी काही कामे असत व कित्येकदा मला मद्याच्या मैफलीत सामील होणे सोईचे वाटत नसे. तेव्हा काहीतरी सबब सांगून मी त्या चिमुरड्या मुलीला परत पाठवत असे. ती चिमुरडी मुलगी नाराज चेहऱ्यानं परत जात असे आणि मी आपल्या कामात गुंतत असे. पुन्हा दहा-पंधरा मिनिटांनी ती हजर होई. मी तिला विचारी, "काय गं?" ती म्हणे, "पप्पा म्हणाले, मी फार वेळ घेणार नाही." तिला माझा नकार कसा सांगावा, हेच मला कळत नसे. पण माझा नकार

मात्र माझ्या डोळ्यांत तिला दिसत असे. तेव्हा ती म्हणे, ''बेहेरेकाका, पप्पा हल्ली एकटे आहेत, आणि त्यांची तब्येतसुद्धा बरी नाही.''

तिच्याकडे पाहिल्यावर नकारात्मक आलेले सारे शब्द मी गिळून टाकी आणि मी कपडे घालून तिच्याबरोबर बाहेर पडलो म्हणजे ती हर्षाने फुलून जात असे. आपल्या वडिलांच्या एकटेपणाची जाणीव ज्या मुलीला इतक्या अल्पवयात आली, त्या मा. कां. चा एकटेपणा किती भयानक असेल? लोकांना वाटतं, दारूच्या पेल्यात किंवा स्त्रीच्या विळख्यात मनस्वी माणसांचा एकटेपणा संपतो.

पण माधवराव, लोक मूर्ख तरी असतात किंवा भित्रे तरी असतात. जाऊ द्या, अशा माणसांपासून तुम्ही दूर झालात, हे केवढे भाग्याचे!

- ०-०-०-

.४.
एका थेंबाची कहाणी

रामभाऊ म्हाळगी बरेच दिवस आजारी होते. या आजारातून ते जगतील असेही वाटत नव्हते. परदेशी उपचार घेण्यासाठी जायला ते तयार नव्हते. कर्करोगाशी झगडता झगडता अखेर काळाने त्यांना गिळून टाकले. रामभाऊ म्हणजे संघ-जनसंघ परंपरेतून निर्माण झालेला एक जाणकार कार्यकर्ता. संघाच्या आणि संघसंस्थांच्या महाराष्ट्रातील प्रतिष्ठेत रामभाऊंचा मोठा हिस्सा आहे. रामभाऊ वकिली करत होते आणि ती उत्तम प्रकारे करत होते. त्यांच्या सार्वजनिक कार्यात वकिली व्यवसायाने व्यत्यय येईल असे जेव्हा वाटले, तेव्हा त्यांनी वकिली सोडून दिली.

खरे म्हणजे आताच्या आधुनिक युगात साठ-एकसष्ट वर्षांचे वय म्हणजे काही फार नव्हे; परंतु आयुष्यभर प्रतिकूल परिस्थितीशी झगडत झगडत जगत असणारे जनसेवक आपली शरीरशक्ती लवकर खर्चून टाकीत असतात. संघ-जनसंघातील माणसे फार दीर्घायुषी झाली आहेत, असे फार क्वचित घडते आहे. विशेषतः संघटनाकार्यात जी माणसे राबली, त्या माणसांना साठ-पासष्ट वर्षांचे आयुष्य लाभले, तरी पुष्कळ झाले असे म्हणण्याची वेळ आली आहे. सर्व सरसंघचालक किंवा प्रांत-प्रचारक यांनी तर जाणीवपूर्वक संन्यस्तधर्म स्वीकारला. पण ज्या कार्यकर्त्यांनी गृहस्थधर्म स्वीकारला, त्यांनीही खऱ्याखुऱ्या अर्थाने संसार केलाच नाही. हळूहळू जळत जाणाऱ्या या माणसांचे नैसर्गिक इंधन संपले, की ती आपोआपच अस्तंगत

होतात. त्यांच्या मृत्यूमुळे संघाच्या विशाल कुटुंबाला जसा शोक होतो, तसा संघाबाहेरच्या जगालाही शोक होतो. कुणालाही फारसे न दुखावता आणि कार्यावरची निष्ठा न सोडता ती माणसे आपले जीवन जगतात.

दिव्याने दिवा लावावा आणि हळूहळू सारा समाज प्रकाशमय करावा, या विचारसरणीचा त्यांनी वसा घेतलेला असतो. एखादा दिवा मध्येच विझला म्हणून ही प्रकाशाची साखळी बंद पडत नाही; उलट, अधिक जोमाने ते कार्य चालू ठेवण्याची प्रेरणा होते. फार मोठा भव्य कार्यक्रम नाही, त्वरित असा कोणताही लाभ होण्याची शक्यता नाही व प्रसिद्धी मिळण्याचा हव्यास नाही, अशा संघ-जनसंघाच्या यंत्रणेत एवढी माणसे जमा कशी होतात, याचे सर्वांनाच आश्चर्य वाटते. लक्षावधी माणसे आपली व्यक्तिगत अस्मिता विसरून एका सामुदायिक अस्मितेत विलीन होताना पाहून पुष्कळांना मत्सर वाटतो. संघप्रणित अनेक संस्थांत क्वचित मतभेद होतात; पण वैर निर्माण होत नाहीत. प्रत्येकाच्या शक्तीचा वापर करू शकणारी आणि वादंगात शक्तीचा अपव्यय न होऊ देणारी एक यंत्रणा डॉ. हेडगेवारांनी निर्माण केली आणि त्या यंत्रणेत म्हाळगींसारखे अनेक कार्यकर्ते निर्माण होत गेले.

रामभाऊ म्हाळगी हे नाव आपल्याला माहीत झाले, ते आमदार आणि नंतर खासदार म्हणून. सर्व पक्षांनाही शत्रुस्थानी न वाटणारा हा कार्यकर्ता हिंदुत्वाचे निशाण घेऊन खिंड खिंड लढता लढता धारातीर्थी पडला. रामभाऊंसारखे कितीतरी कार्यकर्ते संघसंस्कारांतून निर्माण झाले. संघाने त्यांच्या कर्तृत्वाचा आलेख लिहिला व त्यांच्या कार्याचे उद्दिष्ट ठरवून दिले. रामभाऊंसारख्या माणसाने आपल्या मातृसंस्थेपेक्षा मोठे होण्याचा हव्यास कधीच धरला नाही. काँग्रेस, समाजवादी, कम्युनिस्ट वगैरे सर्व पक्षांत मोठमोठ्या फाटाफुटी झाल्या आणि काँग्रेसने तर फाटाफुटीचा कहर केला. त्या फाटाफुटीच्या संदर्भात संघ-जनसंघाची एकजूट विशेषत्वाने जाणवते.

ही एकजूट गुलामगिरीचे प्रतीक नाही. वरून येणाऱ्या आज्ञा बिनतक्रार पाळल्या जातात, अशा भाबड्या स्पष्टीकरणाने या एकजुटीचा खुलासा करता येणार नाही. कारण वरून आज्ञा येण्याची क्रिया ही उद्दाम अहंकाराचे प्रतीक नाही. तांत्रिक दृष्ट्या सरसंघचालक हे जरी संघाचे प्रमुख असले, तरी त्यांच्या हातात सर्व अधिकार नसतात. ते केवळ एक सन्मानाचे प्रतीक आहे. रामभाऊंसारख्या पूर्णवेळच्या अनेक कार्यकर्त्यांकडून अनुभव आणि माहिती वरपर्यंत पोचविण्याची लोकशाही यंत्रणा संघाने निर्माण केली आहे आणि त्या यंत्रणेतून प्रांतप्रचारकांच्या

सल्ल्यानेच अखेरचा निर्णय घेतला जातो. हेडगेवारांच्या मूळच्या संघकल्पनेशी विसंगत असा कोणताही निर्णय घेण्यापूर्वी तर अनेकदा विचार केला जातो.

रामभाऊंसारख्या चारित्र्यवान आणि निर्व्यसनी माणसांची फौज ज्या संघटनेजवळ आहे, त्या संघटनेला नेत्रदीपक आणि विस्मयकारक निर्णय घेता येत नाहीत. कोणत्याही नेत्रदीपक निर्णयाची प्रतिक्रिया नेहमीच उदासीनतेत होते आणि काही काळ माणसे हतबद्ध होतात. त्यामुळे नेत्रदीपक गोष्टींपेक्षा कायमची शिकवण देणाऱ्या गोष्टींवरच संघाने भर दिला. संघातल्या माणसांना वैयक्तिक महत्त्वाकांक्षा नसते. त्यामुळे अन्य पक्षांतील इतर नेत्यांपेक्षा हे नेते कमी प्रभावी वाटतात. शब्दाने माणसे दुखावली जातात आणि कार्याला खीळ पडते म्हणून तोंडावर नियंत्रण ठेवण्याचे शिक्षण या कार्यकर्त्यांनी घेतलेले असते. सर्वसामान्य माणसाला झेपणार नाही, असा कोणताही क्रांतिकारक विचार संघातून निर्माण होत नाही. म्हणून संघावर स्थितिशीलतेचा आक्षेप घेतला जातो.

कुणालाही न झेपणाऱ्या क्रांतिकारक सुधारणांची आतषबाजी ही समाजाचे अकारण विघटन करते आणि विघटित समाजात कोणताच विचार रुजवता येत नाही. 'परिवर्तनाला दिशा असावी, पण दुराग्रह नसावेत', हे शब्द म्हाळगींसारख्यांच्या तोंडात नेहमी असायचे. एका सुधारणेचे बीज समाजात रुजू लागले म्हणजे मग दुसऱ्या सुधारणेला हात घालता येतो. एकेका माणसाने एकेका कार्यासाठी आयुष्य वेचायचे ठरवले, तर मोठमोठी कार्ये उभी राहतात.

महर्षी कर्वे हे स्त्रीशिक्षण, विधवाविवाह वगैरे वादांत शिरलेच नाहीत. त्यांनी उन्हात उभे राहून आणि घामाचे पाणी शिंपून हिंगण्याच्या माळावर स्त्री-शिक्षणाचे बीज पेरले. त्याचाच पुढे वृक्ष झाला. आगरकरांपेक्षा कर्व्यांसारख्या सुधारकांशी संघाचे नाते आहे. समाजाच्या जगन्नाथाचा रथ ओढण्यासाठी एका माणसाचे दोन हात पुरत नाहीत. मग हजारो हात त्याला ओढण्यासाठी लावावे लागतात. रथ कोणाच्या शक्तीमुळे ओढला किंवा कोण यापुढे तो ओढणार, यावरील चर्चेने तो रथ हलणारच नाही. समाजवाद हा शब्द आपण वापरून वापरून इतका निरर्थक केला आहे, की त्याचे मूळ रहस्य आता हरवले आहे.

व्यक्तीपेक्षा समाज श्रेष्ठ असे मानणारी, या देशात संघ, जनसंघ आणि भा. ज. प. यांसारखी अन्य संस्थाच नाही. म्हाळगींसारखा कार्यकर्ता आपल्या लक्षात येतो; पण म्हणून म्हाळगींना संघापासून वेगळे करता येणार नाही. गाडी हाकण्यासाठी कुणीतरी चालक लागतो. जाणीवपूर्वक चालकाचे स्थान कोणाकोणाच्या हातात दिले जाते; पण गाडी चालविण्यास आवश्यक असणारी ऊर्जा कोणत्यातरी

संघटनेने पुरविलेली असते. चालकाच्या सोईनुसार गाडी चालवायची नसते; तर उतारूंच्या सोईनुसार गाडी चालवायची असते, हे भान आज भारतातील संस्थांचे चालक विसरले आहेत, संघ विसरलेला नाही, म्हणून रामभाऊही विसरले नव्हते.

या सृष्टीत मानवाचे काही विशेष स्थान आहे. त्याला बुद्धी आहे, प्रतिभा आहे. त्याला जसे स्मरण आहे तसेच स्वप्न करण्याचीही आकांक्षा आहे. माणूस कसा घडवायचा, याबाबत मतभेद असू शकतील; पण तो घडवायला हवा याबद्दल कुणाचेच मतभेद नाहीत. माणूस शब्दाने शिकतो त्यापेक्षाही जास्त कृतीने शिकतो, याचे या देशातील सर्वोत्तम उदाहरण म्हणजे महात्मा गांधी होत. पृथ्वी स्वत:च्या आसाभोवती फिरते आणि तेवढे तिला स्वातंत्र्य आहे, परंतु पृथ्वी सूर्याभोवतीही फिरते त्याबाबत तिला कसलेही स्वातंत्र्य नाही. कोट्यवधी नक्षत्रांत आणि ग्रहगोलांत आपले स्थान नगण्य आहे, हे पृथ्वीला मानावेच लागते. पृथ्वी आपल्यापुरती स्वतंत्र आहे. पण सूर्यमालिकेत मात्र परतंत्र आहे.

माणूस आणि समाज यांचेही असेच नाते आहे. माणसाला त्याच्या कुटुंबापुरते संपूर्ण स्वातंत्र्य असते; परंतु समाजजीवनात त्याच्यावर अनेक बंधने येतात. जेव्हा समाज आणि माणूस यांच्या परस्परसंबंधांत झगडा होतो, तेव्हा धर्म, कायदा आणि मानवी हक्क विचारात घ्यावे लागतात. संघाने याबाबत कोणतेही ग्रंथ निर्माण केलेले नाहीत, पण रामभाऊ म्हाळगींसारखे जे अनेक कार्यकर्ते निर्माण केलेले आहेत, तेच या संबंधात त्यांचे ग्रंथ आहेत. व्यक्तिगत सुखाकडे दुर्लक्ष करून पोटतिडकीने समाजहिताचे प्रश्न म्हाळगींसारखी माणसे मांडत राहतात. ही त्यांची प्रेरणा समाजसेवेचीच नाही, तर संघाचा समाजधारणेसंबंधी जो मूलभूत विचार आहे, त्याचेच ते प्रात्यक्षिक आहे.

कित्येकदा संघावर असाही आक्षेप घेण्यात येतो, की रोज संध्याकाळी लाठ्या-काठ्या फिरविण्यात कसले आले आहे समाजकार्य? मग लष्करात तरी रोज सकाळ-संध्याकाळ कवायत का करतात? स्वच्छंदी माणसाची अवाजवी महत्त्वाकांक्षा काबूत ठेवण्याचा तो उद्योग असतो. तरच चांगला उपदेश तो ग्रहण करू शकतो. माणसाचा अहंकार ही एक अद्‌भुत गोष्ट आहे. कारण या अहंकारामुळेच माणसाने अनेक अशक्यप्राय वाटणाऱ्या गोष्टी केल्या. नियंत्रित अहंकाराचे अस्मितेत रूपांतर होते आणि अनियंत्रित अहंकाराला हव्यासाचे रूप येते. व्यक्तिगत अहंकाराचे रूपांतर सामुदायिक अहंकारात करता आले, तरच राष्ट्र नावाची कल्पना उदयाला येते. बाह्यत: निरर्थक वाटणाऱ्या अशा अनेक गोष्टी माणसाचा अवाजवी अहंकार सीमित करतात आणि माणसाला समाजाचा उपयुक्त

घटक बनवितात.

माणसाला घडविण्याची एक अखंड परंपरा संघामार्फत या देशात चालू आहे आणि या परंपरेतूनच लक्षावधी माणसांना आपल्या हक्कांचे आणि स्थानाचे महत्त्व कळू लागले आहे. अन्य राजकीय पक्षांना माणसे जोडण्याची क्रिया करता आलेली नाही; पण तसे करण्याची त्यांना इच्छा नाही असे नाही, पण सातत्याचा अभाव आणि वैयक्तिक अहंकार यांमुळे त्यांना ते जमलेलं नाही. परिणामी म्हाळगींसारखे व्यक्तिमत्त्व गेल्यावर सर्व पक्षांतील राजकीय पुढाऱ्यांना दुःख होते; पण म्हाळगी आणि त्यांचे कार्य एका व्यक्तिमत्त्वातून फुललेले नसून एका समष्टिजीवनातून फुललेले आहे, याचा त्यांना विसर पडतो.

रामभाऊंची महायात्रा एवढी प्रचंड निघाली, की भलेभले लोक दिङ्मूढ झाले. कित्येक वर्षांत अशी महायात्रा निघाली नाही किंवा विविध स्तरांतील लोकांचे डोळे असे पाणावले नाहीत. यतिधर्माची महती समाजात जाणवू लागलेली आहे. शांत चित्ताने ऐहिकाकडे पाठ फिरवून इतरांच्या ऐहिकांचा विचार बाळगणारा योद्धा संन्यासी हा समाजातून हरवू पाहत आहे. रामभाऊ हे अशा माणसांपैकी एक. ते हयात होते त्यापेक्षा त्यांच्या मृत्यूनंतर त्यांचे अस्तित्व जास्त जाणवते आहे. जग नासले असताना एखादा थेंब स्वच्छ राहण्याची प्रतिज्ञा करतो आणि वेगळेपणाचे जीवन जगतो, याची नोंद समाज ठेवतोच. स्वतः निर्मळ राहता येत नाही याची जाणीव समाजाला असते; पण अशा दुर्मीळ भल्या माणसाची महतीही त्याला ज्ञात असते.

संघाच्या शिस्तीतून वाढलेला एक दुष्काळी झरा आता आटला म्हणून थांबून थोडेच चालते? तृषार्ताची तहान तर भागली पाहिजे; म्हणजे पुन्हा दुसरा झरा खोदला पाहिजे. झऱ्यांना महत्त्व नसते. महत्त्व पाण्याला असते आणि म्हणून झरा जेव्हा आटतो, तेव्हा तहानलेल्या माणसाच्या डोळ्यांत क्षणभर अश्रू येतात.

तेही डोळ्यांतील पाणी ही त्या झऱ्यांचीच देणगी असते.

-०-०-०-

.५.
गोदातीरावरील 'नरहर' ऋषींचा अंत...

अरेरे, कुरुंदकर गेले!

रात्री मी एका व्याख्यानाहून परत आलो तेव्हा जाग्या असलेल्या माझ्या मुलाने सांगितले, 'कुरुंदकर वारले.' पुढे तो काय सांगत होता, याकडे माझे लक्ष नव्हते. पण तीन-चार फोन आले असे सांगून तो त्यांची नावे सांगू लागला. तेव्हा माझ्या ध्यानात आले, की हे फोन बहुतांशी वृत्तपत्रांतून आलेले असणार. एखाद्या साहित्यिकाच्या मृत्यूच्या बातमीबरोबर अन्य साहित्यिक आणि पत्रकारांची प्रतिक्रिया विचारणे हे तसे क्रूरपणाचे आहे. पण वृत्तपत्रांचाही त्याला इलाज नसतो. अशा काही प्रतिक्रिया नोंदवताना मनात फार गोंधळ उडतो. त्या साहित्यिकांचे आणि आपले जर काही भावनिक संबंध असले, तर मग हा गुंता अधिकच वाढतो; आणि लगोलग प्रक्रिया सांगण्यातली क्रूरता अधिकच जाणवते. कुरुंदकर गेले ही बातमी तशी धक्कादायक होती. कारण चारच तारखेला म्हणजे आठ दिवसांपूर्वी दुपारी दीड ते अडीच पुण्यातच डॉ. रा. चिं. ढेरे यांच्या निवासस्थानी त्यांच्या व माझ्या मनमुराद गप्पा झाल्या होत्या.

हिंदुत्वनिष्ठ समाजवादी

पुण्यात कधीही कुरुंदकर आले, की एक संध्याकाळ ते माझ्यासाठी राखून ठेवीत. गेली दहा-पंधरा वर्षे ते 'सोबत'चे लेखक होतेच; पण त्याहीपेक्षा त्यांच्यात आणि माझ्यात एका

विशिष्ट कारणामुळे ममत्व उत्पन्न झालेले होते. नांदेडचेच एक ज्येष्ठ पत्रकार कै. आर. डी. देशपांडे हे माझे लेखक आणि चाहते होते. उर्दू भाषेचे ते चांगले अभ्यासक असल्यामुळे उर्दू वृत्तपत्रांतून येणाऱ्या हिंदू समाजाबाबतच्या द्वेषभावना आणि अहंकाराचा मजूकर ते मला पुरवत असत. त्यांच्या तोंडी कुरुंदकरांचे नाव नेहमी यायचे. कुरुंदकरांनी कुराण आणि महंमद पैगंबर यांच्या शिकवणीवर जे मर्मभेदक लेख लिहिले, त्याच्यामागे आर. डी. देशपांडे यांची प्रेरणा होती. नरहर कुरुंदकर हे खरेतर समाजवादी. नेहरूंचे आणि गांधींचे भक्त. असे असूनही ज्या काळात 'हिंदू' या शब्दाची समाजवाद्यांना ॲलर्जी होती, त्या काळात कडव्या हिंदुत्वनिष्ठांपेक्षाही कुराणावर आणि इस्लाम धर्मावर कुरुंदकरांनी अधिक प्रखर हल्ले केले. त्यांचे ते सारेच विवेचन अतिशय तर्कशुद्ध आणि अभ्यासू वृत्तीचे द्योतक आहे. हिंदू-मुसलमानसंबंधात 'सोबत'मधून मी जे जे लिखाण केले, त्याला सावरकरांच्या आणि अ. ज. करंदीकर यांच्या लेखांचा आधार असे; पण त्याहीपेक्षा कुरुंदकरांच्या लेखांचा मला अधिक उपयोग होई. कुरुंदकरांचे हे सारे लेखन अभिनिवेशाने भरलेले नाही. त्यात निर्भीड अशी चिकित्सा आहे. एखाद्या हिंदुत्वनिष्ठापेक्षा समाजवादी विचारवंतांचा आधार घेणे, हे केव्हाही सोईचे होते.

साक्षीसाठी यातायात

ज्या वेळेस 'सोबत'वर हिंदु-मुसलमानसंबंधातील लेखनाच्या निमित्ताने खटले झाले, तेव्हा साक्षीदार म्हणून मी नरहर कुरुंदरकरांनाच बोलावले. सरकारच्या वतीने गं. बा. सरदार आणि सोबतच्या वतीने नरहर कुरुंदकर हे साक्षीदार होते. कुरुंदकरांनी नांदेडहून येताना आपल्याबरोबर पुरावा म्हणून उपयोगी पडतील अशी कुराणातील आयतांची पन्नास-साठ पृष्ठांपर्यंत भाषांतरे करून आणली होती. आर. डी. देशपांडे यांच्या सहाय्याने माझ्या लेखातील महत्त्वाच्या सर्व विधानांना साहाय्यभूत होतील, असा हा पुरावा होता. सेशन कोर्टाचे न्यायाधीश श्री. गवांदे यांच्यापुढे हा खटला चालला. कुरुंदकरांची साक्ष अत्यंत प्रभावी झाली आणि माझ्या लेखातील कोणताही मुद्दा सत्याला सोडून नाही, असे त्यांनी प्रतिपादन केले. गवांदे यांनी मला दोषमुक्त केलेच; पण पुढे हायकोर्टात न्यायमूर्ती आपटे-जोशी यांच्या बेंचनेही मला मुक्त केले. या कामी कुरुंदकरांचे झालेले साहाय्य कधीही विसरता येणार नाही. एखाद्या विषयावर मुद्देसूद आणि रेखीव कसे लिहावे, याचा कुरुंदकर हा एक आदर्श वस्तुपाठ असायचा.

ऋषींची कर्तव्यबुद्धी

साक्ष देऊन आम्ही माझ्या घरी पोचलो. दोन-तीन तास अनेक विषयांवर गप्पा झाल्या आणि ते जायला निघाले, तेव्हा त्यांना मी प्रवासासाठी झालेला खर्च देऊ लागलो. तो घेण्याचे त्यांनी नाकारले, ते म्हणाले, ''ज्या अर्थी माझ्याच लेखनाचा तुम्ही उपयोग केलेला आहे, त्या अर्थी हा खटला हे माझेच काम आहे, असे समजून मी येथे आलो आहे. हे सारे खटले माझ्यावरच झालेले आहेत, असे मी मानतो. सबब प्रवासखर्च मी घेऊ शकत नाही.'' मी त्यांना विनवून सांगितले की, ''तुमच्या मित्राला साहाय्य करण्यासाठी तुम्ही आलात, प्रवासाचे कष्ट घेतलेत, पुराव्यात दाखल करता येतील असे कागदपत्रं आणलेत; हे सारे पुरेसे नाही का? पदरमोड करून प्रवासखर्चही तुम्ही करावा, हे बरोबर नाही. मध्यम स्थितीतील तुम्ही एक शिक्षक आणि तुमचा तर मला वारंवार उपयोग करावा लागणार.'' यावर मोठ्या नाखुशीने नांदेड-पुणे आणि पुणे-नांदेड एवढे एस. टी चे भाडे त्यांनी मजकडून घेतले.

खराखुरा वैदिक ब्राह्मण

कर्तव्यबुद्धी आणि विचारवंत म्हणून असलेली जबाबदारीची जाणीव कुरुंदकरांच्या ठायी ओतप्रोत भरलेली होती. कोणताही कठीण विषय सोपा करून सांगायची त्यांना हातोटी होती. 'सोबत'साठी लिहिताना त्यांना आनंद वाटे. आमच्या राजकीय विचारसरणीतील मतभेद त्यांच्या आणि माझ्या मैत्रीत कधीही आड आले नाहीत. ते नेहमी म्हणायचे, की माझे समाजवादी मित्र 'सोबत'शी सहकार्य केल्यामुळे माझ्यावर रागावतात. त्यांना ते उत्तर देत, 'सोबत' हे काही कळकट हिंदुत्वनिष्ठ वृत्तपत्र नाही. ते एक मुक्त व्यासपीठ आहे. मला वाटेल ते लिहिण्याचे स्वातंत्र्य तेथे जोपर्यंत आहे, तोपर्यंत स्वतंत्र बुद्धीच्या 'सोबत'ला जमेल तितके साहाय्य केलेच पाहिजे. शिवाय हिंदू-मुसलमानसंबंधातील त्यांची मते मला बहुतांश मान्य आहेत. समाजवादी आणि कम्युनिस्ट पक्षाने ज्या गंभीर चुका केल्या, त्यात ह्या देशातील धर्माचे त्यांना आकलन झालेले नाही ही मोठीच चूक होय.'' त्यांच्या मुलाची त्यांनी मुंज केली. अगदी विधिपूर्वक केली. पण भोजनाच्या वेळेस वाढणाऱ्यांत हरिजन विद्यार्थीही होते. ते म्हणाले, ''आंतरजातीय विवाहासाठी मला आर्य समाजाचा उपयोग होतो आणि अशा आंतरजातीय विवाहात वैदिक संस्कार म्हणून मौंजीबंधन करावेच लागते. अनेकांच्या अशा मुंजी मी देवक ठेवून लावल्या आहेत. कालबाह्य धर्म आपण फेकून द्यावा, पण

उपयुक्त असेल तेवढ्या धर्माचा वापर करायला मुळीच हरकत नाही. उलट, परिवर्तनाचे एक साधन म्हणून मी धर्माचा उपयोग करतो.'' ते खऱ्याखुऱ्या अर्थाने एक वैदिक ब्राह्मण होते आणि असे म्हणताना त्यांना कधीही शरम वाटली नाही. आर्थिक दृष्ट्या ते समाजवादी, धार्मिक दृष्ट्या ते उदारमतवादी आणि राजकीय दृष्ट्या ते नेहरूवादी होते.

आणीबाणीतील आधारस्थान

नरहर कुरुंदकर यांची साहित्यविषयक जाण उच्च प्रकारची होती आणि त्यांना अनेक विषयांत रस होता. त्यांचा बहुश्रुतपणा आणि भाष्यकार म्हणून असलेली त्यांची ऐपत लगोलग लक्षात येई. त्यांची स्मरणशक्ती विलक्षण होती. परिसंवादातील समारोपाची भाषणे तर त्यांनीच करावीत. सर्वांना खूश करीत परंतु खुशामत न करता मते मांडण्याची त्यांची पद्धत लोकविलक्षण होती. आणीबाणीच्या कालखंडात औरंगाबादला 'सोबत'चा वर्धापनदिन आम्ही केला. त्या समारंभाला परवानगी मिळत नव्हती. कुरुंदकर हजर रहाणार आहेत, असे मी सहजगत्या श्यामराव कदम यांना सुभेदारी गेस्ट हाउसमध्ये (त्यांचा मुक्काम होता म्हणून) जाऊन सांगितले. आपोआप चक्रे हलली असावीत. रात्री बारा वाजता झोपेतून उठवून समारंभाला परवानगी देण्यात आली. दुसऱ्या दिवशीच्या समारंभात कुरुंदकर सर्व ठिकाणी अग्रस्थानी होते. परिसंवाद काय किंवा वसंत कानेटकरांची मुलाखत काय, या सर्वांत कुरुंदकरांचे वेगळेपण जाणवत होते. आपल्या सर्व भाषणात सौम्य पद्धतीने त्यांनी आणीबाणीचा निषेध केला. तो करताना समोरच्या अधिकाऱ्यांकडे ते मिस्कीलपणे पहायचे. चतुर माणसाला कितीही बिकट परिस्थिती असली, तरी मार्ग काढता येतो हे तेव्हा पटले. 'सोबत'मधल्या आणीबाणी काळातील लेखनाची त्यांनी मुक्त प्रशंसा केली. इंदिराजींच्या २० कलमी कार्यक्रमावर मी एक उपहासगर्भ लेख लिहिला होता. आणीबाणीकाळाच्या मर्यादेत स्तुतीच्या ढोंगाखाली केलेली ती टिंगल होती. बाह्यत: दिसणाऱ्या त्या स्तुतीमुळे माधव मनोहरांसारखा माझा निकटवर्ती मित्र दुरावण्याची भीती निर्माण झाली होती. कुरुंदकर, धों. वि. देशपांडे, य. दि. फडके यांनी त्या व तशा लेखांचे समर्थन केले, म्हणून मला आधार वाटला. पत्रकारांना नैराश्यग्रस्त करणारा तो काळ होता. इसापच्या किंवा पंचतंत्राच्या गोष्टी आणीबाणी काळात कुरुंदकर सांगत असत. त्याही गोष्टींत आणीबाणीचा धिक्कार असे. त्या काळात कुरुंदकर हे माझे पाठीराखे होते आणि ते त्यांचे ऋण

मला कधीही विसरता येण्यासारखे नाही. 'गांधीहत्या आणि मी' या अपूर्व ग्रंथावर फक्त कुरुंदकरांनी तीन लेखांकांचे विस्तृत विवेचनात्मक पण विरोधी परीक्षण लिहीले.

नामांतरचळवळीने कुरुंदकरांचा मृत्यू जवळ आणला!

नामांतराच्या प्रकरणात कुरुंदकरांना विलक्षण मनस्ताप झाला. सर्व आयुष्यभर अस्पृश्यांच्या बाजूने वकिली करणाऱ्या कुरुंदकरांना त्या काळात नामांतरवाद्यांनी एकदम झिडकारून टाकले. नांदेड सोडून मराठवाड्यात भाषणे करणे त्यांना मुश्कील झाले. आंबेडकरांबद्दल नितांत आदर असणाऱ्या ह्या विचारवंताची आंबेडकरांच्या चाहत्यांनी कुचेष्टा करण्यात धन्यता मानली. कुरुंदकरांचे म्हणणे कोणी समजावूनच घेईना. मी नामांतराचा पुरस्कर्ता आणि कुरुंदकर नामांतराचे कट्टर विरोधक, त्यामुळे त्यांचे-माझे खूप वाद झडले, पण कधीही कटुता निर्माण झाली नाही. 'मराठवाडा' ही आयडेंटिटी नष्ट होण्याची भीती वाटत असल्यामुळे त्यांचा नामांतराला विरोध होता. शंकरराव चव्हाण यांच्या राजकीय जीवनपद्धतीशी कुरुंदकरांचा कडवा विरोध असूनही मराठवाडा विकास प्रश्नात त्यांनी शंकररावांची पाठ कधीही सोडली नाही. नामांतराच्या वादापूर्वी कुरुंदकर हे मराठवाड्याचे भूषण होते. मराठवाड्यात त्यांचा एक दबदबा होता. मराठवाड्यातील दंगलीनंतर ते इतके खचलेले होते, की केवळ मला आणि यदुनाथ थत्तेंना भेटण्यासाठी ते पुण्यात आले. यदुनाथ त्या वेळी परगावी दौऱ्यावर होते म्हणून संबंध दिवस ते माझ्याकडेच होते. आपल्या सर्व स्तरांवरच्या व्यथा त्यांनी मला ऐकवल्या. आपले बालपण, शिक्षण, कहाळकरगुरुजींचे संस्कार यांसारख्या गोष्टी सांगत असताना मला एक गोष्ट जाणवली, की मराठवाड्याच्या अस्मितेची ह्या माणसाने अवाजवी किंमत दिली आहे. मराठवाड्यातील समाजवादी मंडळींची त्या काळात फार होरपळ झाली. एकीकडे त्यांना दिसत होते, की आपण केलेला सारा त्याग आपल्या हातानेच आपण मातीत घालत आहोत. पण सारेचजण ह्या प्रश्नात अगतिक झाले होते. कुरुंदकरसुद्धा!

रसिकता आणि पांडित्य

याच कालखंडात साहित्य संमेलनाचे अध्यक्षपद कुरुंदकरांना द्यावे, असा प्रस्ताव निघाला. त्याला कुरुंदकरांनी विरोध केला. नामांतराचा प्रश्न सुटेपर्यंत माझ्याबाबत काही सुचवू नका, असे त्यांनी सांगितले. त्यांना खरेतर हा सन्मान

केव्हाच मिळायला हवा होता. कवित्व आणि पांडित्य एकत्र नांदल्याची मराठी सारस्वतात फारशी उदाहरणे नाहीत. कुरुंदकरांना हा मान मिळाला असता, तर मराठी साहित्याला काही नवे चिंतन मिळाले असते. बडोदा येथील साहित्य संमेलनात त्यांनी तात्यासाहेब केळकरांच्या सविकल्प समाधीनंतर रससिद्धान्ताबाबत नवा विचार मांडला. बडोद्यास मीही एक वक्ता म्हणून गेलो होतो. त्यामुळे अगदी शेजारशेजारच्या खोलीत पहाटेच्या चहापासून गप्पाष्टकांचे अड्डे चालू होते. शृंगारिक विषय निघाला, तरी हा समाजवादी पंडित त्यातही डुंबायला तयार असे. मद्यपानाच्या मैफलीत ते स्वत: सामील होत नसत; पण त्या मैफलीतील गप्पांत ते आमच्याइतकेच रंगत असत. अजिंठा-वेरूळ लेण्यांची निर्मिती, भुताखेतांच्या गोष्टी किंवा अगदी आर्थर हेली व जेम्स हॅडली चेस यांच्या रहस्यकथा या सर्वच गोष्टींत त्यांना पुरेपूर रस असे.

विरोधामुळे वैर नाही

कुरुंदकर येत्या मार्चमधील महामंडळाच्या बैठकीत महामंडळाचे अध्यक्ष बनणार होते आणि अष्टीकरांनी जो मराठी सारस्वतांचा अपमान केला होता, त्याचा प्रतिकार करण्यासाठी सिद्ध होत होते. अकोला संमेलनात काय किंवा रायपूर संमेलनात काय, लेखनस्वातंत्र्यासाठी केलेल्या माझ्या धडपडीला त्यांचा सक्रिय पाठिंबा होता. बार्शीच्या संमेलनात नामांतराचा माझा ठराव आला, तेव्हा ते अस्वस्थ होते. माझ्या ठरावाचा सर्वांनीच आग्रह धरला आणि मराठवाड्यातील प्रतिनिधींनी कडवा विरोध केला. मराठवाड्यातील ह्या प्रश्नाबाबत आमची भूमिका आग्रही होती. तरीसुद्धा विरोध झाला म्हणून अष्टीकरांप्रमाणेच महामंडळातून आम्ही फुटून जाऊ, असा विचार त्यांनी मांडला नाही. लोकशाही आणि सभ्यता ह्या दोन गोष्टींवर त्याची नितांत श्रद्धा होती. किरकोळ फरक करून नामांतराचा ठराव बार्शीच्या संमेलनात मंजूर झाला, तरीही त्याबद्दल कुरुंदकरांनी पुढे नाराजी व्यक्त केली नाही. दुसऱ्याच्या प्रामाणिकपणावर कुरुंदकरांची नितांत श्रद्धा असे. ती होती म्हणून कुरुंदकर मराठवाड्यासच नव्हे, तर साऱ्या महाराष्ट्राला हवेहवेसे वाटत.

देशमुखांविषयी कृतज्ञता

पुण्यात कुरुंदकर आले की बहुतांशी रा. ज. देशमुखांकडे उतरत. रा. ज. देशमुख त्यांना नको असलेल्या माणसांचे फोन ते आपल्या घरात उतरलेल्या

पाहुण्याला पोचवीत नसत, ही गोष्ट कुरुंदकरांना माहीत असल्यामुळे येता क्षणीच कुरुंदकर मला फोन करीत आणि भेटीची वेळ ठरवीत. एका भेटीत बरेचसे काम बरोबर आणल्यामुळे त्यांना रा. ज. देशमुखांचे घर सोडणे शक्य नव्हते. तेव्हा मलाच त्यांनी रा. ज. देशमुखांच्या घरी बोलावले. देशमुखांच्या स्वभावाची त्यांना कल्पना होती. तेव्हा ते म्हणाले, ''तुम्ही आत्ता या, मी रस्त्यावरच खाली उभा आहे मी देशमुखांकडे गेलो, तर कुरुंदकर पंधरा-वीस मिनिटे उन्हात उभे. गप्पाष्टके झाल्यावर गाडीपर्यंत सोडायलाही कुरुंदकर हजर. रा. ज. देशमुख आणि मी यांच्यातले भांडण सोडवण्याचा त्यांनी प्रयत्न केला. तेव्हा मी म्हणालो, ''रा. ज. देशमुख आणि माझे काही भांडणच नाही. त्यांनी माझे काहीही नुकसान केलेले नाही. उलट, माझ्याशी चांगले संबंध ठेवण्याचा त्यांनी चिकाटीने प्रयत्न केला. देशमुखांचे साहित्याचे प्रेम व साहित्याची जाण ही मला समजते; पण दुसऱ्या साहित्यिकांना दुःख देण्यात त्यांना कसला विकृत आनंद मिळतो कोण जाणे! ह्या विकृतीशी माझे भांडण आहे. एवढ्यासाठी मी त्यांच्यावर सतत लिहिले. बदनामीचा खटला ओढवून घेतला आणि पाच-सहा हजार रुपये खर्च करून तो जिंकूनही दाखवला. साहित्य परिषदेतून ह्या उर्मट माणसाला हाकलून देण्यासाठी मला खूप कष्ट उपसावे लागले. साहित्यिकांचे जग ते केवढे आणि त्यात सतत दुष्टपणाने साहित्यिकांचा अवमान करीत राहणे ही गोष्ट कशी चालावी?'' देशमुखांत कुरुंदकरांचे मन अडकले होते. हैदराबाद सत्याग्रहातील जुने ऋणानुबंध शिल्लक होते म्हणून देशमुखांवरील हे अप्रिय सत्यकथन मान्य असून व देशमुखांचे अनेक दुर्गुण दिसत असतानासुद्धा, देशमुखांना त्यांनी सोडले नाही. पु. ल. देशपांडे, रणजित देसाई, ग. ल. ठोकळ यांसारखे कितीतरी देशमुखांचे निकटचे लेखकमित्र देशमुखांना सोडून गेले; पण कुरुंदकर आणि देशमुख यांची साथ कायम राहिली याचे एकच कारण, आपल्या जडणघडणीत देशमुखांचा काही वाटा आहे, याचे कुरुंदकरांना भान असावे.

आता नांदेडला जायचे कशासाठी?

नाशिकला जायचे वसंतराव कानेटकर किंवा कुसुमाग्रजांना भेटण्यासाठी, तसेच नांदेडला जायचे तर कुरुंदकरांना भेटण्यासाठी, हे साधे समीकरण आहे. एरवी हे लांबलचक कंटाळवाणे प्रवास कोण करणार? नांदेडला मी दोनदा गेलो. एकदा तर ज्या कॉलेजात कुरुंदकर होते; त्या कॉलेजच्या स्नेहसंमेलनाचा प्रमुख पाहुणा म्हणून गेलो होतो. असे असून नांदेडमध्ये कुरुंदकरांची माझी गाठ होऊ

शकली नाही. मला कुरुंदकरांचे घर पाहायचे होते. त्यांचा तृप्त संसार पाहायचा होता. त्यांच्यावर प्रेम करणारे त्यांचे विद्यार्थी पाहायचे होते. पण भाग्यनगरात राहणाऱ्या कुरुंदकरांनी हे भाग्य काही मला मिळू दिले नाही. पुण्यात ते आले असताना ह्याबद्दल मी एकदा खूप रागावलो आणि म्हणालो, ''मैत्री काही सभासंमेलनांतून वाढत नसते. माणसाची गृहस्थी पाहिल्याशिवाय मैत्री रुजत नाही.'' त्यावर चेहऱ्यावर कधीही अजिजी न आणणारे कुरुंदकर म्हणाले, ''झालं ते जाऊ द्या! आता तुम्ही महामंडळाच्या सभेसाठी सत्तावीस मार्चला औरंगाबादला येता ना? तेव्हा आणखी दोन दिवस काढा. आपण नांदेडला जाऊ.'' पण आता कसले नांदेडला जाणार? आत्ता कुठे ज्याच्या कर्तृत्वाला मानमान्यता मिळू लागलीय, असा जुन्या पठडीतला हा नरहर पंडित सारेकाही मागे सोडून खुशाल निघून गेला. आर. डी. देशपांडे गेले, आता कुरुंदकरही गेले. आता नांदेडला जायचे कशासाठी?

तरी बरे झाले, आठच दिवसांपूर्वी म्हणजे चार फेब्रुवारीला ते बहिणीच्या मुलाच्या लग्नासाठी पुण्यात आले होते. मी ऑफिसमध्ये येण्याआधीच ''मी ढेऱ्यांच्या घरी आहे'', अशी एक चिठ्ठी ते ठेवून गेले. रात्री तीन वाजता बारामती, वालचंदनगर येथील व्याख्याने आटोपून मी परतलो होतो. भर दुपारी डोळ्यांतली झोप दडपून, पुण्यातील सुप्रसिद्ध गल्लीबोळांतून गाडी चालवणे जिवावर आले होते. पण कुरुंदकरांची भेट हे असे आकर्षण होते, की सारा आळस आणि कंटाळा क्षणार्धात निघून गेला. कुरुंदकर नेहमीप्रमाणे मांडीचा ठिय्या देऊनच ढेऱ्यांशी बोलत होते. संभाषणात मी भाग घेण्यापूर्वीच कुरुंदकरांनी पिशवीतून पाच-पन्नास कागदांची चळत काढली आणि माझ्या हाती दिली ते म्हणाले, ''सुटलो बुवा!'' 'चतुर्भाणी' ह्या आनंद साधले यांच्या मी प्रकाशित करीत असलेल्या एका चावट ग्रंथाची ती प्रस्तावना होती. ती प्रस्तावना म्हणजे केवळ शिफारसवजा चार शब्द नव्हते; तर तो 'भाण' ह्या प्रकाराबद्दल एक संशोधनपर लेखच होता. कुरुंदकरांनी लिहिलेला हा बहुतांशी अखेरचा मौलिक लेख असावा. नेहमीप्रमाणेच शुद्धलेखन दुरुस्त करून घ्यावे, ही त्यांची आर्जवी विनंती होतीच. वास्तविक शुद्ध करून घेण्यासारखे अशुद्ध असे त्यात काहीच नव्हते. पण उर्दू भाषेतून आपले शिक्षण झाले याची जाणीव त्यांना सतत असल्यामुळे ते गरज नसतानाही शुद्धलेखनाविषयी सूचना देत. आम्ही ढेऱ्यांच्या घरातून बरोबरच बाहेर पडलो आणि ''लोकमंगल बँक ऑफ महाराष्ट्राच्या इमारतीत मला सोडा'', असे त्यांनी मला सांगितले. बँक बंद व्हायची होती म्हणून आमची

बैठक लवकर मोडावी लागली. मी बँकेत त्यांच्याबरोबर गेलो असतो, तर कदाचित काम संपताच ते मजबरोबर घरीही आले असते. कारण लग्नाच्या स्वागतसमारंभाला जाण्याव्यतिरिक्त त्यांना दुसरे काही काम नव्हते. पण दुर्दैवाने ते शहाणपण मला सुचले नाही आणि आता कुरुंदकरांची गाठ यापुढे कधीही पडणार नाही, ही खंत अखेरपर्यंत मनात राहील. कहाळकर गुरुजींना हा सत्‌शिष्य ज्ञानसाधना सोडून आता कायमचा दुरावला. एक रसिक ज्ञानी मराठीला आता मुकला. तशा अर्थाने मराठवाड्यातील ज्ञानी जग आता पोरके झाले असेच म्हटले पाहिजे. दाजी पणशीकरांच्या 'महाभारत : एक सूडाचा प्रवास' ह्या ग्रंथाला त्यांनी लिहिलेली विवेचक प्रस्तावना दाजी पणशीकरांचे आजोबा पणशीकरशास्त्री यांच्याबद्दल नितांत आदरभावाने त्यांनी लिहिली. महाभारताचा दाजी पणशीकरांनी लावलेला अर्थ त्यांना सर्वथा मान्य नव्हता; पण साहित्यात आलेला प्रत्येक बंडखोर विचार त्यांना नेहमीच स्वागतार्ह वाटे. कुरुंदकर हे माझ्यापेक्षा वयाने लहान. परंतु वयाची ऐसी तैसी! कारण वय वाढत जाते, आपल्याला ते थोपवता येत नाही. कुठे आणि केव्हा जन्मायचे, यावरही आपले नियंत्रण नाही. गोदाकिनारी निवास केलेल्या ऋषितुल्य कुरुंदकरांना नम्रतेने वाकून आभिवादन करणे हेच आता शक्य आहे. आता पुन्हा खटल्यांचे सत्र सुरू झाले, तर साक्षीसाठी कोण धावून येणार हो कुरुंदकर?

-०-०-

.६.
माझे एक विसाव्याचे ठिकाण...

दिवसभर आपापले उद्योग करून माणूस थोडा थकतो आणि त्याला विसाव्याची गरज असते. बहुतेकजण आपल्या घरी परततात आणि बायकामुलांत रमण्याचा प्रयत्न करतात. कुणी संध्याकाळी फिरायला जातात, वेगवेगळ्या प्रकारचे खेळ खेळतात, कुणी जुगार खेळतात. कुणी कसल्यातरी नशेचा आश्रय घेतात; पण अखेरी हा सारा प्रकार शिणवटा घालवण्यासाठी किंवा उदास संध्याकाळ आनंदी करण्यासाठी असतो.

अलीकडे वेगवेगळ्या कारणांनी वरच्या अनेक गोष्टी मला वर्ज्य झाल्या आहेत. मोकळ्या हवेत चालणे-फिरणे मला कधीच शक्य झाले नाही. जुगारही आता मला नशा आणू शकत नाही आणि मद्य जरी तेवढ्यापुरते सुखाचे वाटले, तरी माझ्या दुसऱ्या दिवशीची सकाळ ते खराब करते, आणि सकाळ मला लेखन-व्यवहारासाठी महत्त्वाची वाटते. म्हणून मला त्याचाही अलीकडे उपयोग होत नाही. वाचन-लेखन हातर माझ्या व्यवसायाचाच भाग आहे. म्हणून त्याचाही उपयोग उदासीनता हटविण्यासाठी होत नाही. शिवाय अलीकडचे पुष्कळसे साहित्य माणसाला निराश करणारे असे असते. उमेद देणारे वा आवाहन करणारे असे साहित्य अलीकडे निर्माणच होत नाही.

मग माझ्यापुढे उरतो एकच मार्ग. तो म्हणजे चांगल्या मित्रांच्या संगतीत जाणे, आणि त्या सृजनशील लेखकांच्या

प्रतिभेला पल्लवित करणे किंवा आपल्या हातून काही बरे- वाईट लिहिले गेले असेल तर कधी कौतुक, कधी टीका असा संवाद त्यांच्याशी सुरू करणे. वयाने मोठे असलेले लेखक फक्त जुन्यावर जगतात. समकालीनांची उभारी हरवली आहे. मग उरतात ते आपल्यापेक्षा तरुण, उमलणारे; ज्यांची दुनिया अजूनही सोनेरी आहे. प्रत्येक दिवस त्यांच्यासाठी सोनेरी आभाळ घेऊन येतो. ज्या जगात मी जगत आलो, त्या जगाशी त्यांचे भांडण असते. म्हणून त्यांचे शब्दही निराळेच असतात. आपली श्रद्धास्थाने त्यांना हास्यापद वाटत असतात. आपल्या पोटतिडकीचे विषय त्यांना समजत नाहीत. अशा तरुण मंडळींची संगत या घटकेला तरी मला फार सुखावह वाटते. कोवळया पालवीची संगत म्हणजे वसंताची संगत. अशा वेळेला आपल्या वसंत काळातील पंचम आपल्याला आठवले, तरी ते आपण विसरायचे असतात. म्हणजे तरुण मनांचा उलगडा होतो. अलीकडे हा प्रयोग यशस्वी झाल्यासारखा वाटतो आहे. मनाची मरगळ कमी होते. संध्याकाळ सुखद जाते. काल आणि आज एकमेकांत मिसळून जातात आणि दोघांचीही उद्याची स्वप्ने एकमेकांत गुरफटून जातात.

त्यातही फार अडचणी आहेत. तरुण माणसे सहजासहजी प्रौढांना आपल्या संगतीत घेत नाहीत. विसंवादी सुरांनी मैफल बिघडेल, असे त्यांना वाटत असते. हळूहळू त्यांच्यातील आणि आपल्यातील अंतर कमी करत त्यांच्याशी दोस्ताना जमवावा लागतो. हृदयविकारामुळे वरच्या मजल्यावरच्या घराला माझे पाय लागू शकत नाहीत. त्यांतलेच एक घर अकस्मात मला कायमचे पारखे झाले आहे.

बा. भ. पाटील याची-माझी ओळख होऊन वीस वर्षांहून अधिक काळ लोटला आहे. तेव्हा तर तो लेखकही नव्हता; पण साहित्यिकांचा सहवास त्याला फार प्यारा होता. टिळक रोडवरच्या प्रशांत प्रिटिंग प्रेसमध्ये– आत्ताच्या प्रिंटेक्स्ट प्रेसमध्ये– वसंतकुमार सराफ, द. का. हसमनीस यांची आणि माझी मासिके छापली जात असत. तिथे एक लेखकांचा अड्डा कायमचा बसलेला असे. हसमनीस त्या अड्ड्याचे सूत्रचालक असत. विजय तेंडुलकर, गजानन क्षीरसागर, ग. रा. टिकेकर व इतर अनेक लेखक अर्ध्या कप चहाच्या धुंदीत अखिल मराठी सारस्वत जिंकण्याचे मनसुबे करीत. त्यात बा. भ. पाटील हा पोरगा दिसायचा. ठेंगणा, सावळा, अनाकर्षक व्यक्तिमत्त्वाचा हा मुलगा केवळ साहित्यप्रेमासाठी वाटेल ती उमेदवारी करायला तयार असे. आपण साहित्यिक होऊ शकू, अशी स्वप्ने तो बाळगत होता आणि वीस वर्षांच्या अखंड वाटचालीत एक मिस्कील, चावट, विनोदी कथाकार म्हणून त्याने बऱ्यापैकी जम बसवला होता.

'पैंजण'च्या अगदी पहिल्या दिवाळी अंकापासून ते गतवर्षीपर्यंत त्याच्या कथा मी छापल्या. पुढे 'साप्ताहिक सोबत'चा मी त्याला स्तंभलेखकही केले. विशाल सह्याद्री, लोकसत्ता, प्रभंजन, जत्रा, रविवारचा आनंद यांसारख्या अनेक नियतकालिकांतून त्याने विपुल स्तंभलेखन केले आहे. त्याच्या अतिरिक्त लेखनावर रागावून काही काळ मी 'सोबत'मधील त्याचे लेखन बंद केले. तो नाराज झाला तरीही माझ्याकडे येतच राहिला. पुढे वेगवेगळ्या कारणांमुळे त्याचे इतर ठिकाणचे लेखन बंद झाले आणि 'सोबत'मध्ये तो 'लोटांगण' आणि 'चव्हाटा' या दोन सदरांतून लेखन करू लागला.

हे दोन स्तंभ तसे लोकप्रिय होते. तरीही त्याचे समाधान होत नव्हते. आपण साहित्यातील सन्मान मिळवू शकणार नाही, हे त्याला कळत होते. एवढ्यात त्याला एक कसलेतरी छोटेसे पारितोषिक मिळाले. तो इतका खूश झाला, की बोलता सोय नाही! तो म्हणाला, "अश्लील लेखक म्हणून ज्या सरकारनं माझ्यावर खटला भरला होता, त्याच सरकारनं मला बक्षीस दिलं!" तसा या बक्षिसात काही दम नव्हता. पण ज्या संस्कारांत तो वाढला होता, त्या संस्कारांत लेखक होणं, त्यातही तीस-चाळीस दिवाळी अंकांत लिहिण्याची निमंत्रणे येणारा लोकप्रिय लेखक होणे आणि सरकारचे बक्षीस मिळवणे, हे खरोखरच कौतुकास्पद होते.

सोमवार पेठेत एका बोळकांडीवजा घरात तो राहायचा. तिथून तो सेनापती बापट रोडवरील बहिरटवाडीत रहायला गेला. पण ही दोनही घरे भाड्याची होती. कोंदट होती. शिवाय तिथला परिसरही साहित्यिकाला फारसा अनुकूल नव्हता. स्वत:च्या मालकीच्या पत्रकारनगरमधील कोऱ्या करकरीत फ्लॅटमध्ये तो राहायला आला, तेव्हा त्याने आणि त्याच्या आईने तिथल्या जमिनीची माती आपल्या कपाळाला लावली. त्याच्या डोळ्यांत तेव्हा अश्रू जमा झाले होते. असले काही आपल्या आयुष्यात होईल, हे त्याने गृहीतच धरले नव्हते. तो मला म्हणाला, "अण्णासाहेब, घरात एवढा उजेड असतो, घरात एवढी मोकळी हवा असते आणि शांततेत अशा घरात झोपता येते, यातली मजा तुम्हांला कळणार नाही." आणि त्याचे म्हणणे खरे होते. दारिद्र्य, उपहास, अवहेलना त्याने भोगली होती. आईवडिलांचे पांग त्याने फेडले होते. घरातल्या सर्वांना त्याचा अभिमान होता. साहित्यिक, संपादक, पुढारी घरात आले, की तो तर आनंदी व्हायचाच; पण सारे घर हर्षभरित व्हायचे. त्या नव्या घरामुळे त्याचे सारे आयुष्यच बदलले.

त्याच्यात काही सुप्त शक्ती होत्या याची जाणीव जरी मला होत होती,

तरी खात्री वाटत नव्हती. त्याला एक नवीन अवसान आलेले होते, ही गोष्ट खरी. त्याचे आकलनही वाढले होते. राजकारणाचे ज्ञानही वाढीस लागले होते; पण त्याच्या सभाधीटपणाबद्दल मला खात्री नव्हती. असेंब्लीच्या निवडणुकीच्या वेळेस इचलकरंजी मतदारसंघात त्याला मी निवडणुकीच्या भाषणासाठी पाठवले, आणि गंमत म्हणजे दीड-दोन तासांची विनोदी भाषणे करून त्याने मजाच उडवून दिली. मग माझ्याबरोबर मी त्याला उस्मानाबादच्या जिल्हा साहित्य संमेलनात कथाकथनासाठी नेले. तिथे त्याच्या लोकप्रियतेचा अगदी कळस झाला. 'मंत्र्याचा वशिला' ही माझ्याकडेच लिहिलेली गोष्ट त्या दिवशी त्याने पेश केली आणि तासभर सारे सभागृह हास्यकल्लोळात बुडवून टाकले. 'समाजाची बांधिलकी' या विषयावर परिसंवाद होता. त्यात काही तो वक्ता नव्हता. लोकाग्रहास्तव त्यातही त्याने भाषण केले आणि भल्याभल्या वक्त्यांवर मात केली.

नंतर फोटोच्या प्रसंगी पंधरा-सोळा तरुण मुलांनी त्याच्याबरोबर फोटो काढून घेतले. भिडस्तपणामुळे माझाही त्या फोटोत समावेश झाला. पण मला कळत होते, की हा सारा सन्मान बा. भ. चा आहे. माझ्याच छायेखाली वाढलेल्या बा. भ. पाटलाच्या लोकप्रियतेच्या छायेत आज मी उभा होतो. चिकोडीसारख्या मागास भागात जन्म पावलेल्या वेड्याबागड्या मुलाची ही कमाई कौतुकास्पद होती. वळचणीला बसलेले एक पाखरू गगनाला गवसणी घालायला निघालेले मी माझ्या डोळ्यांनी पाहिले.

अकोल्याच्या साहित्य संमेलनात कोणाकोणाला बोलवावे अशी विचारणा करणारा फोन संयोजकांकडून आला, तेव्हा बा. भ. पाटलाचे नाव त्याला न विचारता मी कळवून टाकले. अकोल्याच्या साहित्य संमेलनात पंधरा-वीस हजार श्रोत्यांच्या पसंतीला उतरलेले जे एक-दोन कार्यक्रम झाले, त्यांत बा. भ. पाटलाचे कथाकथन सर्वांत उल्लेखनीय होते. त्या वेळेला बा. भ. बायकोला बरोबर घेऊन आला होता. स्वतःच्या पत्नीसमोर झालेले बा. भ. चे हे पहिले आणि शेवटचे कौतुक. परतल्यावर तो म्हणाला, ''अण्णासाहेब, तुमच्यामुळे हे सारे घडले.'' तेव्हा मी एवढंच म्हणालो, ''मोजमापासाठी मैलामैलांवर दगड रोवलेले असतात, पण प्रवासाचे ते कारणही होत नाहीत किंवा प्रवासातला आनंदही ते वाढवत नाहीत.''

मग काय झाले कुणास ठाऊक, बा. भ. पाटलाच्या आयुष्याचे दान उलटे पडायला लागले. त्याला मधुमेहाचा त्रास होताच. त्यात आणखी कुरकुरी वाढू लागल्या. स्कूटरचा एक अपघात झाला. पुन्हा काही दिवसांनी ताप यायला

लागला. मग त्याला हॉस्पिटलमध्ये ठेवले. एकतर मला हल्ली फारसे ड्रायव्हिंग करायला परवानगी नाही आणि कुठल्याच हॉस्पिटलमध्ये जाणे मला कधीच आवडलेले नाही. पण तो रोज आठवण काढी. निरोप पाठवी. त्यामुळे एकदा धीर करून रिक्षा करून मी त्याच्याकडे गेलो. तसा तो त्या दिवशी बराच चांगला होता. ११ मेला होणाऱ्या 'सोबत'च्या वर्धापन दिनालासुद्धा माझ्या गाडीतून तो मुंबईला यायची भाषा बोलत होता. मी रुग्ण आहे, आणि तोच मला भेटायला आला आहे, अशा थाटात त्याचे संभाषण चालू होते. मागे मी एकदा त्याला म्हणालो होतो की, माझ्या मृत्यूनंतरच्या शोकसभेत तुला भाषण करावे लागेल. या प्रसंगाचीसुद्धा त्याने आठवण काढली. बा. भ. काही गंभीर रोगाशी झगडतो आहे, असे कोणालाही वाटत नव्हते.

त्याची त्या हॉस्पिटलमध्ये आबाळ होते आहे, अशी आशंका येऊन मी छाया गोडबोले हिला माझे मित्र, पूर्वीचे डीन डॉ. करंदीकर यांना घेऊन यायला सांगितले. के. ई. एम. मधील डॉक्टर हे करंदीकरांचे विद्यार्थीच होते. नंतर उपचारांत काही कमतरता झाली नाही. अगदी लेप्रोस्कोपीची तपासणीसुद्धा टाटा हॉस्पिटलमधून करून आणण्यात आली. कधी तो बरा असायचा, कधी त्याच्या प्रकृतीत बिघाड व्हायचा. चार-आठ दिवसांनी आपण घरी येऊ, असा त्याचा निरोपही यायचा. मोटारगाडी घ्यावी, अशी त्याची बऱ्याच दिवसांपासून इच्छा होती. ती गाडीसुद्धा त्याने बुक केली होती. ११ जून रोजी सकाळी त्याची दोन पुस्तके काढू इच्छिणारे प्रकाशक श्री. अनिल मेहता त्याच्याशी गप्पागोष्टी करून आले. अकरा-साडेअकराच्या सुमारास त्याची किडनी काम करेनाशी झाली असावी. मला भेटण्याची त्याने इच्छा व्यक्त केली. माझ्याशी संपर्क साधण्याचा खूप प्रयत्न झाला. त्याला माझ्याशी काय बोलायचे होते कुणास ठाऊक? मला त्याचा निरोप वेळेवर मिळाला नाही आणि जेव्हा निरोप मिळाला, तेव्हा तो भेटण्याच्या पलीकडे गेलेला होता.

संध्याकाळी पत्रकारनगरमधील त्याच्या घरात त्याचे अंत्यदर्शन घ्यायला मी गेलो, तेव्हा शोकावेगात आकंठ बुडालेले त्याचे घर पाहून मला गलबलून आले. या घरात मी किती वेळा आलो असेन कुणास ठाऊक? त्याच्या आग्रहाचा पाहुणचार मी अनेकदा घेतला. त्याच्या बडबड्या चैतन्यदायी संगतीत कितीएक उदास संध्याकाळी झटकून टाकून मी अनेकदा घरी परतलो होतो. मृत्यूनंतरही त्याचा चेहरा हसरा होता. जणूकाही तो कुठल्यातरी आनंदाच्या नशेत गुंग झाला होता! कदाचित असेही असेल, आनंद शोधण्यासाठी मी त्याच्याकडे अनेकदा

गेलो, त्याची त्याला आठवण झाली असावी. मग जाताना तरी तो मला दु:खी करून कसा जाणार?

काहीही असो, आता उदासपणा घालवणारे माझे एक घर कायमचे तुटले हे मात्र खरे. आपल्यापेक्षा वयाने मोठी असणारी माणसे जातात, तेव्हा ते आपण अपरिहार्य म्हणून स्वीकारतो. कारण तो निसर्गनियम आहे. समकालीन जेव्हा जातात तेव्हा थोडे मागेपुढे होणार; कुणी आधी, आपण नंतर किंवा आपण आधी, कुणी नंतर, अशीही समजूत घालता येते. पण आपल्यापेक्षा कितीतरी तरुण असणारे अन् उमेदीने आयुष्य सुरू झालेले फूल अचानक कोमेजते तेव्हा वाटते, आपल्या देहावरची अखेरची पालवी कुणीतरी खुडून काढली आहे. तसे पाहायला गेले तर आपल्या परिवारातील जिव्हाळा असणाऱ्यांचे मृत्यू म्हणजे कणाकणाने होणारे आपलेच मृत्यू असतात. त्यातले दु:ख कुणाला समजू शकत नाही आणि समजावून देण्यात अर्थही नसतो. जखमा झाल्या नाहीत, असे दाखवत शेवटपर्यंत जगत राहायचे हेच खरे!

वीस-बावीस वर्षांच्या, बा. भ. तुझ्या आठवणी! त्या सर्व आठवणींची गुंतागुंत सोडवता येत नाही रे! त्यांतले काय काय आठवणार? घरातल्या कुणालाच नव्हे तर माझ्या परिवारातीलही कुणालाही माझ्या वाढदिवसाची आठवण नसते. त्या दिवशी पुष्पगुच्छ आणि पेढे घेऊन येणारा माझा मित्र आठवू, की मला लाह्या आवडतात म्हणून मुद्दाम गावची चांगली ज्वारी आल्यावर लाह्या भाजून आणून देणारा माझा दोस्त आठवू? खरेतर असल्या लहानमोठ्या आठवणींनी आयुष्याचे वस्त्र विणले जाते. पण त्या आठवणी आता विरू लागल्या आहेत. मग वस्त्र टिकणे कठीण जाणार. मरणापूर्वी अनेकदा तू आठवण काढलीस. अखेरी अखेरी तर ध्यास धरलास, पण मी काही तुला भेटलो नाही. आता क्षमा मागूनही उपयोग नाही. मधुमेहावर औषध म्हणून कसल्यातरी एका लाकडाच्या पेल्यातील पाणी प्यायला देतात म्हणे! काश्मीरच्या तुझ्या प्रवासात त्याची आठवण ठेवून तू तो पेला माझ्यासाठी आणून दिलास. अजूनपर्यंत तो पेला मी वापरला नव्हता आणि आता तो वापरेन, असेही वाटत नाही. माझ्या पत्रकारनगरातील फ्लॅटच्या बाहेर माझ्या नावाची शोभिवंत पाटी आपल्या खर्चाने तू आणून लावलीस. ती मात्र अजून तिथेच आहे. ती काढण्याचे धारिष्ट्य बाकी मला होत नाही. कारण तुझ्याशिवाय आता तिथे माझे असे कोणी नाही.

-०-०-०-

.७.

अत्रेपुत्र : गजानन पांडुरंग

तेज:पुंज असा गौरवर्ण, अस्सल कोकणस्थी घारे डोळे, पांढराशुभ्र पोशाख, चालण्यावागण्यात पेशव्यांची ऐट असे दादा परचुऱ्यांचे ध्यान. अगदी नुकत्याच घडलेल्या अत्रे स्मारक मंदिराच्या सोहळ्यात ते तसे फारसे दिलखुलासपणे वागताना दिसलेच नाहीत. पण त्यांच्या डोळ्यांत दिसणारा कृतकृत्यतेचा भाव मात्र कोणालाही जाणवला असता. आपला अग्निसंस्कार आपला मानसपुत्र ग. पां. परचुरे यांच्या हस्ते व्हावा, असे सांगून अत्र्यांनी रक्तसंबंधी मानून परचुरे यांना सन्मानित केले होते. त्या साहेबांचे– आपल्या दैवताचे-स्मारक झालेले परचुरे पाहू शकले, ही खरोखरच गजाननाची दादावर कृपा होय. अत्रे, तात्याराव सावरकर, अप्पासाहेब फडके ही दादांच्या लेखी वंदनीय स्थाने होती. या तीन वेगवेगळ्या प्रकृतींच्या लेखकांचा विश्वास परचुरे संपादन करू शकतात, हे खरोखरीच आश्चर्य मानायला पाहिजे. हे तीनही मनस्वी वृत्तीचे प्रतिभावंत परचुऱ्यांना आपला कुटुंबीय मानत, आणि आपले आर्थिक व्यवहार त्यांच्यावर सोपवीत. तात्याराव सावरकर यांच्या हातून चहा मिळण्याचे भाग्य ज्या काही थोड्या भाग्यवंतांना लाभले, त्यांत दादा होते. चेकवर सह्या करून कोरे चेक बिनधास्तपणे परचुऱ्यांच्या हातात द्यावेत, इतकी विश्वासार्हता परचुऱ्यांनी फडक्यांसारख्या अतिव्यवहारी माणसाकडून प्राप्त केली होती. अत्र्यांकडे ताजे खमंग लोणचे, तात्यारावांकडे हलक्या आवाजात मागितलेली ब्रॅन्डीची क्वार्टर किंवा तत्सम अगदी कोणत्याही

इच्छा या तिघांनी परचुऱ्यांशी बोलून दाखवाव्यात आणि परचुऱ्यांनी अगदी बिनबोभाटपणे त्या पुरवाव्यात. यामागे कसलीही लाचारी नाही, तर भक्ताने आपल्या दैवताचे कोड पुरवून आपणच संतुष्ट व्हावे, असा तो मामला होता. लेखक-प्रकाशक, रॉयल्टी-करारनामे, तगादे-विनंत्या असला कसलाही प्रकार परचुऱ्यांनी आपल्या लेखकांबाबत केला नाही. माझा-त्यांचा एकच व्यवहार झाला. १९५० किंवा ५१ साल असेल. 'कामदेवाच्या कथा' हे पुस्तक मी स्वत:च छापले होते. त्यांची-माझी ती पहिलीच गाठभेट होती. ती माझ्या त्या काळच्या 'प्रदीप' साप्ताहिकाच्या कचेरीत झाली. ते आले व दोन मिनिटांत तो व्यवहार उरकला आणि जी काय रक्कम ठरली, ती एकवट त्यांनी माझ्या हातावर ठेवली. व्यवहारात तसे ते पक्के होते. बेसावधपणे भलतीच धाडसे त्यांनी केली नाहीत. उत्तम व्यवहार करून त्यांनी चांगला धनसंचय केला आणि रूक्ष व्यवहाराच्या पलीकडे जिव्हाळ्याच्या भांडवलावर ते कृतार्थ आयुष्य जगले.

जेव्हा-त्यांची माझी प्रथम गाठभेट झाली, तेव्हा मी अगदी एकांडा सावरकरवादी होतो, आणि त्यामुळेच ते माझ्या प्रेमात पडले असले पाहिजेत. गांधीवधानंतरचा तो काळ सावरकरवाद्यांना फार बिकट होता. त्या काळात आजच्याच बिनधास्तपणे गांधी, गांधीवाद आणि एकूण काँग्रेसचे राजकारण याविरुद्ध मी लिहीत होतो. सावरकरभक्ती हे त्यांच्या-माझ्या संबंधाचे एकमेव रहस्य आहे, असे मी समजत होतो. परंतु एक दिवस दोघेही हवेत उंच गेलो असताना त्यांनी माझ्याबद्दलच्या त्यांच्या आकर्षणाचे रहस्य सांगितले. त्या काळात फडक्यांचा मी एक निकटवर्ती विश्वासपात्र माणूस होतो. शिवाय अत्र्यांच्यात आणि माझ्यात त्यांना काही शारीरिक साम्य आढळले. अर्थात यात अत्र्यांच्या कोणत्याही गुणाचे साम्य असण्याचा तिळमात्र संभव नव्हता. अत्रे, फडके, सावरकर यांच्यावर परचुऱ्यांची अनन्यसाधारण भक्ती होती. त्यामुळे अगदी अकारण त्यांचे माझ्यावर ममत्व जडले होते. त्यांच्यापेक्षा वयाने मी कितीतरी लहान होतो. असे असूनसुद्धा ते मला वडिलकीचा मान देत. 'बेहरेकाका' असा ते माझा उल्लेख करीत आणि कधी तसा उल्लेख असलेली उघडीनागडी पत्रेही पाठवीत. तसा उल्लेख पाहिल्यावर माझ्या काही मित्रांनी माझी चेष्टाही केली. पण त्या आदरार्थी नामोल्लेखात माझा गौरव नव्हता, हे मनोमन मला माहीत होते. तो गौरव होता परचुऱ्यांच्या, त्या तीन महापुरुषांवरील अविरत श्रद्धेचा. अत्र्यांच्या मृत्यूनंतर तर त्यांच्या, माझ्यावरील प्रेमात भरच पडली.

मुंबईत शिवसैनिकांकडून मला मारहाण झाली. त्यानंतर दुसऱ्या दिवशी

सकाळी मला पहिला फोन आला, तो परचुऱ्यांचा. तिथेसुद्धा माझ्यावरच्या प्रेमापेक्षा अत्र्यांना पुण्यात तशीच मारहाण झाली, हेच कारण होते. मी परचुरे यांच्या नव्या ऑफिसमध्ये सकाळी गेलो, तेव्हा एखाद्या राजाला शोभेल, अशा तऱ्हेने त्यांनी माझे स्वागत केले. चार-दोन प्रकारच्या उंची सिगारेट्स, खाण्यापिण्याचे पदार्थ त्यांनी जय्यत तयार ठेवले होते. बाळासाहेब ठाकरे यांच्यावर लिहिलेला लेख ज्या अंकात होता, तो अंक आपण विकू देणार नाही, अशी शिवसेनेकडून धमकी देण्यात आल्यामुळे आणि तो अंक आमचे नेहमीचे एजंट बाबूराव बागवे प्राप्त परिस्थितीत विकू शकत नसल्यामुळे, मोठा पेचप्रसंग निर्माण झाला होता. तो अंक विकणे हा आता माझ्या प्रतिष्ठेचा विषय होऊन बसला होता. माझ्यापेक्षा दादा परचुऱ्यांनी तो आपला प्रतिष्ठेचा प्रश्न मानला होता. शरद पवार त्या वेळेस गृहमंत्री होते. त्यांनाच काय, पण अनेक मंत्री, पोलिस अधिकारी यांच्याशी संपर्क साधूनसुद्धा अंक विकण्याचा मार्ग सापडेना. जगन्नाथ कोठेकर या नावाचे विक्रेते थोडे अधिक कमिशन दिले, तर त्यांच्याजवळ असणारे सामर्थ्य वापरून अंक विकून देतील, अशी माहिती दादांनी मिळवली होती आणि मग त्याप्रमाणे सर्व विक्रीकेंद्रांवर भरपूर मनुष्यबळ ठेवून 'सोबत' च्या त्या गाजलेल्या अंकाची विक्री झाली. एवढेच नव्हे, तर त्या अंकाच्या आणखी दहा हजार प्रती पुन्हा छापाव्या लागल्या. अंक विकण्याची व्यवस्था पुरी झाली, तेव्हा माझ्यापेक्षाही परचुऱ्यांना कृतकृत्य झाल्यासारखे वाटले. जणूकाही अत्रे समोर बसले आहेत, अशा पद्धतीने ते त्या दिवशी वागत होते आणि मला लाज आणीत होते. त्या दिवशी फोन आणि पाहुणचार यांपायी त्यांचे तीन-चारशे रुपयेतरी खर्च झाले असतील. मी जायला निघालो, तेव्हा झब्ब्याच्या खिशातून त्यांनी एक नोटांचे पुडके काढले. त्यांना माहीत होते, की आदल्या दिवशीच्या मारहाणीच्या वेळेस माझे पाकीटही उडविण्यात आले आहे. बाबूराव बागवे ही पैसे घेऊन आले असल्यामुळे मी त्यांचे पैसे नाकारू लागलो, त्यावर ते संतप्त झाले. नेहमीच्या थाटात ते म्हणाले, ''गप्प बसा, तुम्हांला काही कळत नाही.'' मग बळेबळे त्यांनी हातात कोंबलेले ते शंभर रुपये मला स्वीकारावे लागले. व्यवहारदक्ष माणसाचा हा औदार्याचा आणि भक्तीचा उमाळा कोठून निर्माण झाला, हे सहज समजण्यासारखे नाही.

पुण्यात परचुरे एकदा 'पूनम' मध्ये येऊन मुक्कामाला राहिले. त्यांचा कोकणी, अनुनासिकयुक्त आवाज फोनवर आला, आणि संध्याकाळी एक-दोन मित्रांना घेऊन 'पूनम' वर या, असे निमंत्रण आले. बाळ सामंत किंवा रमेश मंत्री

तिथे अगोदरच असावेत. श्री. ज. जोश्यांना घेऊन मी तिथे गेलो. कारण अशा मद्यपानाच्या मैफलीत त्या काळातले श्री. ज. जोशी ही एक आत्यंतिक गरज असे. मद्यपानाला सुरुवात होण्यापूर्वी भिंतीला पेशव्यांच्या थाटात टेकून बसलेले दादा म्हणाले, "बेहेरेकाका, जरा माझ्या पलीकडच्या झब्ब्यातील चेकबुक इकडे द्या." मी चेकबुक त्यांच्याकडे दिले. ते म्हणाले, "यावर एक शंभर रुपयांचा चेक लिहा." मी लिहिला. ते म्हणाले, "तुमच्या नावानं लिहा." मी आश्चर्यचकित मुद्रेनं म्हणालो, "कशासाठी?" यावर ते म्हणाले, "गप्प बसा, तुम्हांला काही कळत नाही." मी गुपचुप माझे नाव लिहिले आणि चेकबुक त्यांच्या स्वाधीन केले. त्यांनी चेकवर आपली फर्डी सही केली आणि मला म्हणाले, "हा चेक तुमच्या पाकिटात ठेवून द्या. कशासाठी, हे मग सांगेन." मग मद्यपान रंगात आलं. साहेबांच्या म्हणजे अत्र्यांच्या अनेक आठवणी निघाल्या. सावरकरांची सचिवालय आणि आकाशवाणी पाहण्याची इच्छासुद्धा यशवंतराव चव्हाणांनी पुरी केली नाही, हेही तळमळीने सांगून झाले. मैफल संपायच्या वेळेस दादा म्हणाले,

"मघाशी चेक दिला, तो मुद्दामच मद्यपानापूर्वी दिला. नाहीतर धुंदीत चेक दिला, असा तुमचा गैरसमज झाला असता. तुमच्यावर अलीकडे खटले किती चालू आहेत?"

"असतील पाच-पंचवीस?"

"त्याला खूप खर्च येत असेल. त्या खर्चापोटीच हे शंभर रुपये जमा करा."

"पण त्या खर्चाशी तुमचा संबंध काय?" या माझ्या उत्तराने दादा खिन्न झालेले दिसले. ते काही बोलण्यापूर्वीच मी म्हणालो, "दादा, मी कर्ज घेतो. दान घेता येत नाही मला.'

"बेहेरेकाका, तुम्ही हे खटले आपण होऊन ओढवून घेता. तुमचा तर त्यात काही स्वार्थ नाही. हे जर तुम्ही लोकांसाठी करत असाल, तर माझ्यासारख्या तुमच्या एका वाचकाने त्या खर्चाचा एक अल्पसा भाग उचलला, तर तुम्हांला कमीपणा का वाटतो? आणि हे दान कुठेय? हा तर मी दिलेला खाऊ समजा."

त्यांचा तो बदललेला आर्जवी स्वर केव्हाही विसरता येणार नाही.

परचुऱ्यांनी एकदा त्यांच्या जन्मगावच्या म्हणजे गुहागरच्या गणपती मंदिराचा जीर्णोद्धार करण्यासाठी मदत पाठवावी, असे एक निवेदन 'सोबत' मध्ये प्रसिद्धीसाठी पाठवले. "तुमची आज्ञा पाळण्यात मला आनंद वाटला असता; परंतु अशा

तऱ्हेची धार्मिक विज्ञापने मी 'सोबत' मध्ये छापत नाही. म्हणून मला क्षमा करावी.'' अशा तऱ्हेचे उत्तर मी त्यांना पाठवले. दोनचार दिवसांत आपले विज्ञापन जाहिरात म्हणून छापावे, अशी विनंती करून ते विज्ञापन आणि शंभर रुपयांचा चेक त्यांनी माझ्याकडे पाठविला. हे विज्ञापन न छापण्यामागची माझी भूमिका समजून न घेता त्यांनी माझ्या तत्त्वाची किंमत शंभर रुपये करावी, याची मला खंत वाटली आणि मी त्यांना लिहिले, ''तुम्ही केलेली विनंती नाकारताना मला मनस्ताप झाला. कारण तुमच्यासारख्या सहृदय माणसाची, मित्राची एक विनंती मला स्वीकारता येत नव्हती, काही तत्त्वासाठी तुमचे विज्ञापन मी छापू शकत नव्हतो, हे समजून घ्यायच्याऐवजी तुम्ही शंभर रुपये पाठविल्याबरोबर तत्त्व सोडून मी हे विज्ञापन छापेन, असे तुम्हांला वाटले यात माझाच काहीतरी कमीपणा आहे. ज्या कारणासाठी तुम्ही माझ्यावर प्रेम केलेत, त्या प्रेमाला मी पात्र नाही, असे मी मानावे काय? हे सगळे लक्षात घेऊनही तुम्ही जर तुमचा आग्रह कायम ठेवणार असाल, तर मित्रासाठी तत्त्वाला मुरड घालून मी तुमचे निवेदन छापायला तयार आहे. तुमचा चेक सोबत परत पाठवीत आहे.''

मला वाटले होते या घटनेमुळे दादा नक्कीच रागावतील. याउलट, त्यांचे एक पत्र आले की, माझ्यासाठी तुमचे धोरण तुम्ही बदलले असतेत, तरच मला वाईट वाटले असते. झाले-गेले विसरून जा. या घटनेनंतर दादांनी एका पुस्तकाची जाहिरात पाठविली. ती आम्ही छापली. अशाच एका रात्रीच्या मैफलीत त्यांनी मला त्या जाहिरातीचे पैसे दिले. कार्यालयाच्या चुकीमुळे पैसे आलेले असतानाही त्या जाहिरातीचे बिल पाठविले गेले. बिल पोचताच पैसे दिलेले माहीत असूनही कसलाही खुलासा न करता त्यांनी त्या बिलाच्या रकमेचा चेक पाठविला. चूक लक्षात येताच मी त्यांना एक क्षमायाचनेचे पत्र पाठवले आणि रक्कम परत पाठवून दिली. समक्ष भेटले, तेव्हा ते म्हणाले, ''पैसे कशाला पाठविलेत? फार तर आणखी एकदा जाहिरात छापून टाकायची. घेऊन टाका ते पैसे परत.''

अत्रे वारले आणि 'मराठा' वृत्तपत्राचा वाद कोर्टात गेला. कम्युनिस्ट हे पत्र खिशात घालणार, हे लक्षात आल्यामुळे शिरीष पै आणि व्यंकटेश पै यांच्यामागे साऱ्या मराठी वृत्तपत्रांनी उभे राहावे, यासाठी मी थोडा प्रयत्न केला. परंतु व्यंकटेश पै यांच्याशी बोलल्याशिवाय अंतिम धोरण ठरवता येण्यासारखे नव्हते, म्हणून मी 'शब्दरंजन स्पर्धे'चे जयंत साळगावकर यांना घेऊन व्यंकटेश पैंकडे गेलो. त्या वेळेस व्यंकटेश पैंच्या घरी बाळ सामंत आणि दादा परचुरेही

बसलेले होते. गप्पा मोठ्या दिलखुलासपणे झाल्या आणि मी जाण्यासाठी उठलो, परंतु उभ्याउभ्याच मी व्यंकटेश पैंना म्हणालो, "एका गोष्टीचा खुलासा करून घेतला, म्हणजे आमच्या नैतिक भूमिकेला जरा जोर येईल. अत्र्यांनी एक मृत्युपत्र केले होते, पण तुम्ही पिस्तुलाचा धाक दाखवून त्यांना ते फाडायला लावलंत, अशी वदंता आहे. हे खरं आहे काय?"

माझे वाक्यसुद्धा पुरे झाले नाही, तोच व्यंकटेश पै मला मारण्यासाठी माझ्या अंगावर धावून आले. साळगावकर आणि बाळ सामंत यांनी व्यंकटेश पैंना आवरून धरले. पण दादा मात्र माझ्या रक्षणाला पुढे धावले. माझे शब्द व्यंकटेश पैंच्या वर्मावर घाव करणारे होते. कारण त्यात सत्याचा अंश असला पाहिजे. व्यंकटेश पैंच्या या अगोचर वागण्यामुळे मीही क्रुद्ध झालो होतो. खरे म्हणजे काहीही घडू शकले असते. दादांनी माझा हात घट्ट धरला आणि मला एका टॅक्सीत कोंबून त्यांनी वरळीला गाडी न्यायला सांगितली. त्यांनी मग मला 'शिवशक्ती' तल्या सुभाष सभागृहात नेले. अत्र्यांच्या वास्तूत गेल्यावर त्यांनी अत्र्यांची इच्छा काय होती, हेही सांगितलं. आपल्या मागे 'मराठा' पत्र चालणार नाही, हे अत्र्यांना स्वच्छ दिसत होते. त्या दिवशी दादा खूपच हळवे झाले. मग मला ते घरी घेऊन गेले. मला त्यांनी खाऊपिऊ घातले आणि मला माझ्या मुक्कामाच्या ठिकाणी पोचवल्यानंतर ते घरी परत गेले. खरे पाहिले, तर माझ्यापेक्षा दादांना व्यंकटेश आणि शिरीष पै ही माणसे अधिक जवळची. असे असूनही अत्र्यांच्या रक्तामांसाच्या वारसांपेक्षा अत्र्यांच्या व्यक्तिमत्त्वावर किंवा पत्रकारितेवर त्यांचे अधिक प्रेम होते, असे समजायचे काय?

परचुऱ्यांवर लिहिताना परचुऱ्यांपेक्षा माझ्यावरच जास्त लिहिले आहे, याची मला जाणीव आहे. पण परचुऱ्यांशी तशी सांसारिक किंवा कौटुंबिक अशी माझी मैत्रीच नव्हती. त्यांच्या पत्नी खूप आजारी होत्या, त्या काळात ते एकदा घरगुती गोष्टी माझ्याशी बोलले असतील. एरवी त्यांच्या घरीसुद्धा पाच-सात वेळांपेक्षा अधिक गेलेलो नाही. सर्वसामान्य व्यवहारात जे मैत्रीचे संकेत असतात, ते मुळी आमच्यांत उत्पन्नच झाले नाहीत. प्रत्यक्षातील ग. वा. बेहेरे या व्यक्तीपेक्षा त्यांनी कल्पनेतला एक बेहेरे रंगवला होता. त्याच्यावर कदाचित त्यांचे जास्त प्रेम असेल. माझ्याशी बोलताना ते अकारण आदरार्थी बोलत. अधूनमधून एखादा चांगला लेख वाचला, की त्यांचे कौतुकाचे पत्र येई. अत्र्यांवर मी मृत्युलेख लिहिला, तेव्हा मात्र नेहमीचा अलिप्तपणा सोडून आणि बरोबरीच्या नात्याने ते म्हणाले, "तुमचा लेख उत्तम आहे. पण बेहेरे, अत्रे कुणाला समजलेच

नाहीत, याचे दु:ख होते.'' त्या लेखाच्या अखेरीस मी म्हटले होते. ''आज रस्त्यावर अत्र्यांच्या मृत्यूची अवकळा पसरली आहे. लोक उदास झाले आहेत आणि सचिवालयात मात्र आज आनंदीआनंद चालू असेल.'' हे माझेच वाक्य पुन्हा पुन्हा ऐकवत दादांच्या डोळ्यांत पाणी जमा झाले.

दादा पुण्यात येऊन राहणार होते म्हणून आपल्यासाठी नव्या बांधलेल्या वास्तूत त्यांनी काही सोई करून घेतल्या होत्या. पण का कुणास ठाऊक, दादांच्या सहवासाचा योग या वास्तूत येईल, असे माझे मन मला सांगेना. एक मे रोजी ते पुण्यात येणार, असे म्हणाले होते, आणि अत्रे सभागृह आमच्या 'ड्रॉपर्स' या नाट्यसंस्थेच्या शिबिरासाठी मागितले, तर ते नक्की देतील अशी मला खात्री होती. पण ते आलेच नाहीत. अप्पाने– त्यांच्या मुलाने– तो हॉल आम्हांला वापरायला दिला होता. कोपऱ्यात कुठेतरी पेशवाई थाटात मांडी ठोकून दादांनी आमच्या चाललेल्या शिबिराचं काम पाहिले असते, तर अत्रेच प्रत्यक्ष हजर राहिले आहेत, असं 'ड्रॉपर्स' च्या पोरांना वाटले असते. नाहीतरी दादा अत्र्यांचे उत्तराधिकारी पुत्र होतेच की नाही? कोणतेही कारण वा पात्रता नसताना माझ्यासारख्या माणसावर त्यांनी अपार लोभ धरला. अत्रेस्मारकाच्या समारंभात मला गौरवाने बोलावले. त्यांची ती आर्जवी पत्रं अजून मला दिलासा देतात. अनपेक्षितपणे या समारंभात पु. ल. देशपांडे उपस्थित राहिले. लोकांनी पु. ल. देशपांड्यांना भाषण करण्याचा आग्रह केला. ते बरोबरच होते आणि पु. ल. देशपांडे यांच्यानंतर भाषण करण्याचा प्रसंग माझ्यावर येणे यासारखे दुर्भाग्य कोणते? अत्र्यांचे तर मी स्मरण केलेच; पण दादांच्या डोळ्यांना डोळे भिडवून मी ते साहस करण्याचं धारिष्ट्य दाखवले. त्या परीक्षेत पास झालो, याला एकच कारण, दादांच्या डोळ्यांत दिसणारा आशीर्वाद. आता असे आशीर्वाद देणारे हात कमी होत चाललेत. पण तशाही स्थितीत इतर जगाबरोबर मी जगत राहीन आणि जेव्हा एखाद्या अशाच आश्वासनाची आणि कौतुकाची गरज भासेल, तेव्हा परचुऱ्यांची आठवण काढेन.

– ०-०-० –

.८.
ना. ग. नारळकर

राजकारणी पुरुष, रंगभूमी, चित्रपट वा संगीतसृष्टीतले बादशहा किंवा फारतर साधुसंत यांच्या आख्यायिका लोक सांगतात किंवा ऐकतात. या कहाणीत ना आख्यान ना आठवणी ना हरवलेली सुखदुःखे. ही आहे एका मास्तराची गोष्ट.

मॅट्रिकचे वर्ष होते. पुढची स्वप्ने आयुष्य चवदार करत होती. कॉलेजच्या रंगीबेरंगी जीवनाच्या दरवाजातून जे दिसे, त्याने अस्वस्थता वाढे. बापट, नगरकर वगैरे मंडळी सेवादलात जात. आम्ही संघात जाऊन कंटाळून परतलो होतो. अंग शिवशिवत होते. काहीतरी करावे वाटत होते. सामर्थ्याची जाणीव उत्पन्न झाली होती. कधीकधी फार मोठी, मजबूत, कर्तबगार माणसे पाहिली, की उत्साह वाटत असे. पण सर्वसामान्यतः अंगात मस्ती आली होती आणि त्या मस्तीतच तो प्रसंग घडला.

आमची शाळा पुण्यात नमुनेदार होती. त्या शाळेत एक नवीन हेडमास्तर आले होते. त्यांच्याबद्दल आम्ही खूप ऐकले होते. त्यांच्या शिकवण्याच्या, प्रेमळपणाच्या अनेक गोष्टी ऐकून आमचे कुतूहल जागे झाले होते. शाळा रोज नवे रूप घेत होती. आज काय नव्या मोऱ्या झाल्या, मोठे पूर्ण उंचीचे आरसे आले. रोजच्या बातम्या लावण्यासाठी बोर्ड आले, भोरकर-फलटणकरांची मुले चपराश्याने आणलेल्या डब्यातून खास खोलीत मधल्या वेळेस खायची आणि आम्हा कारकुंड्यांच्या मुलांना हिंपुटी करायची, तेही थांबले. प्रार्थना

अधिक वक्तशीर झाली. शाळा एकंदर सुंदर झाली. मुलांना आवडू लागली.

आम्हांला प्रा. म. शं. गोडबोले यांच्यासारख्या खाष्ट हेडमास्तरांची आजवर सवय होती. त्यांना काही विचारले, की प्रथम ते छडीने उत्तर देत. मग शब्दाने. या त्यांच्या छडीप्रकरणात एक पोरसवदा मास्तर सापडले होते म्हणतात. अशा पार्श्वभूमीवर नवीन सुधारणावादी हेडमास्तर आम्हांला शामळू वाटले, तर त्यात नवल ते काय? असल्या पुळचट माणसाला धडा शिकविण्याची दुर्बुद्धी झाली, आणि आम्ही गोता खाल्ला.

वास्तविक आमच्या शाळेत पु. ग. सहस्त्रबुद्धे, निजामपूरकर, बी. जी. जोशी, मिरजकर, गोडबोले, फणसे असे नामवंत आणि छडीवर प्रेम करणारे खूप शिक्षक होते. छडी आमची मैत्रीणच होती. त्यामुळे शिक्षा अंगवळणी पडली होती. तेव्हा भय कुणाचे?

आमचा वर्गही छोटा होता. भांडणे करणारा आणि आडदांड. आम्हांला पु. ग. सहस्त्रबुद्धे रग्बी शिकवायचे. आधीच मर्कट तशात...

मॅट्रिकचे वर्ष नुकतेच सुरू झाले होते. कदाचित पहिला आठवडाच असावा. देशमानेसरांचा गणिताचा तास होता. देशमानेसर सरळ, सज्जन शिक्षक. ते फार गरीब होते. आमच्या वर्गातल्या लागवणकर, पानसे, गोखले, शिवराय तेलंग, मारवाडी अशांसारख्या आडदांड मुलांना शिकविण्याची त्यांची जात नव्हती.

कारण काहीच घडले नव्हते.

पहिल्याच तासाला ते येतात न येतात, तोच काही मुलांनी एकदम जयघोष केला. 'हरहर महादेव' च्या घोषाने सारी शाळा थरथरली. हे काय चाललंय, असा प्रश्न साऱ्या शाळेस पडला असेल. देशमानेसर काय करावे, या विचारातच होते.

तेवढ्यात काळ्यासावळ्या उंचनिंच व्यक्तीने आमच्या वर्गात प्रवेश केला, ज्या अर्थी देशमानेसर त्यांच्याशी अदबीने बोलत होते, त्या अर्थी ते हेडमास्तर होते. त्यांचे काहीतरी बोलणे झाले आणि देशमाने निघून गेले. समोरच्या व्यक्तीने वर्गातल्या चाळीस मुलांकडे रोखून पाहिले. त्या पाहण्यात संताप नव्हता. पण अस्वस्थता होती. तोल सुटलेला नव्हता. तरीपण नित्याचा खेळकर मिस्कीलपणा लोपलेला होता. आवाजाची धार थोडी वाढली.

ते म्हणाले, "आत्ता हरहर महादेव असे कोणकोण ओरडले?"

सारा वर्ग गप्प राहिला.

ना. ग. नारळकर / ६३

"आता जे जे ओरडले, त्यांनी उठून उभे राहावे."

तरीही कोणी उभा राहीना.

आवाज अधिक रखरखीत आणि धारदार झाला.

"सेक्रेटरी कोण आहे?"

तेलंग उठला.

"वर्गात आता कोण कोण ओरडले?"

तेलंग गप्पच.

"जा, छडी घेऊन ये."

तेलंग छडी घेऊन येईतो एकटक पाहत हेडमास्तर उभे होते आणि आम्ही जीव मुठीत धरून काय होणार, ते पाहत होतो.

छडी आणताच वर्गातल्या प्रत्येक मुलाच्या हातावर तीन-तीन छड्या उपसल्या गेल्या. साधा सुस्कारासुद्धा न काढता वर्ग ही शिक्षा निमूटपणे भोगत होता, सोशीत होता.

शिक्षा संपली, छडी खाली ठेवली गेली आणि हेडमास्तरनी आमच्याकडे वळून पाहिले.

त्यांच्या डोळ्यांतून अश्रू ओघळत होते. आम्ही अस्वस्थ झालो.

शिक्षा करणाऱ्या खविसाच्या डोळ्यांत पाणी? पण पाणी खळाळत होते. शिक्षेपेक्षा आम्ही यानेच जास्त अस्वस्थ झालो. खादीच्या खरखरीत रुमालाने त्यांनी डोळे कोरडे करण्याचा यत्न केला आणि ते सद्गदित आवाजात म्हणाले,

"मुलांनो, तुम्हांला मी आज शिक्षा केली. जी छडी मी इतरांना वापरू देत नाही, ती मी वापरली. कठोरपणे वापरली. मुलांचा मी मित्र आहे. तुमचे म्हणणे मला ऐकायचे होते. तुमच्याशी हितगुज करायचे होते, पण त्याऐवजी मला छडी वापरावी लागली. मोठ्या उमेदीने या नामवंत शाळेत मी आलो. या शहरातल्या उत्तमोत्तम कुटुंबांतल्या मुलांचा मित्र व्हायला आलो; पण पहिल्या घासालाच खडा लागला. आज ज्या छड्या मी तुमच्या हातांवर मारल्या, त्या मी तुम्हांला मारल्या नाहीत. ते मी मलाच मारून घेतल्यासारखं मला वाईट वाटतंय. त्या छडीचे वळ माझ्या हृदयावर खोलवर उमटले आहेत. या व्यवसायात पडल्याचा जो आनंद वाटे, तो सारा आज अचानक संपल्यासारखा वाटतो. मुलांनो, तुमच्यापैकी खरोखरच कोण कोण ओरडले, हे मला आतासुद्धा नाही का सांगू शकणार?"

बिचकत बिचकत चार-दोनजण उठले. मग सारेजण उठले, ताठ उभे

राहिले.

आणि मग समोरच्या शिक्षकांच्या डोळ्यांतले अश्रू निघून गेले. तिथे एक अद्भुत आनंद विलसू लागला. हर्षभरित होऊन ते म्हणाले, ''मुलांनो, अपराध कबूल करायला सर्वांत मोठं धैर्य लागतं. ते तुम्ही दाखवलंत. मी तुमचा फार आभारी आहे. तुमच्यांत एकजूट आहे. तुम्ही शिक्षेला भ्याला नाहीत. तुमच्यांत धैर्य आहे. उद्या तुम्ही फार मोठे नागरिक व्हाल. तुमच्यासारख्या मुलांचा मी शिक्षक होतो, याचा मलाही अभिमान वाटेल. पण तुमच्या गुणांना थोडी शिस्त नको का? वडीलधाऱ्या शिक्षकांविषयी आदर नको का? तुमची काही तक्रार असली, तर तुम्ही तुमच्या या मित्राकडे केव्हाही या... आता आपण एक सुंदर इंग्रजी कविता वाचू या.''

वर्ड्स्वर्थची 'सॉलिटरी रीपर' आम्ही त्या दिवशी शिकलो, पण आम्ही त्याहून खूप काही शिकलो.

मग नानांची आमची मैत्री जमली. अन् मग आम्ही मागू, ते असाध्य असले, तरी नानांनी दिले आणि आम्हांला सर्वांशाने व्यापून टाकले.

त्या विद्यार्थिवेड्या शिक्षकाचे नाव आहे, कै. ना. ग. नारळकर.

आता उरल्या आहेत केवळ त्यांच्या स्निग्ध आठवणी.

-०-०-०-

.९.

मित्रा, पुन्हा केव्हा भेटशील आता !

सकाळचे साडेसहा वाजले आहेत. नेहमीच्या सवयीप्रमाणे चार-साडेचारला उठून मी माझ्या नित्यक्रमाला सुरुवात केली आहे. अजून वृत्तपत्रे आली नाहीत, म्हणून मी इकडेतिकडे फेऱ्या मारून वेळ काढतो आहे. तोवर फोन खणखणला आणि रमेश मंत्रीचा आवाज फोनवर ऐकू आला, ''सी. रामचंद्र गेले!''

बातमी आश्चर्यकारक होती. कारण दोन दिवसांपूर्वीच रमेश मंत्री पुण्यात भेटले होते, तेव्हा सी. रामचंद्र कदाचित सुधारतील, असेही ते म्हणाले होते. या आठवड्यात मुंबईला जाऊन अण्णांना एकदा भेटलं पाहिजे, असं मी मनाशी ठरविलं होतं; पण आता ते सारं संपलं. आता अण्णांना भेटायचेच असेल, तर अलूरकरकडे जाऊन 'समाधी', 'अलबेला' यांसारख्या जुन्या चित्रपटांच्या ध्वनिमुद्रिकांच्या सुरातच त्यांना शोधले पाहिजे. तिथेच ते भेटतील. कठोर स्वरांना मुलायम करणारा हा सुरांचा बगिचा कधीही कोळपणार नाही. कारण कलावंतांचे देह जरी त्यांच्याच मालकीचे असले, तरी त्यांची कला मात्र माझ्यासारख्या अनगड रसिकांच्या मालकीची असते. अजूनही जिची बरोबरी करता आलेली नाही, अशी 'अलबेला' तली 'निंदिया आजा री आजा' ही 'लोरी' शिल्लक राहणार आहेच ना? अशा अशरीरी सुरांना वार्धक्य येणार कसे?

सी. रामचंद्रांचा मृत्यू मला अनपेक्षित होता. कारण

त्यांची माझी दोन-तीन महिन्यांपूर्वी गाठ पडली होती, तेव्हा ते मस्तवालपणे आपल्या धुंदीतच वावरत होते. "मी लगेच मुंबईला येतो", असं मी मंत्रींना म्हणालो. पण ते काही खरे नव्हते. कारण आता मी मुंबईला जाऊन काय पाहणार? आत्मा किंवा चैतन्य नसलेलं सी. रामचंद्रांचे शरीर पहाण्यासाठी मी मुंबईला जाणार नाही. माझी व सी. रामचंद्रांची जवळीक होती, हे इतरांना दाखविण्यासाठी का मुंबईला जायचे? एकतर हॉस्पिटलमध्ये आजाराशी झुंज देणारे माझे मित्र मला मुळीच पाहवत नाहीत. मृत्यू पावलेले माझे मित्र किंवा त्यांचे उजाड झालेले घर तर मला खायला उठते. बापूसाहेब माटे व अण्णा माडगूळकर यांच्या घरात मी अजूनही जाऊ शकलेलो नाही. माझे हे वागणे मूर्खपणाचे आहे, हे मला कळते; पण योग्य वेळेला ते मनाला पटविता येत नाही, त्याला मी तरी काय करू? ज्या आपल्या सुहृदांत आपली भावनिक गुंतागुंत झालेली असते, त्यांचा मृत्यू म्हणजे पर्यायाने आपलाच झालेला मृत्यू असतो. आपलाच एखादा अवयव गळून पडावा, अशी त्या वेळी जाणीव होते. आपले आयुष्य म्हणजे एखाद्या थिजलेल्या थेंबासारखे होऊन जाते. आपली सारी दुनिया आबादीआबाद असते, तोपर्यंत आपण प्रौढ वा वृद्ध झालो, याची जाणीव होत नाही; पण आपला एखादा ज्येष्ठ मित्र वारला, म्हणजे आपल्याला एकदम कुरूप म्हाताऱ्याची कळा येते. मृत झालेला आपला मित्र वयस्क होऊन मृत्यू पावला, हे सारे समजते; पण त्याच्याबरोबर आपणही मोठे होत गेलो, हे आपल्या लक्षातच येत नाही. म्हातारपण आपल्या दरवाजाशी आले, हे सांगण्यासाठी अप्पासाहेब फडके, अण्णा माडगूळकर, बा. भ. पाटील यांसारख्या घंटा वाजू लागतात. मनुष्य हा कोडगा असल्यामुळे आणि विसरण्याची शक्ती त्याला असल्यामुळे असले आघात पचवत पचवत तरीही तो जगत असतो.

ज्याच्याबरोबर अनेक रात्री धुंदीच्या कैफात घालवल्या, असा अण्णा चितळकरसारखा मित्र गमावला, की पुन्हा एकदा नवी थप्पड बसते. उद्दामपणाचे आणि अहंकाराचे सारे बुडबुडे फुटून जातात. आयुष्याची आवराआवर करण्यासाठी उरलेला थोडा काळ अपुरा आहे, याची जाणीव होते. स्वतःचा मृत्यू त्या मानाने सोपा असतो. कारण जखमा व्हायला जाणीव शिल्लकच राहत नाही. मित्राचा मृत्यू अधिक दुःखदायक असतो. हे दुःख अनेकपदरी असते. त्यामुळे या जगाच्या सूत्रचालकाचा विचार करावासा वाटतो. लक्षात येते की परमेश्वराशी आपल्या आयुष्याचा करार आपण जाणीवपूर्वक केलेला नाही काय? कराराच्या अटींचे आपण पालन केलेले नाही, हा आपलाच दोष आहे. पंचेंद्रियांच्या रूपाने

मित्रा, पुन्हा केव्हा भेटशील आता ! / ६७

सूत्रचालकाने आपल्यावर बरीच जोखीम टाकली होती. कुणी इंद्रियांचा अजिबात वापर करत नाही किंवा त्यांना तंदुरुस्तही ठेवीत नाही, तर कुणी आपल्या इंद्रियांचा अतिरिक्त वापर करून मृत्यूची बस धावतपळत गाठण्याचा प्रयत्न करतात.

सूर आणि मद्य ही सी. रामचंद्रांच्या आयुष्यात महत्त्वाची जीवनद्रव्ये होती. सूर नसते तर रामचंद्रांचा सी. रामचंद्र हा कलावंत झाला नसता. मद्य नसते, तर सी. रामचंद्रांचे स्वरांचे मनोरे उभेच राहिले नसते. मद्य आणि कलावंत यांचे नाते काय असते, ते सांगण्यात अर्थ नाही. प्रत्येक सर्जनाला घामाची, रक्ताची किंमत मोजावी लागते. अस्सल कलावंत ती किंमत मोजता मोजता पार रिकामा होऊन जातो. कधी कौतुकाने, कधी मद्याने कलावंत ती पोकळी भरून काढीत असतो. कलावंताला गणित येत नाही, म्हणून त्याचे हिशेब नेहमी चुकतात. हिशेब चुकतात, तेच ठीक आहे. एरव्ही एक व्यवहारचतुर माणूस म्हणूनच त्याला आप्तजनांनी वाखाणले असते. रसिकांच्या अंत:करणापर्यंत पोचण्यासाठी कलावंताला खूप काही द्यावे लागते. पाच-पंचवीस वर्षे लळत लोंबत जगण्यापेक्षा कलावंताने धूमकेतूप्रमाणे प्रकाश देत देत चैतन्यात विलीन व्हावे, हेच खरे!

सी. रामचंद्रांची आणि माझी ओळख पंधरा-सोळा वर्षांपूर्वी झाली असावी. पुण्यात मी आणि बाळ सामंत एक पार्टी आटोपून उतररात्री जंगली महाराज रोडवरून परतत होतो. पार्टी एकदम भिकार झाली होती. त्यामुळे आम्ही दोघेही अस्वस्थ होतो. तेवढ्यात बाळ सामंत म्हणाला, ''अण्णांकडे जाऊ या?'' मी नाही कशाला म्हणू? आम्ही जेव्हा संभाजी पार्कसमोर अण्णांच्या घरात गेलो, तेव्हा माडगूळकर, भावे यांच्यासमवेत पार्टी ऐन रंगात आली होती. आपापल्या क्षेत्रातले हे दिग्गज अण्णांना सिंहासनावर बसवून शब्द-सुरांशी झोंबी खेळत होते. आता ते तिघेही अस्तित्वात नाहीत. ती माझी आणि चितळकर अण्णांची पहिली भेट. तेव्हा त्यांची ओळख मला झाली; पण माझी काही त्यांना झाली नाही. कुणालाही आपण होऊन आपली ओळख करून द्यावी, असे मला कधीच वाटले नाही.

पुढे एक दिवस अचानक वसंत पोतदार अण्णांना घेऊन माझ्या नारायण पेठेतील घरात आले. वसंत पोतदारांनी माझ्याबद्दल अण्णांना भरमसाठ सांगून ठेवले असावे. 'गीत गोपाल' चा मुंबईत पहिलाच प्रयोग होता आणि मी त्याला हजर राहावे, अशी विनंती करायला ते आले होते. संगीतातले मला काही कळत नाही, अन्य कारणांमुळे मला येणे शक्य होणार नाही, अशा मी अनंत सबबी

पुढे केल्या; पण काही उपयोग झाला नाही. मला जावेच लागले.

त्या कार्यक्रमात फार मोठे मशहूर गायक गायले आणि नामांतिक वादनकार साथीला होते. तो कार्यक्रम विलक्षण चांगला झाला, याचे एकमेव कारण वेगवेगळ्या थाटांतल्या अण्णांच्या रचना हेच होते. तो कार्यक्रम लोकांना आवडला; त्यांनी 'गीत गोपाल' सादर केले ते गुणांच्या दृष्टीने कुठेही उणे नव्हते. त्याची निर्मितिमूल्ये प्रथमश्रेणीची होती. पण तो प्रयोग खर्चिक होता, त्यामुळे आर्थिक दृष्ट्या यशस्वी होऊ शकला नाही. त्याचे पुन्हा पुन्हा प्रयोग करणे म्हणजे तोट्याला निमंत्रण देण्यासारखे होते.

सी. रामचंद्रचा कोणताही कार्यक्रम आर्थिकदृष्ट्या यशस्वी होणार नव्हता. सहकारी कलावंतांना भरपूर बिदागी देणे, त्यांच्या लहरी सांभाळणे, खास गाड्या करून या गावाहून त्या गावाला नेणे आणि स्वत:च्याच बरोबरीने सर्वांना खाऊ-पिऊ घालणे यामध्ये ते अफाट पैसा खर्च करायचे. 'भुलाए न बने' हा त्यांच्या स्वत:च्याच रचनांचा कार्यक्रम, गीतागोपाल किंवा मराठी गाण्यांचा त्यांनी केलेला कार्यक्रम हे आर्थिक दृष्ट्या कधीच यशस्वी झाले नाहीत. हळूहळू काटकसरीचं धोरण धरून गायक बदलले, वादक बदलले, तरी खर्चाची तोंडमिळवणी होणे शक्यच होईना. कारण नसताना अण्णांनी नवीन अपयशे स्वीकारू नयेत, असे मी त्यांना सदोदित सांगायचो. त्यांनाही ते पटायचे. प्रकाशात राहणाऱ्या कलावंताना अंधारात राहता येत नाही. मग कुणीतरी भरीला घालायचे आणि अण्णा एकामागोमाग एक लहान-मोठी अपयशी वाटचाल करीत राहायचे. मला याची खंत वाटायची. 'भुलाये न बने' या त्यांच्याच गीतांच्या कार्यक्रमाचे पहिले काही प्रयोग सी. रामचंद्रांच्या नावावर गाजले. पण लता मंगेशकरच्या आवाजातील गाणी कुठल्यातरी नवागत मुलींच्या तोंडून कोण ऐकणार? एके काळी सी. रामचंद्रांचा आवाजही चांगला होता, पण त्यांचाही आवाज अनेक कारणांमुळे आपले तेज घालवून बसला होता. महंमद रफी, मन्ना डे, तलत महमूद किशोरकुमार यांची गाणी त्यांच्या तोंडून ऐकताना कसेसेच वाटत होते.

त्यांना मी म्हणालो,

"आता हे कार्यक्रम बंद करा; कारण आता त्यात काही दम नाही."

माझ्यावर ते भडकले आणि मला ते म्हणाले,

"मी अजूनही, 'ऐ मेरे वतन के लोगों' हे गाणं म्हणून लोकांच्या डोळ्यांतून पाणी आणू शकतो."

मी हसलो आणि म्हणालो,

"अहो, हे गाणं मी म्हणालो, तरी लोकांच्या डोळ्यांतून पाणी येईल. कारण तुमची चाल चांगलीच आहे. नाही असे नाही; पण गाण्याचा भावार्थ हृदयाला हात घालील, असा आहे. लताबाईंच्या गळ्यातून हे गाणं ऐकताना जसा करुण रसाचा सागर उभा राहतो आणि कालवाकालव होते, तशी ती तुम्ही गाऊन कशी होणार?"

हे ऐकून ते आणखीनच भडकले. पुरुषाचा आवाज स्त्रीपेक्षा कसा अधिक चांगला असतो आणि आवाजाचा पल्ला (रेंज) आणि रुंदी ही केवळ पुरुषालाच कशी शक्य आहे, यावर ते तावातावाने बोलू लागले. ते तावातावाने बोलत होते आणि मी त्याकडे संपूर्ण दुर्लक्ष करून समोरचे मद्य पीत होतो. मला खरेतर त्यांना खूप काही सांगायची इच्छा होती; पण ग्रहण लागलेल्या सूर्याला आणखी दुःख द्यावे, अशी मला इच्छाच राहिली नाही. कलावंत अपयश स्वीकारण्यापेक्षा तेच यश कसे आहे, हे सांगण्याची धडपड करतात, त्याच्याइतके केविलवाणे काहीही नसते.

त्या दिवशी रात्री खिन्नपणाने मी घरी परत गेलो, ते परत त्यांची व माझी परत भेट होणार नाही, या कल्पनेने. सी. रामचंद्रांसारख्या कलावंतांच्या भोवती असतात, ते सगळे स्तुतिपाठक. त्यामुळे कसलाही विरोध त्यांना सहन होत नाही आणि समजतही नाही. पण अण्णा त्या बाबतीत सुदैवी गृहस्थ होते. थोडा काळ गेला, की त्यांना वस्तुस्थितीची जाणीव येई. ते चांगले गृहस्थ होते, त्याहून चांगले मित्र होते, आणि त्याहूनही कलेचे मर्म समजावून सांगणारे रसिक मित्र होते.

पुण्याच्या पुढच्या मुक्कामात त्यांचा फोन आला. "मी निघालो आहे. आपण टर्फ क्लबवर जाऊ." सूर्यप्रकाशात मद्य घेण्याची माझी रीत नव्हती. पण आण्णांना नाराज करायचे नव्हते. निदान ते आलेले असताना तरी नाराज करायचे नाही, असे ठरवून मी त्यांच्याबरोबर टर्फ क्लबवर गेलो. एखाद्या दिवसाचा योग असतो. तेही ऐकण्याच्या मूडमध्ये होते, मीही सांगण्याच्या मूडमध्ये होतो. मी त्यांना एक गोष्ट सांगितली, 'अंकुर' या माझ्या कादंबरीचीच ती गोष्ट होती. सिनेमावाल्यांना गोष्ट सांगताना एक तंत्र वापरावं लागतं. त्यांच्यापुढे प्रसंग हुबेहूब उभे करावे लागतात. त्या गोष्टीत मी आणि अण्णा इतके रंगलो, की जवळपास दोन तास ती गोष्ट मी सांगत होतो.

गोष्ट संपतासंपताच ते म्हणाले,

"लेट अस सेलिब्रेट!"

अगोदरच मद्य खूप पिऊन झालं होतं. मग सेलिब्रेट कशासाठी करायचं, हा माझ्यापुढे प्रश्न होता. मी म्हणालो,

"सेलिब्रेट करण्यासारखं काय झालं आता?"

"कमाल करता बेहेरेबुवा! अहो, मला कथालेखक मिळाला. या गोष्टीवर मी चित्रपट काढणार."

मी चाटच पडलो. ही गोष्ट चित्रपटाला मुळीच उपयोगी नाही, असे माझे मत होते. पण थोडे मद्य, थोडी माझी निवेदनशैली आणि थोडा उत्साह या बळावर अण्णांनी हा निर्णय घेतला असावा.

'घरकुल' चित्रपटाचा जन्म असा त्या दिवशी झाला. अगदी अचानक! त्या चित्रपटाला महाराष्ट्र सरकारची दहा-अकरा पारितोषिके मिळाली; पण फक्त कथेचे पारितोषिक या चित्रपटाला मिळू शकले नाही. मग लक्षात आले, की आपण समाजात इतक्या लोकांना सारखे दुखवीत असतो, की जेव्हा त्यांना संधी मिळते, तेव्हा त्याचा बदला त्यांनी का बरे घेऊ नये? कथा चांगली नसेल, तर चित्रपटकथा तरी कशी चांगली होणार? आणि संवाद तरी कशावर लिहिणार? अर्थात पारितोषिक मिळाले नाही, याचे मला काडीचे दु:ख झाले नाही. कारण मला ती करिअर करायचीच नव्हती! हा चित्रपट निघाला हा मुळातच अपघात होता.

राजा ठाकूर हा त्यातल्या त्यात एक समजदार दिग्दर्शक अशी माझी समजूत होती; पण त्याने आणि सी. रामचंद्र यांनी कथेत इतके आचरट बदल केले होते, की या कथेवर मूळ कथालेखक म्हणून माझे नावसुद्धा घालू नका, असे मी त्यांना सांगितले होते. एवढेच नव्हे तर कथेची चर्चा करीत असतानादेखील मी मग एकदाही गेलो नाही, किंवा पुन्हा पुन्हा हैदराबादहून अण्णांचा फोन येऊनसुद्धा तेथे जाण्यास मी नकार दिला.

या कथेचे वाटोळे करण्यापूर्वीच कथेतील गाणी ध्वनिमुद्रित करण्याचे ठरले होते. त्यासाठी मात्र मी मुंबईला गेलो होतो. त्यांनी माझी सर्वांशी अगत्यपूर्वक ओळख करून दिली आणि ध्वनिमुद्रणास आरंभ झाला. पहिलेच गाणे काही केल्या रेकॉर्ड होईना. आशाबाई गाणे गात होत्या, तरी पाच-सहा रीटेक्स होऊनही ते गाणे रद्द करण्यात आले. मग ध्वनिफितीवर एक गाणे वाजू लागले. गाणे ऐकताच एकदम पायांनी ताल धरला. माझे स्मरण बरोबर असेल, तर अरुण सरनाईक आणि प्रमिला दातार हे गाणे म्हणत होत्या. ते गाणे होते; 'पप्पा सांगा कुणाचे?' मग एकदम बॉम्बे साउंड स्टुडिओचा स्टुडिओ गानमुग्ध झाला

आणि एक-दोन रीटेक्सने हे गाणे ध्वनिरेखित झाले. नंतरची गाणीही तितक्याच गतीने ध्वनिमुद्रित झाली.

नंतर तीन-चार महिन्यांनी 'घरकुल' चा प्रीमिअर-शो मुंबईच्या मॅजेस्टिक चित्रपटगृहात होणार होता, त्याचे मला अण्णांनी फोनवर निमंत्रण दिले. त्याला मी नकार दिला. कारण तोपर्यंत कथेत काही अशक्यप्राय बदल झाले होते, हे मला कळले होते. शिवाय जाहिरातीत आणि टायटलमध्येही माझे नाव नाही, हेही मला कुणीतरी सांगितले होते. तेव्हा या चित्रपटाशी तसा माझा काही संबंध नव्हता. मग पुन्हा रात्री अण्णांचा फोन आला आणि ते मला म्हणाले,

"तुम्ही आला नाहीत, तर किती वाईट दिसेल. बेहेरेबुवा, माझ्यासाठी तरी या प्लीज!"

भिडस्तपणाने दोस्ताना म्हणून मुकाटपणे मी मुंबईला गेलो आणि मॅजेस्टिक चित्रपटगृहात गेलो. तेथे सी. रामचंद्र नेहमीप्रमाणे आपल्याजवळचे सीटनंबर घरी विसरून आले होते. म्हणून मला अत्यंत मानहानिकारक जागेत बसून तो चित्रपट पाहावा लागला. चित्रपटातील काही फिल्म फॉग झाली होती. तरीपण पुन्हा शूटिंग करून चित्रपटाचा फायनल प्रिंट तयार केला होता आणि माझे नाव घाईगर्दीने टायटलमध्ये घुसडलेले मला दिले. चित्रपटाचा काही भाग फार चांगला होता. अगदी अमेरिकन चित्रपटाइतका सफाईदार होता, तर काही भाग हिंदी चित्रपटाला शोभेल, असा भडक आणि उथळ होता. पण चित्रपटाच्या सुरुवातीलाच नायक-नायिकेच्या सुखी संसाराचे सुरेख चित्रण होते आणि चित्रपट सुरू होताक्षणीच पूर्वपरिचित गाणे सुरू झाले.

"पप्पा सांगा कुणाचे...."

हे गाणे हळूहळू कानांत ठिबकत होते आणि सारे राग-लोभ या गाण्याच्या सुरात वितळून जात होते. या चित्रपटाच्या गोष्टीशी मी कुठेतरी संबंधित आहे, याचाही मला विसर पडला. एकदा मीपण हरवले की, मग राग, रुसवे संपून जातात. मग उरतो, तो निखळ आनंद. आता तर तो केवळ सी. रामचंद्रांच्या स्वरांचा आनंद नव्हता, त्यात गाण्यातील भावनांच्या छटाही मिसळल्या होत्या व गृहस्थी जीवनाची एक तृप्तताही जयश्री गडकर आणि अरुण सरनाईक यांच्या चेहऱ्यांवर निथळत होती. मूळ 'अंकुर' या कादंबरीत अशाच एका तृप्त जीवनाचे चित्रण माझ्या निकटच्या नातेवाइकांवरून मी रंगवले होते. ते प्रत्यक्षात माझ्यासमोर साकार झाले. कुठेतरी साफल्याची जाणीव उत्पन्न झाली.

असेच जर साऱ्या चित्रपटाचे चित्रण झाले असते, तर तो मराठीतील एक

श्रेष्ठ चित्रपट झाला असता. पण मांजरपाटाच्या वस्त्राला रेशमी ठिगळे जोडली, तरी संपूर्ण सलग वस्त्राची योग्यता त्या वस्त्राला कशी येणार? तसेच या चित्रपटाचे झाले होते. मध्यंतरात चार लोकांची कौतुके ऐकली– खरी खोटी. बाळासाहेब ठाकरे यांनी तर हा चित्रपट हिंदीत काढा, आपण लागेल ती मदत करू असे सांगितले. मी चकितच झालो! चित्रपट संपल्यावर मी एक मिनिटही तेथे थांबलो नाही. कारण मला सी. रामचंद्रांना तोंड दाखवायचे नव्हते. चित्रपटाच्या यशापयशामुळे निर्माते, दिग्दर्शक सारेच हळवे झालेले असतात. मी आपला खालच्या मानेने बाहेर पडलो आणि माधव मनोहरांच्या घरी मुक्कामाला पोचलो.

दुसऱ्या दिवशी, 'ऐ मेरे वतन के लोगों' या गीताचे कवी प्रदीपजी यांना घेऊन माझा शोध घेत घेत सी. रामचंद्र माझ्या घरी आले. मी कुठेतरी दुखावलो आहे, याची त्यांना जाणीव होती. म्हणून एकटे न येता अशा एका व्यक्तीला बरोबर घेऊन आले, की तिच्यासमोर मी त्यांच्यावर रागावूही शकत नव्हतो, असे त्यांना वाटले. उलटपक्षी, मला ती सोयच वाटली. कारण कवीच लेखकाचे दुःख जाणू शकेल, या भरवशावर मी त्या दिवशी जेवढी शक्ती होती, तेवढी पणाला लावून सी. रामचंद्रांची निर्भर्त्सना केली. अर्थात एका गोष्टीचे विस्मरण पडू दिले नाही; ती म्हणजे एका मद्याच्या साक्षीने त्यांना ही कथा दोस्ताना म्हणून मी नजर केली होती. नजर केलेल्या वस्तूचे घेणाऱ्याने काय करावे, हे आपण कसे सांगणार? पण ती वस्तू माणसांची होती आणि त्या माणसांच्या आयुष्याला मी अर्थ आणला होता. सी. रामचंद्रांसारखा अफलातून कलावंत असला म्हणून काय कोणा जिवंत माणसाचे त्याने वाटेल ते करावे की काय?

चित्रपटसृष्टीतील हा बादशाह खुशामतीचे शास्त्रही जाणत होता. मद्याचे चार घोट पोटात गेल्यावर मुळातच हळवा झालेला मी सी. रामचंद्रांच्या अधिकच हळव्या शब्दांनी सुखावलो. 'नास्तिक' पासून ज्या कवीच्या गीतांचा मी चाहता, त्या गीतकाराच्या संगतीचा माझ्यावर परिणाम होत होता. सिनेमासृष्टीत दंतकथेचा नायक झालेल्या सी. रामचंद्रांना कोणीएक फालतू लेखक चार शब्द सुनावतो आहे, हे मोठ्या कौतुकाने प्रदीपजी पाहत असले पाहिजेत. 'हिल टॉप' मधील बाररूममध्ये आमच्याकडे डोळे लावून पाहणाऱ्या सुखवस्तू माणसांनाही हे दृश्य थोडे अनोखे वाटत असणार.

आमची मैत्री त्या सोनेरी लवलवत्या सलील मद्याबरोबर झालेली होती. तिला अनुराग माहीत होते; राग माहीतच नव्हते. कालपासून माझ्या मनात एका गाण्याचा ताल सारखा घुमत होता आणि तो ताल मला रागवायला प्रतिबंध

मित्रा, पुन्हा केव्हा भेटशील आता ! / ७३

करीत होता. तो तालच नव्हे तर ते शब्द आणि सूरसुद्धा! जी चूक दुरुस्तच करता येत नाही, त्यासाठी करून घ्यायच्या दु:खालाही मर्यादा असते, आणि माझी कथा बिघडली, म्हणून आकाशपाताळही एक झालेले नव्हते. मी अण्णांना म्हणालो,

"जाऊ दे! तुमचा गुन्हा मी एका अटीवर माफ करीन. जर मला तुम्ही ते गाणं म्हणून दाखवलंत तर!"

आणि त्यांनी कोणते, असा प्रश्न विचारण्याच्या आतच मी ते गाणे गुणगुणायला आरंभ केला होता आणि त्यांचा स्वर माझ्या स्वरात केव्हा मिसळला आणि माझा लुप्त झाला, हेही मला कळले नाही. कसलीही साथसंगत नसताना– छे, छे! नसताना कशी?– खरीखुरी संगत तर त्यांना या घटकेलाच लाभली होती. माझी, प्रदीपजींची आणि खरं सांगायचं, तर 'अंकुर'ची गोष्ट मी प्रथम त्यांना सांगितली, त्या साऱ्या आठवणींची. अगदी हलक्या आवाजात ते माझ्याचसाठी गाऊ लागले,

"पप्पा, सांगा कुणाचे?"

गाणे संपले, तेव्हा बारमधील सगळे आवाज संपलेलेच होते. कुणी कितीही आग्रह केला असता, तरी त्यांना जे भाग्य मिळाले नसते, ते त्यांना विनासायास आणि विनामूल्य मिळाले होते. तो अनोखा आनंद प्रत्येकाच्या डोळ्यांत जाणवत होता, पण तिकडे लक्ष द्यायला आम्हांला फारसा वेळ नव्हता. आता दुरावा संपलेला होता. नव्या चित्रपटांची स्वप्ने, नव्या कथांची साम्राज्ये, प्रदीपजींची नवीन गाणी असं कितीतरी बोलण्यासारखे शिल्लक होते. त्या बाररूममध्ये आम्ही फक्त तिघेच उरलो होतो. म्हणजे बाकीचे असून-नसून सारखेच होते.

अण्णांची-माझी ओळख त्यांचा वैभवाचा काळ संपल्यावर झाली. त्यांचे राज्य तसे खालसा झालेले होते. पण प्रत्येक राजाच्या जशा दंतकथा असतात, तशा त्या सूरसम्राटाच्या दंतकथा चविष्टपणे घोळवल्या जात असत. त्यांच्या ऐन उमेदीच्या काळातील संगीतरचनांवर इतर अनेकांप्रमाणे मीही खूप आशक झालेलो होतो. आणि केव्हातरी हा माणूस भेटावा, अशीही इच्छा होती. त्यांची कितीतरी गाणी माझ्या डोक्यात भिरभिरत असत. एके काळी 'अलबेला' तलं 'निंदिया आजा, रे आजा' हे गाणं गाऊन झाल्याशिवाय आम्हा मित्रांच्या मद्याच्या पार्टीची सांगता होत नसे. सी. रामचंद्रांच्या बऱ्याच गाण्यांनी भारून गेलेले माझे अनेक मित्र त्यांची बरीच गाणी तोंडपाठ म्हणून दाखवीत असत.

सी. रामचंद्र हा तसा अहंकारी माणूस होता. पुरेसा उद्दाम होता. म्हणून वाकण्यापेक्षा मोडणे त्यांनी पसंत केले. माझ्यासारख्या निकटवर्तीय मित्रांना ते मोडणेही सुंदर पण तरीही क्लेशदायक वाटले. पुन्हा पुन्हा प्रकाशात येण्याचा सी. रामचंद्रांचा हट्ट कधीकधी विवेकाची सीमा सोडून जाई.

माझी त्यांच्याशी पुष्ळकदा भांडणे झाली. या भांडणात लताबाईंबद्दल ते वैतागाने आणि कधी-कधी सूडबुद्धीने गलिच्छ भाषा वापरायचे. लताबाईंचे आणि त्यांचे काय संबंध होते, हे त्यांनी कितीही सांगितले, तरीही लोकांना नीटसे कळणे शक्य नव्हते. त्यात दुखावलेल्या प्रियकराचा क्षोभ होताच; पण पराभूत कलावंताची मानहानीसुद्धा होती.

लताबाईंनी 'फिल्मफेअर' मधील मुलाखतीत आपल्या कलाजीवनाचा आढावा घेतलेला होता. असे असूनही 'सी. रामचद्रां'चा कुठेही उल्लेख नव्हता. दहा-बारा वर्षांहून अधिक काळपर्यंत लताबाईंनी, सी. रामचंद्रांनी स्वरबद्ध केलेली अनंत गाणी गायिली व जीवनाची सोबतही केली. त्या सी. रामचंद्रांना लताबाई विसरल्या आणि सूडबुद्धीने वागल्या, म्हणून मला विलक्षण वाईट वाटले. वैयक्तिक जीवन आणि कलाजीवन असा भेद त्या करू शकल्या नाहीत. पंतप्रधान नेहरू, इंदिरा गांधी, लताबाई आणि सी. रामचंद्र यांच्या फोटोतला सी. रामचंद्रांचा भाग कापून तो फोटो त्या मुलाखतीत वापरला, ही गोष्ट मला अतिशय संतापजनक वाटली. 'सूरसुद्धा सच्चे हवेत', असा लेख मी त्यामुळे 'सोबत'मध्ये लिहिला. अण्णांनी तो लेख वाचून मला फोन केला. मी त्यांना हिंगण्याला बांधलेल्या माझ्या नवीन घरी येण्याचे निमंत्रण दिले. वाटेत त्यांची गाडी बंद पडली. त्यांना एका टॅक्सीवाल्याने केवळ 'सी. रामचंद्रां'च्या प्रेमाखातर माझ्या घरापर्यंत आणून सोडले. ते घरी आले. मद्याचा घोट घेत घेत त्यांनी बोलायला सुरुवात केली.

त्यांचे अधूनमधून एक पालुपद असे, की तुम्हाला लता समजणार नाही. लताबाईंनी सी. रामचंद्रांवर अन्याय केला, म्हणून मी लेख लिहिला आणि एरव्ही लताबाईंबद्दल अशिष्ट भाषा वापरणारे सी. रामचंद्र जणू काही लताबाईंवर मीच अन्याय केला, अशा थाटात मला आज लताबाईंचे मोठेपण समजावून देत होते. लताबाईंच्या आवाजाची जात, गाण्याचा अर्थ समजावून घेण्याची क्षमता आणि चालीच्या मर्यादेत स्वत:च्या प्रतिभेने निर्माण करीत असलेले बारकावे त्यांनी समजावून सांगितले. माईकबद्दल लताबाईंची समज, त्यांचे शब्दोच्चार हे सारे तास-दोन तास ते मला सांगत राहिले. लताबाईंचा आणि माझा चांगला स्नेह

आहे आणि त्यांच्या स्वरांचा जो अर्थ कधी समजला नसेल, तो अर्थ उलगडून दाखविणारा एक श्रीमंत समीक्षक माझ्यासमोर उभा होता. सी. रामचंद्रांची गाण्याबद्दलची समज केवळ स्वररचनेतून व्यक्त होत असेल, असे ज्यांना वाटते, त्यांनी त्या दिवशीचे लतासंबंधीचे भाष्य ऐकायला हवे होते. त्या साऱ्या बोलण्याचा ध्वन्यर्थ एवढाच, की लता ही एक शापित यक्षिणी आहे. तिला शिव्या देण्याचा अधिकार फक्त सी. रामचंद्रांनाच आहे. आमच्यासारख्यांनी तिच्याबद्दल काहीही लिहिता कामा नये. मग माझ्या लक्षात आले, की सी. रामचंद्रांच्या मनात लतासाठी एक खास कोपरा ठेवला आहे आणि स्वत: दुखावल्यामुळे किंवा लता गमावल्यामुळे कलावंताला न शोभणारे विसंवादी सूर त्यातून अधूनमधून बाहेर पडत असतात.

त्यांच्या मुलाच्या वाढदिवसासाठी त्यांनी एक पार्टी दिली होती. एका गझलगायकाला मुद्दाम बोलावले होते. मला पार्टीला जायला खूप उशीर झाला. खूप म्हणजे किती, तर पार्टी संपलेली होती व आवराआवर चालू होती. मध्यरात्रीनंतर आलेल्या माझ्यासारख्या मित्राचे त्यांनी स्वागत केले. पुन्हा सुरईचे झाकण उघडले. एवढेच नव्हे तर त्या गझलगायकाला पुन्हा गायला बसविले. पार्टी रंगात आली. घड्याळाचे काटे पुढे सरकू लागले. पहाटेचा थंडगार वारा अंगाला झोंबू लागला. अण्णांना खुशीत कसे आणायचे, ही नस मला सापडली होती. सुरील्या गाण्याचे स्वर किंवा मद्याने भरलेले पेले यांपेक्षाही अण्णांच्या वैभवाच्या काळात त्यांना घेऊन गेले, की त्यांच्या अंगावरची चिरगुटे राजवस्त्रे होत असत, आणि त्यांचे घर राजमहाल होई. काळाला मग थारा नसायचा. मद्याच्या घोटांच्या पायऱ्यांवरून हा सुरांचा बादशहा मोठ्या ऐटीने चालायचा. मग 'अलबेला' चा काळ. 'अनारकली' चा काळ साक्षात उभा राहायचा. तो वेडाबागडा भगवान एके काळीचा अण्णांचा जिवलग दोस्त होता. दारिद्र्यात घालवलेल्या त्या काळाला मग सोनेरी पंख यायचे. मग अण्णांच्या हातात पेटी यायची. माझ्या अर्धवट गाण्याच्या ज्ञानावर मी त्यांना वाटेल ती गाणी गायला लावायचो. एकाच गाण्याच्या चारचार चाली त्यांच्याकडून ऐकताना मला वाटायचे, की शब्दांना मर्यादित अर्थ असतो. पण सुरांना मात्र अमर्याद अर्थ असतो. ज्याचा कोश कधीच रिकामा झालेला नाही, असा हा किमयागार अपयशाच्या रस्त्यावर का बरे पोचला?

अण्णांच्या मुंबईच्या घरात मी दहा-पाच वेळा गेलो असेन, पण पुण्याच्या घरात अनंत वेळा गेलो आहे. मी अण्णांच्यात घरेलू बाप पाहिला आहे, एक

सज्जन गृहस्थही पाहिला आहे. अण्णांना दुसऱ्या पत्नीपासून मुलगा झाला. त्या वेळेस त्यांच्याजवळ असलेले अनावर वात्सल्य मला पाहता आले. त्यांच्या दिलदार दोस्तीचाही आनंद मी घेतलेला आहे. सिनेमाच्या जगात वावरूनसुद्धा हा माणूस खोटा बनला नव्हता. हिंदुत्वाबद्दलचे त्यांचे प्रेम निखळ होते. अनेक स्त्रियांशी संग झाले, मद्यालयात बेहोश होऊन झाले. यशाच्या टोकावरून परतून येणे झाले; पण त्यांचं माणूसपण कधीच हरवले नाही. त्यांच्या संगतीत घालवलेल्या अनेक रात्री साक्षात आज उभ्या आहेत. मित्र म्हटल्यानंतर अमर्याद दोस्ताना ठेवायचा, हा अण्णांचा जीवनधर्म होता.

मी मुंबईत गेलो असताना माझ्या भाचीकडे एक पार्टी होती. मुंबईत असलेले पुष्कळ नामांकित लोक तिथे आले होते. पार्टी चांगली रंगात आली होती. माझे वेडेबागडे कवित्व आणि जाडाभरडा आवाज सहन करण्याचा उदारपणा लोकांनी दाखविला होता. अशा वेळेला तिथे बसलेल्या एक देखण्या पोरटीनं सी. रामचंद्रांची आणि आपली भेट व्हावी, अशी इच्छा व्यक्त केली. डोक्यात मद्य गेलेलेच होते. समोर एक सुंदर निमंत्रण होते. रात्रीच्या चांदण्याने सारे लोक खुळावले होते. अशा वेळेला एक लाडिक हट्ट झाला, तर तो पुरवणे सी. रामचंद्रांचा मित्र म्हणून माझं कर्तव्य होतं. चार-दोन ठिकाणी फोन करून अण्णांचा फोननंबर मिळविण्यात आला आणि मी अण्णांना फोन केला, ''अण्णा, मी बेहेरे बोलतोय.''

''अरे! केव्हा आलात? कुठून बोलताय?''

''मी मुंबईतूनच बोलतोय. बांद्र्याला मी माझ्या भाचीकडे आहे. पार्टी चालू आहे. मी बोलावले, तर तुम्ही याल, असं मी इथं आश्वासन दिलं आहे. मग काय करता?''

''बेहेरेजी, आत्ताच मी आलोय, खूप प्यायलोय. आता चार जिने उतरून दादरहून गाडी चालवत यायचं कसं जमणार मला?''

''तुम्हांला सगळं काही जमू शकेल अण्णा.''

''नाही, येतो मी, पण... एक-दोन मित्रांना घेऊन आलो तर चालेल का?''

''एक-दोनच काय, हव्या तितक्या मित्रांना घेऊन या आणि मैत्रिणींनासुद्धा!''

त्यावर एक बेशिस्त हास्य.

''अरे, मला ते घर तरी कुठं माहीत आहे?''

''माहीत असण्याची गरज नाही. बांद्र्याच्या बॅण्डस्टॅण्डसमोर मी उभा आहे.''

''येतो.''

अण्णा आले. सारी मंडळी आश्चर्यचकित झाली. त्यांच्या मनाच्या यक्षभूमीवर वावरणारा एक यक्ष त्यांच्यासमोर प्रत्यक्ष साकार झाला होता. ते येताक्षणीच त्यांच्या स्वागतासाठी बाकदार भुवया झुकल्या. अनेक साड्यांची सळसळ झाली. फिक्या होत असलेल्या सेंट्सना पुन्हा गडदपणा आला. नव्या बाटल्या खोलल्या गेल्या. पुन्हा पेले भरले गेले. पुरुषांच्या स्त्रिया झाल्या. स्त्रियांचे पुरुष झाले.

एक नव्हे, अशा अनेक आठवणी एकामागोमाग एक आता मनात घोटाळत आहेत. परंतु आता त्या आठवणींना मात्र फक्त सुरांचा स्पर्श होतो आहे. आपल्या आयुष्याचा स्वर जरी कणसुरा झाला, तरी अण्णांचा तो किंचित घोगरा किंचित मधाळलेला स्वर मात्र अस्सलच राहील. मला प्रश्न पडतो, हे सारे कलावंत लोक अस्तंगत झाले म्हणजे जातात तरी कुठे? कारण अरसिक परमेश्वराला त्यांच्याजवळ येण्याची हिंमत नाही किंवा असुरांना या सुरांच्या राजाची महती कळणारच नाही. मला वाटते, तारांगणात अनेक तारे लुकलुकतात, त्यांपैकी एखाद्या ताऱ्यावर हे कलावंत जात असतील आणि तिथून आपल्याला खुणावत असतील.

आता पुण्यास केव्हा येणार बरे मित्रा!

- ० - ० - ० -

.१०.

एकेक पान गळावया... एकेक पान गळावया !

आज 'सोबत' च्या अंकाचे जे मुद्राक्षर आहे, ते मुंबईच्या 'रॅशनल आर्ट्स' या संस्थेने बनविले आहे. पण त्याचा थोडा इतिहास आहे. 'सोबत' च्या एकंदर आर्थिक व्यवहाराला स्वयंपूर्णता हे तत्त्व मी लावत असल्यामुळे, काटकसरीने कारभार करणे आणि आपल्याला परवडेल तेवढीच सौंदर्याची चैन करणे, या गोष्टीचा अवलंब करावा लागतो. मतपत्राचे स्वावलंबन संपले, की त्याचा स्वाभिमानही संपतो. मग कधी जाहिरातदारांकडे भीक मागायला लागते, तर कधी लोकरंजनाचा आश्रय करून बाजारू गोष्टी इच्छा नसताना पतकराव्या लागतात. 'सोबत' चे स्वरूप अधिक आकर्षक करणे सहज शक्य आहे. पण त्यासाठी जे काही एक आर्थिक गणित मांडले आहे, ते थोडे मोडावे लागेल आणि उरलेल्या थोड्या काळासाठी ते मोडण्याची माझी इच्छा नाही.

पण माझ्या या विचाराशी सहमत नसलेले माझे एक मित्र जयंतराव देवकुळे मला म्हणाले,

"तुम्ही काही करत नसलात, तरी मी काही केलं पाहिजे."

ते नुसतं म्हणून थांबले नाहीत, तर त्यांनी चार-आठ दिवसांत 'सोबत' साठी एक नवीन डिझाइन पाठविले. मी आनंदाने त्याचा ब्लॉक करून तो छापायला आरंभ केला. तेवढ्यात रॅशनल आर्टस्‌कडून एक भलेथोरले बिल माझ्याकडे आले.

ते बिल येताच जयंतरावांना मी पत्र लिहिले,

“तुमचं डिझाइन व त्याचं बिल दोन्ही मिळालं. डिझाइन मी वापरले असल्याने बिलाचा चेक सोबत जोडला आहे. पण हा बहुतांशी आपला अखेरचाच व्यवहार होईल; कारण अशा तऱ्हेची सजावट मला परवडण्यासारखी नाही. आता खरंतर तुमचा मुद्रणविषयक सल्लासुद्धा मला घेणं अवघड होणार आहे; कारण तुम्ही एक मुद्रणतज्ज्ञ व मुद्रणसल्लागर आहात. तुमच्या दीर्घकालीन अनुभवांचा फायदा मी विनामूल्य घ्यावा, हे न्याय्य आहे काय? कारण कोणतीही गोष्ट फुकट घ्यावी, असे मला वाटत नाही आणि योग्य किंमत देऊन सर्व गोष्टी विकत घेण्याची माझी ऐपत नाही. मैत्री ठीक आहे; पण व्यावसायिक सल्लामसलत किंवा तुमच्या संस्थांची सेवा ही माझ्या आवाक्याबाहेर आहे.”

हे माझे पत्र जयंतरावांना मिळताच ते पुण्याला आले व मला म्हणाले,

“नजरचुकीने बिल केलं गेलं आहे. तुम्ही माझ्याकडे काहीही मागताना मुळीच अनमान करता कामा नये. तुम्हांला माहीत आहे, की ‘सोबत’ मुळेच तुमची-माझी ओळख झाली आहे.”

ही गोष्ट तर खरीच होती. सुधीर फडके हे जयंतरावांचे मित्र. त्यांनी एकदा ‘सोबत’ चे काही अंक जयंतरावांना वाचावयास दिले. ते वाचल्याबरोबर प्रभावित होऊन जयंतरावांनी मला अभिनंदनाचे व कौतुकाचे पत्र पाठविले. रेखीव, नेटके अक्षर, मोजके शब्द, योग्य तो समास, पत्राची नेटकी घडी, दर्जेदार कागद आणि पत्रातून भरलेला ओतप्रोत जिव्हाळा त्यात होता. नंतरही वेळोवेळी जयंतरावांची पत्रे मला येत गेली. मग फोनवरची संभाषणे सुरू झाली. मैत्रीच्या तारा जुळल्या. मुंबईच्या माझ्या मुक्कामात जयंतराव एक अपरिहार्य अस्तित्व होऊन बसले. माझ्यासाठी ते स्टेशनवर गाडी पाठवीत. मी असेन तेथून मला घेऊन जायला येत. राहायचा आग्रह करीत, पण या सगळ्या त्यांच्या कृतीत रेखीव शिस्त असे. ते एक अंतर्बाह्य इंग्रजी गृहस्थ होते. प्रत्येक गोष्ट वेळेवर करण्याची त्यांची तत्परता आणि कोणतीही गोष्ट वेळेवर न करण्याची माझी तत्परता, यांतून आमची मैत्री टिकली कशी, याचे खरोखरच आश्चर्य वाटते आहे.

अनेक गोष्टींत रस असणारा, जीवन एक आनंदयात्रा मानणारा पण कर्तव्यकठोर असा हा माणूस होता. एका सामान्य चित्रकाराच्या नोकरीपासून प्रयत्नांची पराकाष्ठा करीत करीत मुंबईत एक महाप्रचंड मुद्रण व्यवसाय त्याने उभा केला. प्रचंड अशी मुद्रणालयाची वास्तू उभी राहिली. व्यवसायावर इतकं प्रेम असणारी माणसं फार दुर्मीळ झाली आहेत. पण व्यवसायाची वेळ संपली,

की मग जयंतरावांचे स्वरूप पालटे. त्यांचे एक फुलपाखरू होई. नाटक, चित्रपट, संगीत-सभा, सांस्कृतिक चळवळी, साहित्य वा साहित्यिक या जगात ते एकदम स्वत:ला झोकून देत. त्यांची स्वत:ची रुची तर उच्च प्रतीची होतीच; पण आपल्या भोवतालच्या सर्व माणसांनी सुंदर दिसलं पाहिजे, सुंदर वागलं पाहिजे, यावर त्यांचा कटाक्ष होता. ते अस्सल इंग्रजी पद्धतीचे कपडे करीत, अपॉइन्टमेन्टशिवाय भेटत नसत आणि अत्यंत काटेकोर पद्धतीने व्यवहार करीत.

त्यांच्या या अतिरिक्त शिस्तीची मी अनेकदा त्यांच्या मित्रांसमोर टिंगल करी. किंबहुना मद्याच्या मैफलीत त्यांच्या ह्या टिंगलीचे आख्यान सुरू केले, की मनातून ते खूश होत. त्यांच्याइतका आकर्षक कपडे घालणारा, वागणारा, वक्तशीर मुद्रक मी पाहिलेलाच नाही. मद्याची मैफल जर ठरलेली असेल, तर दिवाणखाना सजविलेला असायचा. त्यांच्याकडे जे काचेचे प्याले असत, त्यांच्यावर चुकूनसुद्धा कधी डाग दिसणार नाहीत किंवा एखाद्या द्रवाचा थेंबसुद्धा टेबलावर सांडणार नाही. ही सारी व्यवस्था नोकरांकरवी केलेली त्यांना चालत नसे. ते ग्लास स्वत: धुणार, स्वत: पुसणार, सर्व गोष्टी जागच्या जागी मांडून ठेवणार, आणि डोअरबेल वाजली, की स्वागतासाठी व्यवस्थित कपडे घालून हजर राहणार आणि नाटकीपणाने वागून स्वागत करणार. मी एकटा असो किंवा अनेकजण असोत, या शिस्तीत ढिलाई सापडायची नाही. मद्यपानाला मित्र बोलवायचे ते निवडक. त्यांत वाहवणारे, अर्वाच्य बोलणारे असे कधी सापडणार नाहीत. मराठीतल्या बहुतेक नामवंतांनी त्यांचे आदरातिथ्य स्वीकारलेले आहे आणि कोणाबरोबरच्या संभाषणात जयंतराव कधी कमी पडले नाहीत.

फारसे शिक्षण न झालेला हा माणूस बहुश्रुत व व्यासंगी होता. इंग्रजी, मराठी व्याख्यान देण्याइतके त्या भाषांवरचे प्रभुत्व त्याच्याजवळ होते. पैसे पुष्कळजण मिळवितात; पण पैशांचा उपयोग कसा करायचा, हे फार थोड्यांना माहीत असतं. जयंतरावांनी खूप प्रवास केला होता. देशात व परदेशांत त्यांनी अनेक तऱ्हेचे मानसन्मान उपभोगले होते. भोंगळ आणि अजागळ माणसं त्यांना आवडत नसत. अनेकजण त्यांचा मत्सर करीत, तो त्यांच्या स्वच्छंदी वृत्तीबद्दल आणि त्यांच्या यशाबद्दल.

जयंतरावांची सौंदर्यदृष्टी अतिशय वेधक होती व लहानसहान गोष्टींत ती प्रत्ययाला येत असे. त्यांचे पहिले पत्र मला आले होते. त्याला मी उत्तर दिले ते असे होते. ''प्रिय जयंतराव, तुमचं अभिनंदनाचं पत्र मिळालं! त्याबद्दल मी अतिशय आभारी आहे. पण आभार मुख्यत्वेकरून कौतुकासाठी मानीत नाही.

असे कौतुक पुष्कळदा औपचारिक असते. आभार अशासाठी मानतो, की त्यामुळे तुमचे कौतुक करण्याची संधी तुम्ही मला दिलीत. मी एक तुमच्या रहस्यकथांचा वाचक आहे. आधुनिक भाषेत नीटनेटक्या रहस्यकथा तुमच्या हातून प्रथमच लिहिल्या गेल्या व त्यांना चांगल्या ललित कृतीचे रूप तुम्ही दिलेत. योग्य वेळी मी तुम्हांला हे कळवू शकलो नव्हतो. तुमच्याबद्दल मी खूप ऐकून आहे. त्यातले सगळेच पत्रात लिहिणे शक्य नाही. पण तुम्ही एक कुतूहलजनक गृहस्थ आहात, ते कुतूहल तुम्ही समक्ष भेटल्यावर उलगडेल, असे मला वाटते. लवकरच आपण भेटू, असेही मला वाटते.'' या पत्राला त्यांचे उत्तर आले, ''येत्या शनिवारी मी पुण्यात येतो आहे. आपण हॉटेल अमीरच्या बारमध्ये भेटू. संध्याकाळी सात वाजता.''

ठरल्याप्रमाणे सात वाजता मी अमीर हॉटेलमध्ये पोचलो तर देवकुळे नावाची प्रतिमा शोभेल असा कोणी मनुष्य तेथे नव्हता. मी तेथे बसलो, सिगारेट पेटवली आणि वेटर येताक्षणीच त्याला योग्य ती ऑर्डर दिली. सात वाजून दहा मिनिटे झाली तरी देवकुळे आले नाहीत, तेव्हा मी थोडा चकित झालो. मुंबईकर सर्वसामान्यत: वेळ पाळतात. त्यातही देवकुळ्यांच्या वक्तशीरपणाबद्दल मुद्रण व्यवसायातल्या एक-दोन लोकांकडून मी ऐकले होते. सात वाजून बारा मिनिटांनी देवकुळे व एक तरुण स्त्री बाररूममध्ये आले. त्यांनी येताक्षणी मला ओळखले. मला म्हणाले, ''उशीर झाल्याबद्दल क्षमा मागतो. तरी मी हिला सांगत होतो, बेहेरे पुणेकर असले, तरी पुणेरी नाहीत. ते बरोबर वेळेवर येतील.''

देवकुळ्यांशी ही माझी पहिली भेट. त्या भेटीत ज्यांची त्यांनी ओळख करून दिली, त्याच पुढे त्यांच्या दुसऱ्या पत्नी झाल्या. त्या बाबतीतही काही गुप्तता किंवा ढोंग त्यांनी दाखविले नाही. नंतर मला कळले, की आयुष्यातील कोणतीच गोष्ट त्यांनी चोरटेपणाने केली नव्हती. असल्या गोष्टींची त्यांनी जाहिरात केली नाही किंवा त्या अभिमानास्पद आहेत, असाही दावा सांगितला नाही. त्यांच्या वागण्यात विलक्षण स्पष्टपणा व प्रांजळपणा होता.

जयंतरावांच्या स्वभावात छक्केपंजे नव्हते किंवा ढोंगही नव्हते. ते सरळ सरळ म्हणायचे, ''मराठी कारखानदारांचे काम करणे मला मुळीच आवडत नाही. कारण पुन्हा पुन्हा मागितल्याशिवाय ते पैसे देत नाहीत. एखादा नमुना पसंत केला आणि कामाला सुरुवात केली की मग ते बदल करतात. याउलट, परदेशी कंपन्या अतिशय चोखंदळ असतात. त्या उत्तम आणि वक्तशीर कामाची अपेक्षा करतात. निर्णय घेण्याचा अधिकार असलेली व्यक्ती तुमच्याशी व्यवहार करत असते. त्यांच्याशी व्यवहार करणे फार सोपे जाते. ठरल्याप्रमाणे त्यांचा

चेक येणार म्हणजे येणार.''

जयंतराव मुंबईतून स्थलांतर करून पुण्यात आले, तेव्हा त्यांचा नूर थोडा बदलला होता. अलीकडे ते रंगीबेरंगी बुशशर्ट्स वापरायला लागले. पुणेकरांसारखे सकाळी हिंडायलाही जाऊ लागले. कधीकधी परतताना माझ्याकडे ते डोकावत असत. उरळीकांचनला त्यांनी बंगला बांधला. तिथे ते अगदी एकटे राहायचे. स्वत:च्या हातानं स्वयंपाक करायचे आणि दिवाळी अंकाचे आपले लेखन पुरे करायचे. ज्यांनी त्यांची गोष्ट मागितलेली असे, त्यांना ती ठरलेल्या तारखेला मिळायची आणि तीही खाडाखोड वगैरे नसलेल्या त्यांच्या नेटक्या अक्षरांत. शनिवारी मी उरळीकांचनला येतो असे त्यांना म्हणालो होतो; पण त्याच दिवशी सुप्रसिद्ध लेखक मनोहर माळगावकर यांचा फोन आला. ''संध्याकाळी माझ्या घरी या'', असे मी त्यांना म्हणालो. फोन खाली ठेवल्यावर माझ्या लक्षात आले, की आता आपण उरळीकांचनला जायचे कसे? मला या चिंतेतून सोडवले मनोहर माळगावकरांनीच. ''एका मित्राचं आपल्याला बोलावणे आहे'', असे सांगितले, तेव्हा त्यांनी कोण मित्र असे विचारलेसुद्धा नाही. ७-७॥ वाजता आम्ही उरळीकांचनला पोचलो, तेव्हा आम्हांला पाहून जयंतराव थोडे चकित झाले. मनोहर माळगावकरांना पाहून त्यांना फारच आनंद झाला. 'प्रिन्सेस', 'बेन्ड इन द रिव्हर गँजीस' या त्यांच्या कादंबऱ्या वाचून तेही प्रभावित झालेच होते. आमच्या कुणाच्याही लक्षात येणार नाही, अशा तऱ्हेने त्यांनी जादा आलेल्या पाहुण्यांच्या स्वयंपाकाची सिद्धता केली. स्वत:च्या पाककौशल्यावर त्यांचा विश्वास होता. तो त्यांनी त्या दिवशी सार्थ करून दाखविला. ती रात्र फार आनंदाची गेली. तीच का? अशा कितीतरी रात्री आम्ही एकत्र घालवल्या आहेत.

मला मुंबईत मारहाण झाली, त्या दिवशी वास्तविक मी एका हॉटेलात होतो. पण मारहाण झाल्यानंतर माझ्या मुक्कामाची जागा कुणाला सांगणं सोईचं नव्हते, म्हणून पोलिस इन्स्पेक्टरला जयंतरावांच्या घरी वांद्र्याला पोचवायला सांगितले. मी येणार अशी त्यांना मुळीच कल्पना नव्हती; पण मी तिथे गेल्याबरोबर त्यांनी आणि शोभनाताईंनी माझे मन:पूर्वक स्वागत केले. माझ्याजवळ कपडे नव्हते. टूथपेस्ट नव्हती. पैसे नव्हते. कारण मारहाण झाली तेव्हा चष्मा, पाकीट, घड्याळ हे सारे गुंडांनी पळवले होते. अंगावरचे कपडे फाटले होते. माझ्यासाठी मद्याचा पेला भरून देऊन ती दोघेजण प्रथम हॉटेलमध्ये असलेले माझे सामान आणायला गेले. तोपर्यंत व. पु. काळे, अरुण दाते, मंदार भागवत यांसारखे माझे मित्र माझा शोध घेत तेथे आले. त्या रात्रीत माझ्या मारहाणीचा विषय

चुकूनसुद्धा निघाला नाही. विषय होता संगीताचा. त्यातही हृदयनाथ मंगेशकरांच्या चालींचा. माणसाला आयुष्यात जखमा होणारच. जखमा औषधांनी बऱ्या होतात; पण केवळ औषधांनीच त्या बऱ्या होत नाहीत. त्यांना कुरवाळणारे दिलदार दोस्तही असावे लागतात. हेमंत खरे हा असाच एक माझा मित्र होता की, ज्याच्या-माझ्या तारा जुळल्या होत्या. एखादा चांगला बुशशर्ट पाहिला, की तो स्वत:ला घेई व त्याचबरोबर माझ्यासाठी त्याची खरेदी करी.

जयंतराव काय किंवा हेमंत खरे काय, यांसारखी माणसं आपल्या आयुष्याचा एक भाग होऊन जातात. त्यांचे मरण म्हणजे एका प्रकारे आपलेच मरण असते. कारण त्यांच्या मृत्यूमुळे आपल्याच शरीरातला एक भाग गमावला आहे अशी उदासी मनात राहात असे. बा. भ. पाटील, ग. दि. माडगूळकर, पु. भा. भावे असे कितीतरी अवयव नुकतेनुकतेच गळून गेले. म्हातारपण एखाद्या माळावर एकाकी वाढलेल्या बाभळीच्या झाडासारखं असते. पुढे पुढे तर ह्या बाभळीची पाने-फुलेसुद्धा नष्ट होतात आणि राहतो नुसता बुंध्या-फांद्यांचा खराटा. हिरवा रंग डोळ्यांसमोर विरून जात असतो. एकेक म्हणता म्हणता, भेटावीत अशी माणसे जातात. भेटावे अशा जागा कमीकमी होत जातात. नवे मित्र जोडता येत नाहीत. कारण उतारवयात केलेली मैत्री कागदी फुलांसारखी असते. तिचे रंग भडक असतात; पण त्या फुलांना गंध नसतो आणि जन्ममृत्यूही नसतो. आपण पहाटेच्या वेळी थंडीच्या दिवसांत बाहेर पडतो, तेव्हा भिजायला होते. वास्तविक पाऊस पडलेला नसतो. शिंतोडे उडालेले नसतात. मग हे पाणी येते कुठून? हवेत पसरलेले दव उबेच्या शोधार्थ आपल्या देहाला भिडते. मैत्रीचे तसेच असते. मैत्री जडली केव्हा, घट्ट झाली केव्हा, हे लक्षातही येत नाही. जेव्हा काळपुरुष अचानक आपल्या मित्रावर हात टाकतो, तेव्हा लक्षात येते की कर्णाची कवचकुंडले काढून टाकताना त्याला जी कासाविशी झाली असेल, तशी आपल्याला होत आहे. पण कर्णाला दानशूरत्वाचं हौतात्म्य तरी मिळाले. आपल्याला काय मिळते? कुणालाही न समजतील अशा आठवणीच फक्त मागे राहतात. कधी आठवणींच्या दलदलीत पाय रुततो, तर कधी वास्तवाच्या उन्हात या साऱ्याच आठवणी हरवून जमीन कोरडी ठणठणीत होते.

माणसाचे मूल्यमापन व्यक्तिसापेक्ष असते हेच खरे. जयंतराव मुद्रणतज्ज्ञ होते. एक यशस्वी उद्योजक होते वगैरे नोंदींना काही अर्थ नाही. काळ्या टाइपात छापलेली त्यांच्या मृत्युलेखातील ती वाक्ये आहेत. जयंतराव मनात कुठेतरी रुतून बसले आहेत. त्यांना शब्दांत पकडता येत नाही. खऱ्या भावना शब्दांत

पकडावयास शब्द नेहमीच अपुरे पडतात. शब्दांपेक्षा सूर थोडे जास्त सामर्थ्यशाली असतात. सुरांच्याहीपेक्षा उत्तेजित मध्यरात्री जास्त बोलक्या असतात. जेव्हा जेव्हा एखाद्या रात्री एखादी मैफल चालू असेल आणि चार मित्र गप्पा रंगवत असतील, तेव्हा मध्येच एखादा सूचक प्रश्न विचारून मैफलीचा रंग वाढविणारा माझा हा मित्र कोठे आहे, म्हणून मी कावराबावरा होऊन चहूकडे पाहीन. मला वाटते, जयंतराव कुठेही असले, तरी त्यांना तिथे माझ्या समाधानासाठीं यावेच लागेल!

- ० - ० - ० -

.११.
तुमच्याही घरात असा एखादा वटवृक्ष असेल!

मी माझे म्हणून जेव्हा काही सांगतो तेव्हा ते माझे, नसतेच तुमचेही असते. किंबहुना जो माझा अगदी व्यक्तिगत अनुभव असेल, तो तुमच्या हृदयात शिरणारच नाही. व्यक्तीला समाजाचा एक स्तर चिकटलेला असतो, आणि म्हणूनच व्यक्तिगत सुखदु:खे अखेरीस सामुदायिक स्वरूपाची असतात. आपलेपणाने मी माझ्या आईबद्दल काही प्रेमळ आठवणी लिहिल्या, तर जोपर्यंत त्यातले आईपण सर्वांना भावणार नाही, तोपर्यंत माझे लेखन अन्य कुणाच्या हृदयात पोचणारच नाही. माझे अहंकार, माझ्या वासना, माझे हव्यास आणि माझ्या लालसा तशा अर्थाने माझ्या एकट्याच्याच नसतात. पुष्कळ लोकांना बोलता येत नाही वा लिहिता येत नाही. त्यांच्या वतीने मी जेव्हा लिहितो, तेव्हा मग माझी रक्ताची आई, बहीण, भाऊ, अनेकांची आई-बहीण-भाऊ होत असतात. थोडक्यात, ज्या आईपणावर मी लिहितो, ते आईपण सर्वांना भावत असते. मग अनेक लोकांना आपल्याच आईबद्दल लिहिले आहे, असे वाटू लागते.

व्यक्तिगत सुखदु:खांना सामूहिक स्वरूप देणे ही फार अवघड कला आहे, याची मला जाणीव आहे. म्हणून मी माझी भाषणे, सत्कार किंवा माझ्याबद्दलचा मजकूर 'सोबत'मध्ये येऊ देत नाही. काही वेळा माझे भान सुटत असेल; पण भान सोडण्याची माझी इच्छा नसते. कधीकधी आपल्यावर कोणी अविवेकी प्रहार केले म्हणून किंवा अनिवार दु:ख भोगावे

लागले म्हणून माझ्याकडून आत्मश्लाघा किंवा आत्मगौरव झाला असेल. परंतु ते टाळण्याचा माझा प्रयत्नही आपल्या लक्षात येत असेल. गौरव शब्दातून उत्पन्न न होता, काही कृतीतून जर वाचकांच्या हृदयात उत्पन्न झाला, तरच त्याला काही अर्थ असतो.

मागे मी 'आजोबा, आम्ही आलो!' असा माझ्या नातीवर लेख लिहिला होता. ती माझीच नात होती. पण लेख वाचल्यानंतर ती सर्वांचीच नात झाली. कारण तिच्या ज्या काही गमतीजमती मी लिहिल्या होत्या, त्यांपैकी काही थोड्या-फार वेगळ्या स्वरूपात प्रत्येक घरात घडत होत्या. कदाचित माझ्या नातीपेक्षा अन्य घरांतील नातवंडे अधिक मजेदार बोलत असतील. पण त्यांच्या बोलण्यातील मजा माझा लेख वाचून पुष्कळांच्या लक्षात आली. मी जेव्हा माझ्या घरातील झाडांचे वर्णन करतो, तेव्हा त्या झाडांची फुले दुसऱ्यांच्या ओसरीवर पडतात. सत्यभामेच्या घरी वृक्ष लावला आणि रुक्मिणीच्या घरी पारिजातकाचा सडा पडला ही गोष्ट पुराणातच होती असे नाही. साहित्यिकांच्या घरात लावलेल्या वृक्षांची फुले वाचकांच्या ओसरीतच पडत असतात.

हे आजच सारे मला सुचते आहे, याचे कारण माझ्या घरातला एक शीतल आम्रवृक्ष नुकताच उन्मळून पडला. या आम्रवृक्षाने आम्हांला सावली दिली. एवढंच नव्हे तर मनमुराद आम्रफलेही दिली. माझ्यासारख्याच अनेकांच्या घरात असाच आम्रवृक्ष बहरलेला असेल. कधी बहिणीच्या रूपाने, कधी आजीच्या रूपाने तर कधी एखाद्या चुलत काका-मामाच्या रूपाने. मी माझ्या बहिणीबद्दल चार शब्द लिहिणार आहे. ते प्रत्यक्ष माझ्या बहिणीबद्दलच आहेत, तरीही प्रत्येकाच्या वडीलधाऱ्या माय-बहिणींबद्दल ते असतीलही.

खरे सांगायचे म्हणजे ती माझी बहीण नव्हतीच. ती अनेकांची बहीण होती. माझे अनेक लेखकमित्र कधी सांगून, कधी न सांगता, माझ्या बहिणीच्या घरी जात. परतल्यानंतर त्यांची प्रतिक्रिया हीच असे. कै. बा. भ. पाटील यांच्या शब्दांत सांगायचं असेल तर ''तुमच्या बहिणीच्या घरी राहून आलो; पण समाधान झालं नाही बुवा! दोन-चार दिवस तरी राहायला पाहिजे होतं. मला त्यांनी बोलावलंय, मी आता त्यांच्या घरी पुन्हा जाणार आहे.''

पुण्यातले विक्षिप्त लेखक-फोटोग्राफर देविदास बागुल यांच्याशी माझे इतकं कडाक्याचं भांडण झालं होतं, की पुन्हा तुम्ही माझ्या ऑफिसात येऊ नका, असं मी त्यांना बजावून सांगितलं होतं. एक दिवस ते चाचरत-बिचकत माझ्या ऑफिसात आले आणि माझ्याकडे न बघताच म्हणाले, ''मी फक्त एकच

गोष्ट सांगायला आलोय.'' त्यावर त्यांचे वाक्य तोडून मी त्यांना म्हणालो. ''बसा हो! तुमच्या विक्षिप्त वागण्यामुळे वैतागून मी तुम्हांला येऊ नका असं म्हणालो, तो राग गेला, आता ते भांडण संपलं. पुन्हा काही घडलं तर पुन्हा बघू! का आलात हे सांगा.'' ते म्हणाले, ''परवा मी इचलकरंजीला तुमच्या बहिणीकडे गेलो होतो. काय घर आहे हो! आणि माणसंही काय अजब आहेत! मला राहवलं नाही, म्हणून हे एवढंच सांगायला आलो.''

इचलकरंजीला माझी बहीण गेली सत्तर वर्षे राहत होती. तिचे घर काही राजवाडा नाही. माझे मेव्हणे डॉक्टर. त्यांनी जे काही मिळवले, ते स्वत:च्या कष्टावर मिळवले. तेही गोरगरिबांचा, दुवा घेत. तेव्हा ते काही मोठे लक्षाधीश होते असे नाही. इचलकरंजीच्या जहागीरदारांकडे साठ रुपये पगारावर त्यांनी नोकरी केली. तेथपासून ते हजारो रुपये घरात येऊ लागेपर्यंत त्या त्या श्रीमंतीनुसार माझ्या बहिणीने संसार केला. पैसे असोत वा नसोत; काही माणसे तृप्तीचे वरदान घेऊन येतात. माझ्या मेव्हण्यांनी एक पैसासुद्धा कधी स्वत:जवळ ठेवला नाही. सारा अर्थव्यवहार बहिणीजवळच असे. दारिद्र्यात कधी ती वाकली नाही किंवा संपत्ती आली म्हणून तिला कधी मस्तीही चढली नाही.

त्यांच्या गावात कुणीही पाहुणा येओ, तेव्हा काही रेस्ट हाऊस नव्हते, गेस्ट हाऊस नव्हते, भिड्यांचे घर हे त्या काळापासून आजपावेतो एक सार्वजनिक गेस्ट हाउस होते. अनेक खाँसाहेबांपासून ते वसंतराव देशपांड्यांपर्यंत कित्येक गानसम्राट त्यांच्याकडे राहून गेले. पण धर्म, जात किंवा त्या व्यक्तीची आर्थिक क्षमता या घराने कधी विचारात घेतली नाही. केवळ हवापालटासाठी आणि ताईंच्या हातच्या सुग्रास जेवणासाठी कालपरवापर्यंत अनेक लोक इचलकरंजीला जात असत. अब्दुल करीमखाँ, आप्पासाहेब फडके यांसारख्या माणसांपासून ते वसंत पोतदार, बिंदुमाधव जोशी यांसारख्यांपर्यंत या घराने सर्वांना सामावून घेतले. या घरात प्रायव्हसी अशी कधी कुणालाच नाही. घरात खोल्या नाहीतच. आहेत ते लांबलचक सोपे. त्यात पाहुणे म्हणून आलेले, पण आता कुटुंबातलेच झालेले, साहित्य-संगीत क्षेत्रांतील दिग्गज मी गेली वर्षानुवर्षे पाहत आहे.

सर्व जगाने ओवाळून टाकलेली माणसेसुद्धा हे घर सामावू शकते व या माणसांना सभ्यता शिकवू शकते. याचं कारण या घराची स्वामिनी. तिच्या वात्सल्ययुक्त प्रेमामुळे आलेल्यांचा पाय घराबाहेर पडत नाही आणि निरोप घेताना त्यांचे डोळे जसे पाणावतात, तसे घरातल्या पाच-पंचवीस माणसांचेही डोळे पाणावतात. मी रात्री बारा वाजता कित्येकदा पाच-सहा माणसांना घेऊन या

घरात गेलो आहे; पण दार उघडल्याबरोबर जणू घर आमची वाटच पाहत होते, असे या घराने सर्वांचे स्वागत केलेले आहे. एका रात्रीच्या मुक्कामासाठी आलेली माणसे मग आपल्या कामाचे भान हरवून या घरातल्या प्रत्येक व्यक्तीबरोबर गप्पांत रंगतात आणि मुक्काम वाढवतात.

ही सारी किमया केवळ संपत्तीमुळे होत नाही. समृद्धीबरोबर मनाचा फार मोठा उमदेपणा लागतो. भिडेकुटुंबापेक्षा इचलकरंजीत शेकडो कुटुंबे अधिक श्रीमंत आहेत, तीही आपल्या परीने चांगलीच असतील; पण भिडेकुटुंबात आलेला माणूस अनोख्या स्वागताने गारच होतो. आपापल्या उद्योगांत मग्न असलेली ही भिडेकुटुंबीय मंडळी सतत एवढी ताजी टवटवीत कशी असतात, हा सर्वांना प्रश्न पडतो. या घराला फुलांचे वेड आहे; पण त्याहीपेक्षा फुलांना या घराचे वेड आहे असे म्हटले पाहिजे. डॉक्टर झालेला मुलगा किंवा डॉक्टर सून झोपेतून जागी होऊन आलेल्या माणसांचे स्वागत करतील, तेव्हा त्यांच्या चेहऱ्यावर वैताग दिसणार नाही. उलट चहापाणी, स्नानाची व्यवस्था, भोजनाची सिद्धता हे सर्व करणारे अदृश्य यंत्र या घरात वावरत असते. माझ्या बहिणीने जर काही मिळवले असेल, तर आपल्या पाच (आता चार) मुलांचे हास्य. हे हास्य अर्थात अनंत कष्टांतून लाभलेले आहे. म्हणूनच ते चिरतरुण आहे.

माणसे केव्हातरी मरणारच असतात. योग्य वेळी आणि सन्मानाने ती मेली, तर दु:ख वाटत नाही. माझी ही बहीण बहात्तराव्या वर्षी अहेवपणी मृत्यू पावली, याचे खरे तर आम्हांला सुखच आहे; कारण अर्धांगासारख्या रोगाने ती खितपत पडली नाही. आयुष्यभर ज्या हातापायांनी कष्ट केले, त्या हातापायांना आपला लाडका भाऊ आला तर उठता येत नाही, गरम भाकरी करून घालता येत नाही, म्हणून तिच्या डोळ्यांत अश्रू जमा झाले. तिच्या आजाराच्या किंवा शारीरिक यातनांच्या दु:खापेक्षाही तिच्या डोळ्यांतील असमर्थतेचे दु:ख अधिक क्लेशकारक होते. म्हणून वाटते, ती आता गेली हे तसे बरेच झाले. पण तिने घराला जो वारसा दिला आहे, तो या बदलत्या परिस्थितीतही कायम राहील आणि तो राहिला तरच तिच्या आत्म्याला संतोष होईल.

घर म्हणजे काही निवारा नसतो किंवा घर म्हणजे जगापासून कोंडून घेण्याचा कोंडवाडाही नसतो. आम्हा बेहेरे कुटुंबाचे सर्व आजार भिडेकुटुंबाने काढले याचे आश्चर्य नाही. कारण आम्ही आप्तसंबंधी होतो. पण ज्यांचा कसलाही संबंध नाही अशा कितीतरी कुटुंबांचे आजार या घराने काढले आहेत. दुर्धर रोग्यांना घेऊन मिरज हॉस्पिटलच्या खेपा केल्या आहेत. तसे ते घर नव्हतेच.

कधी त्या घराला देवळाची, तर कधी तपोवनाची कळा येत असे. पण खरे म्हणजे हा एक समाधान आश्रम होता. येथे यावे, शारीरिक व्याधी माझ्या डॉक्टर मेव्हण्यांना सांगाव्यात आणि मानसिक व्यथा माझ्या बहिणीला सांगाव्यात आणि दु:खमुक्त होऊन परत जावे. येथे काही पंचपक्वान्नांचे जेवण मिळत नसे. पण पदार्थांना चव येते ती करणाऱ्याच्या आत्मीयतेने. साधी भाजीभाकरी असो, हास्यकल्लोळात पंधरा-वीस माणसांच्या संगतीत तेथे भोजन हे खरोखरच ते यज्ञकर्म म्हणूनच चाले.

हे घर म्हणजे गोकुळ होते. पाच मुलगे आणि एक मुलगी ही झाली भिडे-कुटुंबाची कमाई; पण बेहेरे, भातखंडे, रसूलमास्तर आणि इतर अनेक कुटुंबांतील मुले-माणसे या गोकुळात सुखाने नांदली. तसे फार मोठे शिक्षण भिडे-मुलांनी कधीच घेतले नाही. एक मुलगा परदेशी जाऊन आला. पण आपल्या एम. बी. बी. एस. पदवीत त्याने कोणतीच भर घातली नाही. आपल्या मुलांनी खूप शिकावे, असे ताईला वाटत असे. तिची तीन मुले पुण्याला आमच्या घरी शिकायला होती. आमच्या घरी त्या वेळेस दारिद्र्य मी म्हणत होते. वडील वारलेले, माझे लग्न झालेले, चाळीस रुपये घरभाडे, साठ रुपये माझे शिक्षकवेतन आणि बायकोला मिळणारे शिक्षिकेचे ऐंशी रुपये वेतन ही आमची एकूण आमदनी होती.

फक्त त्या वेळेस माझी आई हयात होती. तिच्या हाताला विलक्षण गोडी होती, हेच काय ते आमच्या घराचे खरे वैभव. कुरकुर, तक्रार, अप्रसन्नता तिच्या चेहऱ्यावर कधी दिसली नाही. आहे ते गोड करून घ्यायचे आणि असेल त्यात सर्वांना तृप्त करायचे, हे कानडी मुलखात जन्म पावलेल्या माझ्या वेड्याबागड्या आईला व्रतासारखे वाटत होते. वडील कर्दनकाळ आणि ती सोशीकतेची प्रतिमा अशा कात्रीत आमचे बालपण गेले. वडील वारल्यामुळे घराला पोरकेपणा आला. पण आईचं उदार छत्र आमच्यावर होतं. तिची थोरली मुलगी म्हणजे ही ताई. दिसायला आईसारखीच. सावळी, थोडी ओबडधोबड. माझे मेव्हणे डॉ. भिडे हे अतिशय देखणे, प्रिन्स चार्मिंग. त्यांनी तिला कसे काय पतकरले कुणास ठाऊक? पण त्यांचा संसार माझ्या बहिणीने इतका समृद्ध आणि सुंदर केला, की रूपातला विजोडपणा त्यांना कधी जाणवलाच नाही. त्यांच्या त्या सुखी संसाराला कर्तृत्वाचे आणि आपुलकीचे अस्तर होते.

रोजच्या रोज दुपारी दीड-दोन वाजता अगदी गोपीचंदाप्रमाणे माझी बहीण मेव्हण्यांना अभ्यंगस्नान घाली. दोघे मिळून संध्याकाळी हिंडायला जात. एकत्र

प्रवास करीत आणि शक्य तितके एकत्रच राहत. माळावरच्या बागेतील फुलांची निगराणी करीत. तिने मेव्हण्यांच्या खाण्यापिण्याची, कपड्यालत्त्यांची अपूर्व अशी देखरेख ठेवली. घरात कितीही पाहुणे असले, तरी त्या दोघांचे जे भावजीवन होते, ते अखंडपणे गुपचूप चालत होते.

माझ्या आईने आपल्या सोशीकतेचा आणि सुगरणपणाचा वारसा आपल्या मुलीला दिला. पण माझ्या आईइतकी ती शरणवृत्तीची नव्हती. स्वाभिमानी होती. उगाच कोणाचा अगोचरपणा ती सहन करीत नसे. शब्दाला शब्द देण्याचा प्रसंग तिच्यावर आलाच नाही. नजरेचा धाक इतरांची तोंडं गप्प ठेवत असे. रोज रात्री भोजनोत्तर त्यांच्या घरात दरबार भरे. माझे मेव्हणे गोष्टीवेल्हाळ आणि गप्पिष्ट. टिंगलटवाळी होण्यासारखी गावाने ओवाळून टाकलेली अनेक दुर्दैवी माणसे या मैफलीत सामील होत. रात्रीचा दरबार मध्यरात्रीपर्यंत चाले. पण पाच वाजण्यापूर्वीच गृहाचा स्वामी आणि गृहस्वामिनी उठून कामाला लागत. स्वयंपाकघर, देवघर, माजघर लखलखीत करण्याचे काम ताईचे असे; तर शौचकूपापासून ते बाहेरच्या दरवाजापर्यंत सर्व काही निर्मळ करण्याचे कार्य मेव्हण्यांचे असे. ज्या काळी त्या गावात पाण्याचे दुर्भिक्ष होते, त्या काळातही या घरात तळमजल्यापासून ते तिसऱ्या मजल्यापर्यंत अनेक फुलझाडे डवरलेली असत. त्यांना मोठ्या कष्टाने पाणी घालावे लागे. झाडाचे वाळलेले पानसुद्धा कधी जमिनीवर पडलेले कुणाला दिसले नाही.

पहाटेसच पाहुण्यांसकट नोकरापर्यंत सर्वांच्या पादत्राणांना माझे मेव्हणे चकचकीत पॉलिश करीत. तेव्हा आलेले पाहुणे लज्जित होत. त्यावर मेव्हणे हसून म्हणायचे, ''हे गाव धुळीने भरलेलं आहे आणि गावात बुटपॉलिश करून मिळत नाही.'' यावर पाहुणे खालच्या मानेनं म्हणायचे, ''तरीसुद्धा आपल्यासारख्या थोर डॉक्टरनं असलं हलकं काम करणं बरं नाही.'' तेव्हा ते नुसते हसायचे आणि म्हणायचे, ''सूट चढवून दवाखान्यात जाऊन बसलो म्हणजे मी डॉक्टर. तोपर्यंत मी फक्त एक गृहस्थ आहे आणि गृहस्थाने आपले घर स्वच्छ ठेवले पाहिजे. पाहुण्यांना सुखी आणि सुंदर ठेवले पाहिजे.''

भिड्यांच्या घरात खाण्यापिण्याचा आग्रह सदैव चाले. केळी, शेंगा, हरभरा, ऊस यांचा तर तेथे नेहमीच खच पडलेला असे. पण ड्रेनेज नसलेल्या गावातील निर्मळ आणि स्वच्छ शौचकूपात एक पाटी लावलेली असे–

''एकापेक्षा अधिक वेळा येथे यायला लागले तर आपले काही चुकते आहे, असे समजून तोंडावर नियंत्रण ठेवावं!'' ही पाटी पाहिल्यावर पाहुणे

आपोआपच शहाणे होत. त्या बाह्य गोष्टीच एवढ्या स्वच्छ आणि सुंदर असत, असे नाही. इंजेक्शन देण्यासाठी त्यांना कायमचा स्टोव्ह लागे. तो घासूनपुसून इतका स्वच्छ ठेवलेला असे, की त्याचा आरशासारखा खुशाल उपयोग करावा. घरात सर्वत्र फुलांनी भरलेले फ्लॉवरपॉट्स असत. शारीरिक स्वच्छतेसाठी मुलांनी नागड्याने आंघोळ केली पाहिजे, यावर त्यांचा कटाक्ष असे. सर्वच गोष्टी स्वच्छ, सुंदर आणि भरपूर असल्या पाहिजेत, हा या घराचा आग्रह होता आणि या आग्रहाचे केंद्र अर्थात माझी बहीण होती.

भारतीय कुटुंबात केवळ पुरुष कर्तृत्ववान असून भागत नाही. कारण स्त्रीचे कार्यक्षेत्र संपूर्णपणे तिच्या अखत्यारीत असल्यामुळे घराचा संपूर्ण कारभार सांभाळण्याइतके कर्तृत्व तिला असावे लागते. त्यातून जर मुलाबाळांनी भरलेले, पाहुण्यांनी गजबजलेले आणि जुन्या परंपरा मानणारे मोठे घर असेल, तर स्त्रीत्वाची परीक्षा असते. डॉक्टरीसारखा व्यवसाय करणारा नवरा असला म्हणजे त्याला घराकडे फारसे लक्ष देता येत नाही. मुलांचे संगोपन, शिक्षण, पाहुण्यांचे मानसन्मान, लहान गावामुळे प्रतिष्ठित कुटुंबाला स्वीकाराव्या लागणाऱ्या सामाजिक जबाबदाऱ्या, घरात येणाऱ्या संपत्तीचे संरक्षण, संवर्धन आणि सर्व कौटुंबिक गरजांची पूर्तता या साऱ्याच गोष्टी गृहिणीला कराव्या लागतात.

आपल्याला मिळालेला पैसा माझे मेव्हणे बहिणीकडे आणून टाकीत आणि त्या पैशाचा सर्व विनियोग मोठ्या चातुर्याने बहीण करीत असे. खर्चाला एवढी तोंडे असत, की सर्व इतमामाने भागवून कारणापुरती संपत्ती संचित करणे ही गोष्ट अवघड होती. आमच्या मेव्हण्यांचे एक जुने वडिलोपार्जित कौलारू घर होते. ते पाडून माझ्या बहिणीने त्या ठिकाणी एक भव्य वाडा बांधण्याचे ठरवले. ती स्वतःच मेस्त्री, आर्किटेक्ट, इंजिनियर आणि कॉन्ट्रॅक्टर बनली. एवढेच नव्हे, तर ह्या घराला उपयुक्त असणारे सर्व अद्ययावत सामान ठिकठिकाणी जाऊन तिने स्वतः खरेदी केले. घर आकाराला येत गेले. एक मजल्याचे घर दुमजली झाले. दुमजली घराचे तीनमजली झाले. पाच मुले, एक मुलगी, पैपाहुणे आणि दोन-तीन नोकर ह्या सर्वांचा समावेश करू शकेल, एवढ्या मजबूत बांधणीचे घर उभे राहिले. कितीतरी दिवस हे घर बांधले जात होते. गरजेनुसार घरात बदल होत गेले. वैद्यकीय व्यवसायासाठी रुग्णांना बसण्याची जागा, तपासण्याची खोली, ऑपरेशन थिएटर अशी डाव्या अंगाला स्वतंत्र व्यवस्था करण्यात आली. वर्षाचे धान्यधुन्य साठविण्यासाठी तिसऱ्या मजल्यावर स्वतंत्र व्यवस्था करण्यात आली. स्वच्छतेची कमालीची आवड असल्यामुळे

अंघोळघरे व स्वच्छतागृहे त्या काळातील अद्ययावत व्यवस्थेप्रमाणे बांधण्यात आली.

हे घर पुरे होते न होते, तोवर त्यांच्या वाटणीचे मागच्या बाजूला एक पडके घर होते, तेही दुमजली बांधून काढण्यात आले. ह्या वेळी कामावर ठेवलेले गवंडी आणि सुतार यांना गुंतवायचे म्हणून माळावरती एक चार-चार खोल्यांचे ब्लॉक्स असलेली दुमजली इमारत उभी करण्यात आली. संस्थानाधिपती बाबासाहेब घोरपडे यांनी अल्पमोलाने माळावर आणखी एक जमीन दिली होती, तेथे छपरी म्हणून एक लांबलचक एकमजली इमारत बांधण्यात आली. ही सारी बांधकामे पंधरा-एक वर्षे तरी चालली असतील. तोपर्यंत आरंभी ठेवलेले कामगार तसेच कामावर होते. पुढे लोक ताईच्या ह्या कॉन्ट्रॅक्टिंग धंद्याबद्दल गमतीने चेष्टा करू लागले, म्हणून बांधकामे थांबली. पण तिची हौस मुळीच कमी झालेली नव्हती.

इचलकरंजीत राहणाऱ्या प्रत्येक सुखवस्तू माणसाने पॉवरलूमच्या धंद्यात लक्ष घातलेच पाहिजे, असा जणू तिथे संकेत आहे. म्हणून प्रत्येक मुलाच्या नावाने चार असे पाचपंचवीस माग माळावरच्या छपरीत आवाज करू लागले. पुढे या पॉवरलूमच्या धंद्यातच ताईचा थोरला मुलगा अनंतराव भिडे याने मोठे नाव काढले, आणि डेक्कन को-ऑपरेटिव्ह स्पिनिंग मिल व इतर अनेक सहकारी संस्थांत महत्त्वाचा भाग घेतला. पण त्याची ही सुरुवात ताईच्या ह्या उद्योगातूनच झाली. कसलेही तांत्रिक ज्ञान नसताना ताईने हा अचाट उद्योग कशाच्या बळावर केला, हे तिचे तिला माहीत. तिच्याजवळ असेल तर एकच मोठे भांडवल होते. ते म्हणजे कोणत्याही गोष्टीत मन घालून तळमळीने काम करीत राहण्याची वृत्ती, आणि माझ्या डॉक्टर मेव्हण्यांनी सेवाव्रती वृत्तीने वैद्यकीय व्यवसायात मिळालेली प्रतिष्ठा. या प्रतिष्ठेमुळेच गावात त्यांना मोठा लौकिक होता. त्या काळात गाव तसे लहान होते. माणसे जोडण्याच्या दोघांच्याही असामान्य कौशल्यामुळे या गोष्टी तिला शक्य झाल्या, यात शंकाच नाही. पण माणसे जोडण्याची तिची आणि डॉक्टरांची भूमिका मात्र वेगवेगळी होती. डॉक्टरांप्रमाणे केवळ गोड बोलून ती सगळ्यांना खूश करत नसे, तर प्रसंगी कठोरही होत असे. खेडेगावात राहणाऱ्याला केवळ खुशामतीने जगता येत नाही, तर आपल्या योग्यतेची जाणीवसुद्धा इतरांना पटवून द्यावी लागते.

ताईचे लग्न होऊन जेव्हा ती भिड्यांच्या घरात गेली, तेव्हा डॉक्टरांचे वैद्यकीय शिक्षण पुरे होत होते. एक मोडके घर आणि इचलकरंजीकरांच्या

शिष्यवृत्तीतून झालेले शिक्षण एवढ्याच बळावर डॉक्टरांनी आपल्या जीवनाला आरंभ केला होता. शिष्यवृत्ती घेतल्यामुळे इचलकरंजी संस्थानची सेवा करणे डॉक्टरांना क्रमप्राप्त होते. त्यामुळे आरंभीची काही वर्षे डॉक्टरांना इचलकरंजी जहागिरीतील आजरा या दूरस्थ गावी, अगदी सामान्य पगारावर नोकरी करावी लागली. मुलगा जगावा म्हणून डॉक्टरांच्या वडिलांनी संन्यास घेतला होता. सासू नव्हतीच. एका अल्पवयीन मुलीला संसाराचे सारे शिक्षण स्वत:च घेऊन संसार सफल करायचा होता. आरंभीचा काळ तरी विलक्षण दारिद्र्याचा होता. त्या परिस्थितीत झगडत झगडत तिने मार्ग काढला.

सासऱ्याने घेतलेला संन्यास हा काही संसाराला वैतागून घेतलेला नव्हता, त्यामुळे संसारातून त्यांचे मन उडालेले नव्हते. हळूहळू मुलाचे वैभव वाढत होते आणि ते वैभव डोळा भरून पाहावे अशी बापाची इच्छा असणे स्वाभाविक होते. अधूनमधून ते नरसोबाच्या वाडीहून मुलाकडे येत. संन्यासधर्माचे पालन करायचे म्हणून त्यांना तेथे राहताही येत नसे. मुलाने अवाजवी श्रम घेऊ नयेत, अशी त्यांची इच्छा असे. वेळी अवेळी पेशंट्स येऊन त्रास देऊ लागले, तर ते परस्पर पेशंट्स बाहेर हाकलून देत. पण डॉक्टरांना तर ते आवडत नसे. मग मागील दाराने ते पेशंट ताईला हाक मारीत आणि वेळ कोणतीही असो, डॉक्टर व्हिजिटला जात. पुढे वार्धक्यामुळे विकलांग झालेले सासरे घरात येऊन राहू लागले. सासऱ्यांचा लहरी स्वभाव सांभाळून आणि नवऱ्याच्या वैद्यकीय सेवेत व्यत्यय येऊ न देता सर्वांना सांभाळून आणि सगळ्यांकडून आदर मिळवून ताईने दीर्घकाळ संसारसुख भोगले. तिला एकूण सहा अपत्ये झाली. आपापल्या परीने प्रत्येकजण गुणी आहे पण प्रत्येकाकडून काहीना काही मनस्ताप ताईला आणि दादांना भोगावा लागला.

आज अनंतराव भिडे उद्योगाच्या क्षेत्रात मोठे नाव काढून आहेत आणि जातीने ब्राह्मण असूनसुद्धा कोल्हापूर जिल्हा काँग्रेसचे ते काही काळ अध्यक्ष होते, असे संघटनाचातुर्य त्याच्यापाशी आहे. त्याने आपणहून यावे, चौकशी करावी ही ताईंची इच्छा काही पुरी झाली नाही. तरुणपणी उद्योगाच्या आरंभिक अवस्थेत त्याच्याकडून काही गलथानपणा झाला, आणि डॉक्टरांना काही हजारांचा फटका बसला. त्या वेळी त्याला जी वागणूक मिळाली, ती त्याच्या मनातून गेली नाही. तेच इतर मुलांच्या बाबतीत घडत गेले.

ती धार्मिक वृत्तीची आणि तशा अर्थाने मी पाखंडी. संसारातून निवृत्त होणे म्हणजे काय, या गोष्टी मी तिला समजावून सांगाव्यात आणि आमचे तासन् तास

जावेत, हे थोडे आश्चर्यकारक आहे. इचलकरंजीच्या माझ्या प्रत्येक मुक्कामात असे होऊ लागले. तिने मुलांविरुद्ध नानाविध तक्रारी सांगाव्यात आणि मुलांचे वैभव पाहण्यास आणि लौकिक ऐकण्यात तिने धन्यता मानायला शिकलं पाहिजे, असे मी समजून सांगता सांगता पहाट उजाडावी. आज तिचा डॉक्टर मुलगा मोठा लौकिकवान यशस्वी झाला आहे. अखेरच्या आजारात तिची आणि तिच्या मृत्यूनंतर दादांची तो मन:पूर्वक सेवा करतो. मुलांकडून आपण भलत्याच अपेक्षा करतो आणि म्हणून दु:ख पदरात पाडून घेतो, असे मला वाटते. सर्वार्थांनी मुले कर्तृत्ववान असूनसुद्धा ताई थोडीफार नाराज होती, याचे मला अतीव दु:ख वाटे.

ताई केवळ गृहस्थिनी होती. तिला प्रवासाची आवड नव्हती किंवा फार मोठ्या वाचनाची हौस नव्हती. तिचे घरावर, परिवार-कुटुंबावर निरतिशय प्रेम होते. सामाजिक कार्यासाठी मुक्त हस्ताने ती पैसा खर्च करी आणि तिची मुलेही तिचे अनुकरण करतात, हे पाहून बरे वाटे. ती समितीची कार्यकर्ती होती. लहान-मोठ्या सामाजिक उपक्रमांना तिचा पाठिंबा असे. 'सोबत' ती निष्ठापूर्वक वाचत असे. माझा आजार किंवा आपत्ती कळली, की तिचे एखादे खूप मोठे पत्र आल्यावाचून राहत नसे. वास्तविक ती नीतिनियमांच्या बाबतीत अगदी कडवी होती. 'सोबत'मुळे असेल, पण तिने माझ्या अनेक प्रमादांकडे दुर्लक्ष केले. ती माझी आई झाली आणि नि:संकोचपणे माथा टेकवावा, अशी एक जागा तिने मला निर्माण करून दिली. माझ्याबद्दल तिला खूप अभिमान असावा. कारण माझ्याबद्दल तक्रारी घेऊन जाणाऱ्या आमच्याच नातेवाइकांना तिने फटकारलेले मला माहीत आहे. प्रत्येकाला आधारासाठी एक वटवृक्ष लागतो. ती माझा वटवृक्ष झाली. माझाच नव्हे अनेकांचा, की ज्या वटवृक्षाच्या सावलीत निवांतपणे बसण्याचा हक्क आपल्या कर्तृत्वामुळे नव्हे, तर त्या वृक्षाच्या औदार्यामुळे निर्माण होतो.

विद्वत्ता, प्रतिभा किंवा कलात्मकता ह्या गुणांची महती नाही असे नाही, पण हे गुण नसूनसुद्धा काही माणसे महान होऊ शकतात. जीवनविषयक निष्ठा, परमसहिष्णुता आणि दधिची ऋषींसारखी झिजण्याची वृत्ती माणसाला वेगळे स्थान प्राप्त करून देतात. भावनेने माणूस खूप उंच जाऊ शकतो. आता इचलकरंजीत ताईचे घर आहे, तिची प्रेमळ मुले आहेत आणि मुख्य म्हणजे भिडेकुटुंबाचे आधारस्तंभ दादासुद्धा आहेत. या वृद्धावस्थेतही त्यांचा दिनक्रम बदललेला नाही. आता दादांशी काय बोलायचे, हाच प्रश्न उत्पन्न झाला. परवा इचलकरंजीला गेलो आणि ते प्रचंड घर ओसाड वाटले. दादांना नमस्कार केला आणि समोर बसलो; पण बोलायला शब्दसुद्धा स्फुरत नव्हते आणि लक्षात आले, ज्योती

अधांतरी पेटत नाहीत. त्यांना कशाचातरी आधार लागतो. तो माझा आधारच गळून गेला होता. स्वयंपाकघरात जेवलो. ताईने केले असते ते ते सर्व सुनेने केले होते; पण फक्त ताईचे डोळे जेवताना भेटत नव्हते.

गेल्या वर्षी १७-१८ जूनला ताई वारली. त्या दिवशी तिची सर्व मुले घरी जमली होती म्हणे. कदाचित एखादी अमूल्य वस्तू हरवली म्हणजे तिचे मोल समजते, तसे झाले असेल. पण हीच सर्व तिच्या रुग्णशय्येशेजारी आली असती, तर कदाचित तिच्या गात्रांतले गोठलेले चैतन्य पुन्हा जागे झाले असते. हे मी केवळ अदमासाने म्हणत नाही. याचा मीच अंदाज घेतला आहे. तिच्या मृत्यूपूर्वी चारच दिवस मी इचलकरंजीला गेलो होतो आणि मला पाहिल्याबरोबर एकदम तिच्या गात्रांना स्फुरण चढले, आणि तिने उठण्याचा प्रयत्न केला. ती काहीतरी बोलायला लागली. तिची हालचाल आणि शब्द बंद झाले आहेत असे मला कळले होते. मग तिच्यात हे चैतन्य कुठून आले? भावनाशील माणसाला जगण्याचे प्रयोजन सापडावे लागते. माझ्या रूपाने तिला एक माहेरचा दुवा दिसला होता. तिच्या आईबापांची तिला आठवण झाली होती. साऱ्या भाऊ-बहिणी तिच्यासमोर गोल झाल्या. मृत्यूच्या वाटेवर निघालेल्या ताईने मृत्यूचा हात सोडून दिला आणि ती परत जीवनाकडे येऊ पाहत होती.

काही असो, ते अस्तित्व आता संपले आहे. आमच्या घराण्यातील रक्ताचा ज्येष्ठ धागा तुटला आहे. भिडे आणि बेहेरे या दोन कुटुंबांतील अनेक सुखदु:खे तिने पाहिली. माझ्या लेखी अहेवपणी कृतार्थ होऊन ती मृत्यूला सामोरी गेली. एवढा मोठा वटवृक्ष उन्मळून पडला; पण कसलाही आवाज झाला नाही. आवाजाचे कारणच नव्हते.

-०-०-०-

.१२.
‘मीठ जाते’ म्हणजे चवही जाते!

केशवराव कोठावळे यांचा आकस्मितपणे झालेला मृत्यू अनेक अर्थांनी धक्का देणारा आहे. तिथीप्रमाणे त्यांच्या वयाला साठ वर्षे ज्या दिवशी पूर्ण होत होती, त्याच दिवशी म्हणजे गुरुवारी ५ मे रोजी त्यांचा हृदयविकाराने मृत्यू झाला. २१ मे ला त्यांची शष्ट्यब्दीपूर्ती करण्याचा मनसुबा त्यांच्या काही मित्रांनी योजला होता, तोही आता अपुरा राहणार. भरल्या ताटावरून उठून जाणे म्हणजे काय, याचे केशवरावांचा मृत्यू हे एक उत्तम उदाहरण होय.

केशवरावांना यापूर्वी एक-दोन वेळा हृदयविकाराचा त्रास झाला होता. तरीपण त्यांच्या उत्साहात कोठेही खंड पडला नव्हता. नेहमीप्रमाणे यंदाही मॅजेस्टिक गप्पांचा कार्यक्रम चालू असताना, तिथेच त्यांची शोकसभा घ्यावी लागावी, या दुःखाला काय म्हणावे? आठ-पंधरा दिवसांपूर्वीच ते माझ्याकडे मोहन वेल्हाळला घेऊन आले होते. जयवंत दळवी यांच्या ‘पुरुष’ या नाटकाच्या कव्हरवर छापण्यासाठी माझ्या परीक्षणातील मजकूर त्यांना वापरायचा होता. परवानगी हे आपले निमित्त असावे, असे मला वाटते. कारण यापूर्वी त्यांनी असा माझा मजकूर वापरला आहे. त्या वेळेस त्यांनी परवानगी वगैरे काही मागितली नव्हती. ते आले होते, मुख्यत्वेकरून माझ्या प्रकृतीची चौकशी करावयास. मीही त्यांच्यासारखाच, किंबहुना ते ज्या रोगाने आजारी होते, त्या सर्व रोगाने मी आजारी असल्याने समदुःखी म्हणूनही त्यांची ही भेट असावी. आधी

कुणी जायचे, एवढाच आमच्या दोघांत प्रश्न होता. ते आधी गेले, त्यामुळे उसने आणलेले माझे अवसानसुद्धा गळाठले आहे. मृत्यूची तशी भीती वाटत नाही. कारण आपण मेल्यावर मागे काय होणार, हे काही आपल्याला समजणार नसते आणि मृत्यू येतो, तोही फारसा त्रास न देता. पण आपण ज्या जगावर निरपेक्ष प्रेम केले, ते सोडून आपण एका परक्या जगात जाणार आहोत, या जाणिवेने मन थोडेसे हळवे होते. नाही असे नाही. खूप काही झगडल्यानंतर आयुष्यात थोडी समृद्धी, शांतता व कीर्ती लाभते. साठ वर्षे म्हणजे काही कमी आयुष्य नाही. त्या वयात एक तृप्ती वाटत असते आणि परमेश्वराजवळ तक्रार करण्यासारखे काही उरलेले नसते. पण ज्या व्यवसायात आपण रमलो आणि एखाद्या जिवंत माणसाप्रमाणे ज्या व्यवसायावर आपण प्रेम केले, तो सोडून जात असल्याची जर जाणीव होणार असेल, तर मृत्यू नकोसा वाटणे स्वाभाविक आहे. एरवी नवीन क्षेत्रे काबीज करायची असतात किंवा नवे आकाश शोधायचे असते, म्हणून काही आयुष्य नको असते.

केशवराव काही मला अगदी जवळचे मित्र मानत नसतील किंवा मीही त्यांना फार जवळचा मित्र मानत नसे, असे म्हणायला हरकत नाही. व्यथा, वैफल्ये किंवा महत्त्वाकांक्षा आम्ही एकमेकांशी बोललो नाहीत, तरी अनेक साहित्यिक चळवळींत त्यांच्याबरोबर एकत्र वावरताना मला आनंद लाभला आहे. साहित्य, साहित्यिक, ग्रंथप्रसार या साऱ्या त्यांच्या व माझ्या समान व्यसनातून जो काही स्नेह आमच्यांत झाला असेल तोच खरा. त्यात मतभेदही अपरिहार्य होते. मतभेदांवर मात करण्याइतके निखळ साहित्यप्रेम दोघांजवळ असल्याने दोघांच्या संबंधात बिघाड आला नाही. ते नम्र होते, ते विनयशील होते, असा त्यांच्याबद्दल पुष्कळांचा गैरसमज आहे. पण तो तितकासा खरा नाही. ते फारसे बोलत नसत, पण जेव्हा बोलत तेव्हा माझ्याइतकीच तीव्रता त्यांच्या शब्दांतही असे. ठिणग्या उडत पण जाळपोळ कधीच झाली नाही. आणि थोडा अवधी गेला की कोणते ना कोणतेतरी निमित्त साधून परस्परांशी संपर्क सुरू होई. चौथ्या मजल्यावर त्यांचे निवासस्थान असल्याने त्यांची गाठभेट गेल्या तीन वर्षांत फार वेळा होऊ शकली नव्हती. कारण मीही हृदयविकाराचा रुग्ण. म्हणून तर परवा प्रकृतीची विचारपूस करण्यासाठी ते स्वत: घरी येऊन गेले असावेत.

गेल्या दीपावलीच्या दिवाळी अंकात 'आनंदयात्रा' हा माझा लेख प्रसिद्ध झाला. त्यांच्याकडून सहसा फारशा कौतुकाची अपेक्षा कुणी करीत नसे. पण तो लेख वाचल्यानंतर छापण्यापूर्वी त्यांनी त्यांच्या मित्रांना वाचावयास दिला होता,

आणि 'ललित' च्या दिवाळी अंकासाठी दुसरा लेख मागताना आनंदयात्रेसंबंधी जे गौरवाचे उद्‌गार लिहिले, त्याने मी थोडा चकित झालो. साहित्य परिषदेच्या कार्यकारिणीवर तुम्ही येता का असा प्रश्न मी जेव्हा विचारला, तेव्हा तेही थोडे चकित झाले असावेत. साहित्यिक चळवळीतील त्यांचे स्थान आणि साहित्यिकांतील त्यांचे दृढ संबंध लक्षात घेता, त्यांच्यासारख्या माणसाचा साहित्य-संस्थेला उपयोग होऊ शकेल, म्हणूनच मी त्यांना ते विचारले होते. ते आनंदाने कार्यकारिणीसाठी उभे राहिले व सर्वांत जास्त मतांनी निवडून आले. त्यांच्यात व माझ्यात सहकार्याचे जे एक चिवट नाते होते, ते त्यामुळे वाढीला लागले. पण दुर्दैव असे आहे, की त्याचा पुरेसा फायदा घेण्यासाठी आज ते हयातच नाहीत.

साहित्याची, प्रकाशन व्यवसायाची आणि साहित्यिक चळवळीची पुष्कळच हानी त्यांच्या मृत्यूमुळे झाली आहे. पुढारीपणाचा हव्यास नसलेल्या केशवरावांसारख्या व्यक्तिमत्त्वामुळे साहित्यिक चळवळी कशा ठामपणे उभ्या राहतात, याची उत्तम उदाहरणे म्हणजे साहित्यविषयक सर्व मासिके बुडत असताना यशस्वीपणे चाललेले ललित मासिक व मॅजेस्टिक गप्पा ह्या होत. श्रोत्यांच्या अभावी पुण्यामुंबईच्या सर्व व्याख्यानमाला क्षीण होत चालल्या असताना तुडुंब भरलेल्या मॅजेस्टिक गप्पा हे केवळ केशवरावांचे कर्तृत्व होय. नवनव्या कल्पना काढाव्यात, नवे सहकारी शोधावेत, गोड पत्रांनी लेखक-विचारवंतांना आपलेसे करून त्यांना मॅजेस्टिकच्या गच्चीवर आणावे आणि चहा, बिस्किटे, सरबत आणि निर्मळ हास्य यांनी साहित्यिकांचे स्वागत करावे, या गोष्टींना लाभलेले भरघोस यश म्हणजेच मॅजेस्टिक गप्पा होत्या. पहिल्या सहा-सात वर्षांच्या कालावधीत मी मॅजेस्टिक गप्पांत इतक्या वेळा भाग घेतला आहे, की परक्याला वाटावे की, मी कोठावळ्यांचा आप्तसंबंधी असावा. गप्पा रंगविण्यासाठी काही वादग्रस्त प्रश्न निर्माण करणे व वाद अंगावर येऊ नयेत म्हणून माझ्यासारख्या भांडखोर माणसाची योजना करणे, हा त्यांच्या लेखी केवळ पोरखेळ होता. मनमोहन कवीने एकदा कवीसंमेलनाच्या गच्चीवरील गप्पांत अनेक कवींचा अपमान करून मोठा अनवस्था प्रसंग आणला होता. मी खालच्या हॉलमध्ये केशवरावांशी गप्पा मारत बसलो होतो. मला त्यांनी वर जायला फर्मावले. कारण मनमोहनला आवरावयास मनमोहनला ओळखणाराच माणूस हवा, हे त्यांच्या अचूक दृष्टीला माहीत होते. माणसाची अचूक पारख व माणसे जोडण्याची कला यात केशवरावांचा हात धरणारा कुणी प्रकाशक नसेल. रामभाऊ देशमुखांनी आपल्या चावऱ्या जिभेने सर्व लेखकांना अकारण दुखवले, तर केशवरावांनी तोंडावर नियंत्रण ठेवून सर्व लेखकांचे पोशिंदेपण स्वीकारले व तेही लेखकांना ओशाळगत न वाटता. मोठमोठ्या लेखकांच्या मुलाखती

जेव्हा मॅजेस्टिक गप्पांत झाल्या, त्यानंतर होणाऱ्या रात्रीच्या मैफलीत मी अनेकदा भाग घेतला आहे, पण केशवराव त्या खास मैफलीतसुद्धा फार थोडे बोलत असत. काही लेखकांना अकारण उन्मत्तपणे बोलायची खोड असते. असा एखादा लेखक जर चुकून आपली मर्यादा सोडून कधी बोलू लागला, तर मात्र केशवरावांचे रौद्र रूपही मी पाहिले आहे. क्वचितच!

ज्यांनी आपले स्वत:चे आयुष्य स्वत: घडवलेले असते, अशा माणसांना काही प्रश्नांना नेहमीच तोंड द्यावे लागते. अपमान, दारिद्र्य व उपहास ज्यांनी भोगलेला असतो, अशी माणसे फार संवेदनाक्षम असतात. आपल्या त्या पूर्व आयुष्यातले लागेबांधे त्यांना तोडायचे नसतात, पण ऊर्जितावस्थेच्या काळात त्या जुन्या माणसांसाठी द्यायला पुरेसा वेळ नसतो. संपत्तीने हा मनुष्य माजला, असे त्यांपैकी काही लोक बोलू लागतात व मनोमन त्याचा दुस्वास करू लागतात. मूळचा हा कोण होता, नशिबाचे चक्र फिरले म्हणून हा मोठा झाला वगैरे भाषाही त्यांच्या तोंडी ऐकू येते. त्याचबरोबर उच्चभ्रू समाज नव्याने कर्तृत्व सिद्ध केलेल्या माणसाला बरोबरीने वागवायला काही काळ तरी सिद्ध नसतो. तो अधूनमधून खानदानाची भाषा काढतो. यश मोजण्याची काहींची तऱ्हा केवळ दैव ही असते. म्हणजे त्यांच्या लेखी कर्तृत्वाला व उद्योगशीलतेला काही अर्थच नसतो. पण या मूर्ख लोकांना हे समजत नाही, की दैव फक्त संधी देते. मिळालेल्या संधीचा फायदा करून घेण्यासाठी माणसांना प्रयत्नांची पराकाष्ठा करावी लागते. स्वभावात बदल करावे लागतात. अभिरुची, राहणी व विचारसरणी यांत जाणीवपूर्वक बदल करून ते आपल्या रक्तात रुजवावे लागतात. मिळालेले यश पचवावे लागते. दैवाने सर्व काही होत नाही. काही गुण बीजाचा असला, तरी काही मातीचा असतो, काही हवेचा, काही पाण्याचा. हे सारे समजून घेऊन माणसाच्या यशाची चिकित्सा केली, तरच त्याचे कर्तृत्व समजून येते. केशवरावांच्या यशाचे मोजमाप करायचे असेल, तर त्यासाठी त्यांच्यातल्या साऱ्या बदलांची तपासणी करावी लागेल. त्यांनी केवळ जमीनजुमले व पैशांच्या राशी जमवल्या नाहीत, तर माणसांचे उदंड प्रेम मिळवले. परिस्थितीच्या प्रत्येक स्तबकाबरोबर एकेक धडा ते शिकत होते. सुसंस्कृतपणाचा एकेक धडा ते गिरवीत होते. माणसे जोडताना कुणाला किती दूर ठेवावे व कुणाला किती जवळ घ्यावे, याचाही विवेक त्यांच्या ठिकाणी होता. म्हणून त्यांच्या यशाची कमान वाढती राहिली.

प्रकाशन व्यवसायाच्या क्षेत्रात त्यांनी आपली मुद्रा उमटवली. एका अर्धशिक्षित निर्धन माणसाने हे सारे केवळ दैवाने मिळवले, हे म्हणणे कितपत न्याय्य आहे? त्यांच्या औदार्यात व्यवहारीपणा होता. साहित्यप्रेमाला शिस्त होती आणि त्यांच्या

उलाढालीतील प्रत्येक घटकावर त्यांची कडक देखरेख होती. त्यांनी अगदी परवा परवा मी संबंधित असलेल्या सावरकर स्मरणिकेला पाचशे रुपयांची जाहिरात दिली; एवढेच नाही, तर ते पाचशे रुपये रोख काढून दिले. कसलीही, कोणत्याही स्वरूपातील गोष्ट न मागणाऱ्या माझ्यासारख्या माणसाचा संबंध असलेल्या स्मरणिकेला ही जाहिरात देताना त्यांनी क्षणाचाही विचार केला नाही. एरवी त्यांचा काटेकोर हिशेबीपणा मला माहीत आहे. पण त्या हिशेबीपणामुळेच आज ते आपल्या पायाशी लक्ष्मीला लोळण घ्यावयास लावू शकले होते.

गेली पंचवीस-तीस वर्षे मी केशवराव कोठावळ्यांना ओळखतो आहे व तरीही ते मला पूर्ण समजले आहेत, असे वाटत नाही. ते अमुक प्रकारचे गृहस्थ आहेत, असे विधान करताना मन गोंधळात पडते. त्यांनी आपली जीवनसूत्रे घट्ट बांधली असली पाहिजेत. पुष्कळदा असे घडते, की पुष्कळ माणसे मूल्यांसाठी आपला व्यवहार गमवतात व अखेरी मूल्येही गमवतात. आपल्या मूल्यांवर घट्ट पकड ठेवून उत्तम व्यवहार करणारी माणसे फार थोडी आहेत. यशस्वी होणाऱ्या माणसांबद्दल काही अफलातून दंतकथा निर्माण होतात. याचे कारण यशस्वी होऊ न शकलेल्या माणसाला यशस्वी माणसाचा फार मत्सर वाटत असतो. हे यश मलिन करण्याचा त्यांचा सदैव प्रयत्न चालू असतो. म्हणून मातीत पाय रोवून आव्हानात्मक भाषा काढण्यावाचून कधी कधी गत्यंतर नसते. ही लढाई केशवराव तुम्ही जिंकलात, पण थोडे लवकर मैदान सोडून गेलात. अजून काही यशाच्या तुताऱ्या वाजायच्या राहिल्या होत्या. तोपर्यंत दम काढला असता तर काय बिघडणार होते? भरल्या ताटावरून अशा घाईने निघून जाण्याचे खरोखरीच प्रयोजन नव्हते. सुखाचा विडा आता कुठे रंगत होता.

पण हे काही कुणाच्या हातात नाही. मॅजेस्टिक गप्पा अनंत काळ चालाव्यात, असे आम्हांला वाटत होते; तरीही पंधरा दिवसांची मर्यादा तुम्ही घालत होतातच. तसेच हेही असेल. एखादा विडा रंगला म्हणजे तृप्तीचा हुंकार द्यायचा व पानावरून उठायचे, हेही कदाचित तुमच्या योजकतेचेच फळ असेल. पण आम्हांला मात्र या घटनेने गुदमरल्यासारखे झाले आहे. काल तुम्ही होतात व आज नाहीत, याचा अन्वयार्थ आम्हांला लावता येत नाही. जग कुणावाचून अडत नाही, तसा हा साहित्यसंसारही अडणार नाही. तो चालेल, पण पंचपक्वान्नांचे जेवण असावे, मसाल्यांचा सुगंध यावा आणि तोंडात घास जाताच मीठ नसल्यामुळे जेवणाची रंगत बिघडून जावी, असे काही काळ तरी आमचे होणार आहे.

-०-०-०-

.१३.
दोन दैवी पुरुष

अपूर्णतेची जाणीव

आपल्या परिचयातली माणसे मृत्यू पावली, आणि तशी ती अनपेक्षितपणे मृत्यू पावली, की आपल्याला धक्का बसतो. कुणाशीतरी त्या विषयावर बोलून झाले, की मन थोडे मोकळे होते, आणि मग त्या व्यक्तीच्या आठवणी आणि कर्तृत्वाचे पिसारे आपल्याला थक्क करू लागतात. ती माणसे हयात असताना मान्यता पावलेलीच होती; तरीपण त्यांच्या जाण्याने त्यांचा जो एक लांबलचक जीवनप्रवास होता, तो एखाद्या गडद ठिपक्याप्रमाणे आपल्या-समोर साकार होतो. प्रत्येक वेळेला आपण प्रत्येक मृत पावलेल्या थोर व्यक्तीचा शोक सारख्याच प्रकारे व्यक्त करू शकत नाही. कारण आपले त्या व्यक्तीशी जे भावबंध असतात, ते भावबंध अनेक प्रश्नांचा गुंता करतात. पत्रकार म्हणून अशा व्यक्तींच्या कर्तृत्वाचा आलेख काढण्याचे उत्तरदायित्व माझ्यावर असते. पण हे पुष्कळदा मला पार पाडता आलेले नाही. त्या वेळेस माझी लेखणी थिटी पडते. नेमक्या कोणत्या शब्दांत त्यांचे आपले नाते व्यक्त करावे, हेच कळत नाही.

ज्या व्यक्तींच्या जीवनाशी तसा आपला भावनिक संबंध आलेला नसतो, त्यांच्याबद्दल अलिप्तपणाने लिहिणे सोपे जाते, किंवा जे लोक आपल्या आयुष्याचाच भाग असतात, त्यांच्या मृत्यूमुळे झालेला शोक एखाद्या उमाळ्याच्या रूपाने बाहेर पडू शकतो. परंतु जी माणसे मोठी आहेत आणि तरीही

आपल्या मैत्रीच्या कक्षेत येऊ शकलेली नाहीत, अशा ह्या दूरस्थ आप्तांबद्दल लिहिणे मोठे अवघड होऊन बसते. त्यांच्याबद्दल काही लिहिले नाही, तर अनेकांचा गैरसमज होतो. वृत्तपत्रांतून आलेले तेच तेच तपशील पुन्हा लिहिण्यात मला काही स्वारस्य वाटत नाही. काही निराळे तर सुचत नाही. लिहिले पाहिजे ही बोच तर मनात कायम राहते. एकामागोमाग एक दिवस उलटत जातात. कुणीतरी पत्राने डिवचत राहते आणि मग आपल्या लेखनकलेच्या अपूर्णतेची जाणीव जागी होते.

शब्दच बेइमान झाले

गेल्या महिन्यात पुण्यातल्याच अगदी निकटच्या अशा दोन थोर व्यक्तींचा मृत्यू होऊन गेला. एक होते वसंतराव देशपांडे आणि दुसरे होते ज्ञानप्रबोधिनीचे अप्पासाहेब पेंडसे. ह्या दोघांशीही माझ्या अनेक गाठीभेटी झालेल्या आहेत. त्यांच्याशी माझे दीर्घकालीन संबंधही येऊन गेलेले आहेत. आपापल्या क्षेत्रांतील हे दोन दिग्गज होते. वेगवेगळ्या प्रकारची अनुभूती त्यांनी मला दिलेली आहे. मी त्यांचे पुष्कळ ॠण लागतो. पण जमाखर्चासाठी लागणारी विवेकबुद्धी हरवल्यामुळे त्यांचे कर्तृत्व शब्दांत पकडणे मला जमू शकले नाही. पत्रावर पत्रे येत आहेत, मी खंतावलो आहे. लिहायला म्हणून अनेकदा मी बसलो आहे आणि अर्धवट लिहिलेले ते कागद मला टाकून द्यावे लागलेले आहेत. केवळ लिहिणे हा माझा जीवनधर्म आहे आणि शब्दांची साधना हे व्रत म्हणून मी स्वीकारलेले आहे. तरीही माझ्या शब्दांनी माझ्याशी बेइमान व्हावे, या क्रूर थट्टेला मी काय म्हणावे? दोघांच्याही बाबतीत माझ्या मनात आठवणींचा गोंधळ उडालेला आहे. त्यांतला नेमका कोणता प्रसंग उचलावा, त्या प्रसंगातला आपला भाग कमी कसा करावा, हे काही समजेनासे झाले आहे.

मृत्युलेख कुणाचा?

पुन:पुन्हा या दोघांच्याहीबाबत विषय निघतो आणि खूप उमाळ्याने त्यांच्याबद्दल मी बोलत राहतो आहे, आणि ऐकणारे लोक या साऱ्या आठवणी तुम्ही लिहीत का नाही, असे विचारीत आहेत. तेव्हा त्यांना मला असे ओरडून सांगावेसे वाटते, की हा काही माझा मृत्युलेख नव्हे, की ज्यात माझ्या आठवणी महत्त्वाच्या आहेत. या आठवणीतला 'मी' हा दुय्यमच राहावा आणि तेच मला करता येत नाही, हीच खरी अडचण आहे. माणसाचे सारेच लेखन, विशेषत:

दोन दैवी पुरुष / १०३

ललित लेखन हा एक आत्माविष्कार असतो, ही गोष्ट जरी खरी असली, तरी मृत्युलेखांच्या बाबत त्या मृत पावलेल्या व्यक्तीचा आत्मा हा प्रधान असतो आणि आपण केवळ निमित्त असतो, हे कधी विसरून चालणार नाही.

वसंतराव देशपांडे

वसंतरावांची स्मरणशक्ती, गायनकलेचा सखोल अभ्यास, नाट्यसंगीताला त्यांनी दिलेली नवी दिशा किंवा त्यांचे स्वत:चेच म्हणता येईल असे आक्रमक गाणे यांबद्दल अधिकारी लोकांनी खूप काही लिहिलेले आहे. अगदी जवळच्या मंडळींना त्यांच्या स्मरणशक्तीचे लोकविलक्षण प्रयोग अनुभवायला मिळाले आहेत.

दोन-तीन महिन्यांपूर्वीची गोष्ट. व. पु. काळे पुण्यात आलेले होते आणि त्यांना बँक ऑफ महाराष्ट्रच्या वसंतराव पटवर्धनांना भेटायचे होते. कारण अगदी वैयक्तिक होते. त्यांच्या दोनदा ठरलेल्या गाठीभेटी काही कारणामुळे हुकल्या होत्या. मी त्यांना ह्या त्यांच्या मुक्कामात त्यांची गाठभेट करून देईन, असे सांगितले. त्याप्रमाणे वसंतराव पटवर्धनांना फोन करून रात्री नऊ वाजता मी माझ्या घरी येण्यास सांगितले व तेही येतो म्हणाले. अलूरकर हे वसंतराव देशपांड्यांच्या काही कॅसेट्स काढत होते, आणि त्यातले निवेदन व. पु. काळेंचे होते.

गाण्याचे शिक्षण मैफलीतच मिळते

व. पु. काळेंचा शोध घेता घेता असे कळले, की पुण्यातल्या एका स्टुडिओत त्यांचे रेकॉर्डिंग चालू आहे. त्याबरोबर मी त्याला फोन केला आणि त्यांना पटवर्धनांची भेट ठरल्याचे नक्की सांगितले. तो म्हणाला, ''आज कसे काय जमणार? अजून रेकॉर्डिंग चालू आहे आणि शिवाय अलूरकरांनी पुढे काही कार्यक्रम ठरवला असेल, असे वाटते.'' मी तेव्हा त्याला म्हणालो, की ''त्याची काही चिंता करू नको. अलूरकरला मी आधीच सांगितलेले आहे. त्याला माझे घर परके नाही. वसंतराव देशपांड्यांच्या बायकोलाही फोन करून कळवले आहे की रात्री त्यांना यायला उशीर होईल. तू फक्त वसंतराव देशपांड्यांना एवढेच सांग, की आपल्याला बेहेऱ्यांच्याकडे जायचे आहे. तेवढे पुरेसे होईल.''

मी आणि वसंतराव पटवर्धन वाट पाहत होतो. एवढ्यात ते त्रिकूट आमच्या घरी आले. बैठक चांगली जमविल्यानंतर वसंतरावांना मी म्हणालो, ''पस्तीस वर्षांपूर्वी तुम्ही माझ्या घरी माझ्या बायकोच्या मंगळागौरीच्या दिवशी

गायला आला होतात. आठवतेय की नाही?''

वसंतराव एकदम भूतकाळात गेले आणि आपल्या नेहमीच्या पसरट वसंतखाँ स्टाइलमध्ये म्हणाले, ''कमाल करता बेहेरे! अहो, मी कसे विसरणार? तेव्हा काही मी वसंतराव देशपांडे नव्हतो. वश्या देशपांडे होतो. गोपाळरावही बरोबर होते. आणि गोडसेही साथीला होता.'' वसंतराव त्या वेळेस गायकापेक्षा तबलावादक म्हणून मशहूर होते. गायनापेक्षा त्या काळातील लोकप्रिय गायकांच्या हुबेहूब नकला ते करीत. मास्टर दीनानाथांचे स्वर तर त्यांच्या गळयात होतेच, पण बालगंधर्व, बापू पेंढारकर, मास्टर कृष्णराव, हिराबाई हे राहू द्यात; पण रामकृष्णबुवा वझे, ओंकारनाथ ठाकूर यांसारख्या प्रख्यात ख्यालगायकांच्याही ते अभिजात नकला करीत. खरंतर त्या नकला नव्हत्याच. त्या त्या गायकांच्या गाण्याचे मर्म, लकबी ह्यांपेक्षा त्या त्या गायकांच्या अंत:प्रेरणांचा तो शोध होता. गंधर्वांची तद्रूपता, दीनानाथांची अस्मानाचा वेध घेणारी तान, आणि आवाज लावण्याची पद्धत, बापू पेंढारकरांचे शब्दानुकूल गाण्याचे भान, हिराबाईंचा घरंदाज सुरेलपणा, मास्तरांची बुद्धिजन्य ऐट हे सारे त्यांच्या नकलांत प्रकट होत असे. पुढे जसजसे वसंतराव गायक म्हणून नावारूपाला येऊ लागले, तसतसे नकला करण्याचे त्यांनी सोडून दिले.

त्यांना एकूण सर्व जुन्या नाटकांची गाणी मुखोद्‌गत असत. प्रत्येक गायकाची शैली आणि आविष्कार यांवर त्यांची हुकमत असे. त्यांनी कोणतंही घराणे म्हणून स्वीकारलेलं नसलं, तरी दीनानाथांचा प्रभाव त्यांच्यावर विशेष जाणवत होता. किंबहुना शास्त्रीय गाण्याला लोकप्रिय करणाऱ्या गायकांत वसंतरावांना उच्च स्थानी बसवले पाहिजे. लोकांचे कान तयार करण्यासाठी प्रथम लोकांना आवडेल ते गावे लागते आणि मग नंतर लोकांनी ऐकावे असे गायन ऐकवावे लागते; म्हणजे मग शास्त्रीय संगीतातील खरा आनंद त्यांना लुटता येतो. प्रत्येकजण थोडाच गाण्याचे शिक्षण घेतलेला असतो? गाण्याचे शिक्षण हे मैफलीतच मिळते.

लोकाश्रयामुळे लोकरंजन

कोणतीही कला लोकाभिमुख करण्याची कला शेवटी कलावंतातच असते. खास जाणकार अशा निवडक श्रोत्यांपुढे गाणे असले, तर वसंतराव ख्याल-गायकीचे अंग आपण किती जोपासले आहे, हे समर्थपणे दाखवून देत असत. पण जेव्हा समाज मोठा असतो, तेव्हा चार निवडक जाणत्यांसाठी गाणे गायचे

नसते, याचे भान त्यांनी ठेवले आणि त्याचेच अनुकरण आज बहुतेक गायक करताना दिसतात. आज केवळ ख्यालगायकी मैफलीत गायली जात नाही. रंजनप्रधान गाण्यांकडे गायकांचा ओढा वाढू लागला आहे. अभिजात गायकीची त्यामुळे पीछेहाट झाली आहे, असा काही बुजुर्ग आरोप करतात पण त्यात काही अर्थ नाही. उत्तम तऱ्हेची अभिजात गायकी आत्मसात केल्याशिवाय कोणत्याच गायनप्रकारात श्रेष्ठत्व प्राप्त होत नाही. तेव्हा अभिजात गायकी ही आत्मसात करावीच लागते. पण जेव्हा कला लोकाश्रयाखाली वाढणार हे स्पष्ट असते, तेव्हा लोकरंजनही अपरिहार्य होते.

वसंतरावांची माझी इतकी जुनी ओळख आहे; पण आम्ही वारंवार भेटलो आहोत किंवा कौटुंबिक विचारपूस केली आहे, असे कधी घडले नाही. ते कुणीच नव्हते तेव्हापासून कालपरवापर्यंत मी त्यांच्या अनेक मैफली ऐकल्या आणि मला एक गोष्ट सतत जाणवली, की कलावंताला लागणारा आत्मविश्वास आणि जिद्द यांत वाढच होत गेली. नुकतेच हॉस्पिटलमधून बाहेर पडल्यानंतर ते थोडेफार फिरायला बाहेर पडले होते. मी रिक्षा मिळवण्यासाठी अलूरकरांच्या दुकानासमोर थांबलो असताना ते आणि त्यांच्या पत्नी समोरून येताना दिसले. वसंतरावांचे चालणे एरवीसुद्धा चटपटीत नसायचे. ते धुंदीत असल्यासारखेच चालायचे आणि थोडे बोबडे बोलायचे. आता तर गंभीर आजारातून उठून ते बाहेर पडले होते. इतका आक्रमक गाणारा हा माणूस इतका सैल चालतो कसा आणि विसविशीत बोलतो कसा याचे मला नेहमी आश्चर्य वाटायचे. त्या बोलण्यातही गोष्टीवेल्हाळपणाबरोबर थोडा सैलपणाही असे. मी म्हणालो, ''वसंतराव तब्येत कशी काय आहे?'' तेव्हा ते हसत म्हणाले, ''बेहेरे, आता तब्येत चांगली असायची म्हणजे कशी?''

''गाणेबिणे पुन्हा सुरू केले की नाही?''

हसून ते म्हणाले, ''गाणे कसे सुटणार? आता उत्तररात्रीचे राग गायचे.'' आणि मग ते थोडे विषण्णपणे हसले आणि म्हणाले,''ते जाऊ दे, तुमची तब्येत काय म्हणतेय?''

मी म्हणालो, ''उत्तम आहे!''

''पण मध्ये मला तर कळलं होतं, की तुम्ही बरेच आजारी होतात.''

''होतो ना! पण आजाराच्या आठवणी ठेवून आणखी थोडं आजारी पडल्यासारखं वाटतं. दुसरं असं की समवयस्क भेटले, की आता एकमेकांनी एकमेकांच्या प्रकृतीची चौकशी करायची, हे खरे नाही..''

"खरं आहे! तुम्ही म्हणता, ते खरं आहे!" आणि मग असेच काहीतरी औपचारिक बोलत डुलत डुलत ते प्रत्यक्ष मारव्याचेच सूर कर्वे रोडवरून पुढे सरकत गेले. मला एवढंच जाणवलं, की वसंतरावांचे आता काही खरे नाही. कारण ज्या जातीचे गाणे ते गातात, ते गाणे आता हा माणूस यापुढे कसे गाणार?

१९४७ साली माझे साडू गोपाळराव गोडबोले यांनी लिहिलेले 'पतिव्रता' हे नाटक करायचे मी ठरवले. गोपाळराव गोडबोले आणि वसंतराव देशपांडे हे मिलीटरी अकौंट्समध्ये काम करीत होते आणि पुण्याच्या 'रवींद्र स्टार्स' या संस्थेचे सदस्यही होते. आता ती गोष्ट आठवणारही नाही. या नाटकात केवळ गाण्यासाठी ते होते, ही गोष्ट उघडच आहे. गाणे ते झोकदार म्हणत. पण गद्य भाग आला, की त्यांची त्रेधातिरपीट उडे. पुढे 'रंगायन' या संस्थेच्या 'मी जिंकलो, मी हरलो' या नाटकातही त्यांनी एक दुय्यम स्वरूपाची भूमिका केली होती. तिथेही हाच प्रकार. अजून नट म्हणून ते घडायचे होते, गायक म्हणून नावारूपाला यायचे होते. त्यांच्या परिवारातील लोकांना त्यांचे गायनकौशल्य आणि विविधता माहीत होती. पण जगाला ते अजून ज्ञात व्हायचे होते. त्यांचा अधिकार सिद्ध झालेला नसल्यामुळे कलावंत म्हणून तसे ते चाचपडत होते. लोकांनी गाणे कसे ऐकावे, हे शिकवण्यासाठी त्यांनी काही प्रात्यक्षिकांसह व्याख्याने दिल्याचेही मला स्मरते.

त्यांच्या मैफलीत ते बादशाह असत. आठवणींचा पाऊस पाडत. विस्मृतीत गेलेली गाणीसुद्धा त्यांना चटकन आठवत. त्यांच्या नशिबात 'कट्यार काळजात घुसली!' या नाटकाचा योग आला आणि त्यांचे आयुष्य पालटले. या नाटकात ते अभिनय करीतच नव्हते. ते रोजच्यासारखे वावरत. त्या नाटकावर संगीताचा एवढा प्रभाव होता आणि त्यांच्या गळ्याला अनुकूल अशा चाली नेमक्या निवडल्या गेल्या होत्या, म्हणून त्यांनी त्यांच्या भूमिकेचे सोने करून टाकले. मी 'कट्यार' चे २५ तरी प्रयोग पाहिले असतील. 'लागी कलेजवा कट्यार' ही चीज नेहमी नाटकात ते फार वेळ म्हणत नसत. ती फैय्याझ म्हणायची. पण आत जाऊन वसंतरावांना सांगितले, की वसंतराव त्या दिवशी खरोखरीच काळजाला जखम करतील, अशा तऱ्हेने ते गाणे रंगवून रंगवून म्हणायचे. गाणे गाताना त्यांनी कधी कंजूसपणा केला नाही.

या नाटकामुळे आपल्या आयुष्याच्या सुवर्णकाळाला आरंभ झाला, हे त्यांच्या लक्षात आले होते. ह्या नाटकाला त्यांनी जास्तीतजास्त न्याय दिला. ज्या गावात संगीताची बूज जास्त राखली जाते, तेथे वसंतराव अधिक रंगून विस्ताराने

दोन दैवी पुरुष / १०७

गायचे. पुण्याबाहेरही या नाटकाचे प्रयोग मी पाहिले आहेत. पण कोणत्याही प्रयोगाच्या वेळेस अन्य कोणतीही पात्रे बदललेली असली, तरी त्यांनी आपल्या कामात हयगय केली नाही. नाटककंपनीबरोबर दौऱ्यावर असणाऱ्या अनेक तरुण गायक गायकांना ते वेळ मिळेल तेव्हा गाण्याची संथा देत आणि त्यांच्या ह्या अनुग्रहासाठी शिष्य आसुसलेले असत. काही गायक आणि गायिका त्यांच्याबद्दल किती आदराने बोलत, हे मला स्वत:ला माहीत आहे. गाणे हा वसंतरावांचा प्राण होता. एक दिलदार दोस्त म्हणून मैफलीचा बादशाह म्हणून वसंतराव परिचितांच्या स्मरणात राहतीलच; पण नाट्यसंगीताला एक वेगळेच वळण देणारा आक्रमक प्रवृत्तीचा गायक म्हणून त्यांचे नाव कुणालाच पुसता येणार नाही.

ते खूप उशिरा नाट्यक्षेत्रात आले, त्यामुळे ज्या संगीत नाट्यपरंपरेचा त्यांना अभिमान आणि ज्या नाट्यगायनावर त्यांचा अधिकार, तो फक्त मैफलीत बघायला मिळायचा. जुन्या नाटकांत त्यांचा नाट्याविष्कार क्वचितच पाहायला मिळाला. नाट्यगीते अशी आहेत, की ज्यांना अभिनयाची जोड लागते. वेशभूषा, नेपथ्य यांची खुलावट लागते आणि काही गीते नाटकातील संवादाचाच एक अपरिहार्य भाग आहेत. धैर्यधर, श्रीकृष्ण, सुधाकर, अश्विनशेट ह्या त्यांच्या भूमिका योग्य वेळेला त्यांचे नाटकात पदार्पण झाले असते, तरच आपल्याला पाहायला मिळाल्या असत्या.

'सोबत' च्या एका वर्धापनदिनात ध्रुपद ते नाट्यसंगीत असा एक कार्यक्रम आम्ही आयोजित केला होता. मोबदल्याची कोणतीही अपेक्षा न करता वसंतराव देशपांडे आणि जितेंद्र अभिषेकी यांनी त्या दिवशी मध्यंतरानंतर एका जुगलबंदीचा कार्यक्रम केला. त्यात 'कट्यार काळजात घुसली' या नाटकात दोन गायकी ढंगांनी जी गाणी म्हणावी अशी अपेक्षा आहे, ती सर्व गाणी दोन्ही गायकींच्या तऱ्हांनी त्या दोघांनीही म्हटली आणि शेवटच्या गाडीचे लोकांना विस्मरण पाडून रात्री २-२।। पर्यंत मैफल गाजवून वाहवा मिळवली.

तशा त्यांच्या-माझ्या अधूनमधून गाठीभेटी होत. सदाशिव पेठेतल्या त्यांच्या चाळीतल्या घरापासून ते जिमखान्यावरील त्यांच्या मालकीच्या ब्लॉकपर्यंत त्यांनी केलेली खडतर जीवनचाल मी पाहिलेली आहे. एकेका चीजेसाठी, एकेका गाण्यासाठी त्यांनी केलेली भ्रमंतीही त्यांच्या तोंडून मी ऐकलेली आहे. स्मरणशक्तीच्या बळावर ती त्यांनी अखेरपर्यंत आपल्या डोक्यात साठवून ठेवली होती. कोणत्याही गायनप्रकारावर त्यांचा राग नव्हता, आणि कोणत्याही गायकाबद्दल ते कधी कटू बोलले नाहीत. ज्याच्याकडून काहीच घेता येणार नाही असा कोणताच मोठा

गायक नसतो, यावर त्यांची श्रद्धा होती.

त्या दिवशी रात्री वसंत पुरुषोत्तम काळे, वसंतराव पटवर्धन आणि वसंतराव देशपांडे असे तीन वसंत माझ्या घरी जमले होते. मी फक्त वसंतराव देशपांड्यांना चावी देण्याचे काम करी. 'रानारानांत गेली बाई शीळ', 'रमला कुठे गं कान्हा', 'वारा फोफावला' येथपासून 'पिया मिलन को जाना', 'ए चांद छुप ना जाना' अशा भावगीत-चित्रपटसंगीत या सर्वांची आवर्तने झाली. गंगाधरपंत लोंढ्यांच्या मर्दानी गाण्याचे प्रात्यक्षिक झाले. 'शर लागला,' 'फूल मंगाओ, हार बनाओ' मास्तरांच्या 'तुजसम श्रीहरी मित्र असावा...' २-२॥ पर्यंत वसंताचा गळा एखाद्या फुललेल्या बगिचासारखा सुगंध दरवळत होता. ते नुसते गाणेच नव्हते; त्यात गायकांच्या, नटांच्या आठवणीही होत्या.

माझी स्मरणशक्ती आता पूर्वीइतकी चांगली राहिलेली नाही. अशा दुर्मीळ मैफलीचे टेपरेकॉरडिंग करून ठेवावे, असे अलूरकरसारखा त्या क्षेत्रातील तज्ज्ञ जवळ असूनही मला सुचले नाही, हे माझे दुर्भाग्य आहे. पण माझेच कशाला? वसंतराव जिथे जिथे जात, तिथे तिथे ते खुलेपणाने असेच वागत असणार. त्या लोकांनी तरी कुठे हे जतन करून ठेवले आहे? वसंतरावांच्या गाण्याच्याच फक्त कॅसेट मागे राहतील. पण हा गोष्टीवेल्हाळ माणूस बंदिस्त करून ठेवायला कोणते साधन आपल्याजवळ आहे?

अखेरी सर्वच सुगंधांचे असेच असते. ते असतात तोपर्यंत भोगता येतात. त्यांच्या आठवणी रेंगाळतात, तोपर्यंत त्यांचा सुगंधही येतो आणि ते सुगंधही काही कायमचे पडकून ठेवता येत नाहीत. ते हवेत विरून जातात आणि आपण अगतिकपणे त्या निराकार आकाशाकडे पुन्हा तो सुगंधी पाऊस पडावा म्हणून चातकाप्रमाणे वाट पाहत राहतो. कालपरवा ज्या सुगंधाने आपल्याला उत्तेजित केले, आपले आयुष्य वाढविले आणि अनेक जखमा भरून काढल्या, तो सुगंध आपल्या डोळ्यांदेखत हवेत विरून जावा आणि आपल्याला काहीही करता येऊ नये, हेच आपले दुर्दैव. पण त्यापेक्षा आपण अशी समजूत घालून घेतलेली बरी की लक्षावधी माणसांना या सुगंधाची ओळख झाली नाही. आपल्याला ती तरी झाली एवढे आपण भाग्यवंत होतो, हे काय कमी झाले? जेव्हा जगातले अन्य कोणी आपली समजूत काढू शकत नाहीत, तेव्हा आपली आपल्यालाच समजूत काढावी लागते.

***

ज्ञानप्रबोधिनीचे संस्थापक वि. वि. उर्फ अप्पासाहेब पेंडसे हेही गेले काही दिवस गंभीर स्वरूपाच्या आजाराशी झगडत होते. माझ्या हस्ते त्यांच्या विवेकानंदाच्या चरित्राच्या दुसऱ्या आवृत्तीचे प्रकाशन व्हायचे होते. त्यालाही ते हजर राहू शकतील, असे वाटत नव्हते. म्हणून मी त्यांच्या सहकाऱ्यांना म्हणालो की, सकाळी जाऊन आपण अप्पांना भेटून येऊ. कारण अलीकडे ते ज्ञानप्रबोधिनीत राहत नव्हते. उपचारासाठी त्यांना बहिणीकडे ठेवण्यात आले होते. काही का कारणांमुळे असेना; ते कार्यकर्ते काही माझी आणि अप्पांची भेट घडवू शकले नाहीत आणि नंतर अगदीच थोड्या अवधीत ते कैलासवासी झाले.

अप्पांना मी अनेक वर्षे पाहत आलो आहे. पण त्यांची बऱ्यापैकी ओळख मात्र गेल्या दहा वर्षांतली. अलीकडे गेल्या २-३ वर्षांत त्याही गाठीभेटी कमी झाल्या होत्या. एकदा त्यांचा वारजे येथे त्यांनी घेतलेल्या वांद्रेकर फार्मबाबत फोन आला. या फार्मबाबत श्री. वांद्रेकर यांच्याबाबत मला काही माहिती आहे, असे त्यांना कळले होते. ३०-३२ वर्षांपूर्वी माझा प्रॉपर्टीचा व्यवसाय असताना ती जमीन मी वांद्रेकरांना विकली होती. त्यामुळे मी त्यांना काही उपयुक्त माहिती देऊ शकेन, असे वाटत होते. मी त्यांना म्हणालो, ''अप्पासाहेब, तसा माझ्या माहितीचा काही उपयोग नाहीच, तरी पण मी येतो. तुमच्याशी अर्धा तास गप्पा मारणे म्हणजेसुद्धा चैतन्याच्या स्रोतात न्हाऊन निघण्यासारखे आहे. पण माझी अडचण अशी आहे की, तुमची मठी दुसऱ्या मजल्यावर आहे आणि मला तर जिने चढायला परवानगी नाही.'' यावर ते हसून म्हणाले, ''अहो, ते मला माहीत आहे. तरी मी तुम्हांला मुद्दाम बोलावतोय याचं कारण ज्ञानप्रबोधिनीच्या मुलांनीच तयार केलेली लिफ्ट आता चालू झालीय.''

त्यांची-माझी त्या वेळेस निवांतपणे गाठ पडली होती. त्यापूर्वीही मी त्यांना अनेकदा भेटलो होतो. कृतिशील, समर्पित, ध्येयप्रेरित, सदाचारी आणि तरीही रसिक अशा माणसांची संगत विलक्षण सुखदायी असते. त्यांच्या संगतीत त्यांचे नवे मनसुबे ते बोलत असत, पण त्यांच्या तोंडून शब्दाचा कधी गैरवापर होत नसे. आपल्याला नक्की काय करायचंय, हे ठरवलेली माणसे शब्दांचा फापटपसारा करीत नाहीत आणि ते जे काही बोलतात, त्या बोलण्याला आपोआपच वजन येते. कारण त्यांचे बोलणे कृतीच्या घट्ट पायावर उभे असते.

त्यांनी आपले कार्यक्षेत्र घट्ट आखून घेतले होते. पण ते कार्यक्षेत्र एवढे विशाल होते, की त्यासाठी त्यांना सतत उद्योगरत असावे लागले. दिसायला ज्ञानप्रबोधिनी ही एक गुणी विद्यार्थी निर्माण करण्याची शाळा आहे; पण तेवढ्याने

ज्ञानप्रबोधिनीचे खरे स्वरूप व्यक्त होत नाही. ज्ञानप्रबोधिनी ही एक दिव्य संस्कारशाळा आहे आणि ह्या शाळेतून बाहेर पडणारा विद्यार्थी समाजाच्या कोणत्याही क्षेत्रात जाऊन उभा राहिला तरी त्याला, त्या त्या क्षेत्रात नेतृत्व करता येईल अशा तऱ्हेची नेतृत्वगुणाची, कुशाग्र बुद्धीची, समर्पित जीवनाची प्रेरणा देणारी ही संस्कारशाळा आहे.

ह्या देशापुढे अनंत प्रश्न उभे आहेत आणि ह्या समाजाची रचना अतिशय गुंतागुंतीची आहे. येथे प्रयत्न केल्याशिवाय देशाचे प्रश्न सोडविणारे नेतृत्व निर्माण होणे शक्य नाही, हे त्यांच्या लक्षात येताच त्यांनी ज्ञानप्रबोधिनीची संकल्पना निश्चित केली. लोकशाही आणि समाजवाद या दोन्ही शब्दांचा चुकीचा अर्थ लावल्यामुळे गुणी मुले निर्माण करणाऱ्या शाळेला सरकारचा आश्रय लाभणे शक्य नाही. पण ज्यांनी ज्ञानप्रबोधिनीला एकदा भेट दिलेली आहे आणि अप्पासाहेबांच्या संगतीत थोडा काळ घालवला आहे, त्या प्रत्येकाला ज्ञानप्रबोधिनीचे महत्त्व समजून येत होते. म्हणून मुख्यमंत्री निधीतून का होईना, पण ज्ञानप्रबोधिनीला अनुदान द्यावे अशी इच्छा त्या त्या मुख्यमंत्र्यांना होत असे. या देशातील काही सुजाण उद्योगपती आपल्या आर्जवशक्तीने आणि व्यक्तिमत्त्वाने अप्पांनी जिंकून घेतले आणि हे लोकविलक्षण ज्ञानमंदिर साकार केले. अप्पांना स्वतःचा संसार नव्हता; पण ज्ञानप्रबोधिनीत शिकणारी सर्व मुले त्यांच्या प्रेमळ आणि शिस्तमय छत्राखाली त्यांनी मायेने वाढविली आणि असा जिव्हाळा त्यांनी सर्व छात्रांत निर्माण केला की अप्पा गेले तेव्हा सर्वांना पितृशोक झाला.

देशात सर्वच गोष्टींचे अवमूल्यन होत असताना अप्पासाहेबांसारखी काही माणसे समाज घडविण्याचा प्रचंड प्रकल्प हाती घेतात आणि त्यासाठी आपली सर्व शक्ती झोकून देतात, हे पाहिले म्हणजे अजूनही पुनरुत्थानाची आशा वाटू लागते. एक निष्कांचन, एकटा माणूस जर अशा भव्य स्वप्नांना हात घालू शकतो, तर निराश होऊन हातपाय गाळण्यात काय अर्थ आहे? हा एकाकी प्रवास करण्याची ऊर्जा अप्पांना कुठून मिळाली? त्यासाठी अप्पांच्या आयुष्याच्या पूर्वकाळातही डोकावले पाहिजे.

अप्पासाहेब पेंडसे हे राष्ट्रीय स्वयंसेवक संघाचे पूर्णवेळचे कार्यकर्ते होते. त्यामुळे अगदी बालपणापासून त्यांच्यावर सुसंस्कारांचा ठसा उमटलेला होता. संघात शेकडो कर्तबगार माणसे ऐहिक सुखोपभोग सोडून सामील होताना त्यांनी पाहिलेली होती. एका मोठ्या ध्येयावर नजर ठेवून समष्टीसाठी व्यक्तीला आपले सर्वस्व द्यावे लागते, तरच खऱ्या अर्थाने समष्टिजीवनाला नवे अवसान प्राप्त

होईल, यावर त्यांची श्रद्धा होती. संघाचा संस्कार ते कधीही विसरले नाहीत, पण संघाचा कार्यविस्तार अनेक अंगांनी व्हायला पाहिजे, असे मात्र त्यांना वाटत होते. नुसता चारित्र्यसंपन्न आणि नीतिमान माणूस देशाचे प्रश्न सोडवू शकणार नाही, तर समाजजीवनातल्या प्रत्येक क्षेत्रात तज्ज्ञ असणाऱ्या कर्तबगार आणि समर्पित वृत्तीच्या माणसांची फौजच्या फौज निर्माण केली पाहिजे, असे त्यांना वाटत होते.

गुरुजींच्या काळात संघाचा विस्तार खूप झाला. पण नवीन क्षेत्रे धुंडाळावीत, असे तेव्हा संघचालकांना वाटत नसावे. त्यामुळे पुष्कळ कल्पक माणसांची कोंडी होऊ लागली. संघाची शिस्त सर्वांना मान्य होती, पण शिस्त म्हणजे केवळ कर्मकांड नव्हे, असे वाटणाऱ्या तरुणांचा एक मोठा गट संघात त्या काळात निर्माण होऊ लागला होता. त्या काळात संघातून अनेक कर्तबगार तरुण बाहेर पडले आणि त्यांनी जीवनाच्या विविध क्षेत्रांत संघपद्धतीनेच कार्य करायला आरंभ केला. काशिनाथपंत लिमये हे संघातले एक चैतन्यशाली व्यक्तिमत्त्व होते. गुरुजींच्या अध्यात्मवादी नेतृत्वाला कंटाळून संघापासून ते काही काळ दूर गेले होते. अप्पासाहेब पेंडसे काशिनाथपंतांना खूप मानीत असत. 'सोबत'- मध्येच काशिनाथपंत लिमयांवर त्यांनी एक अत्यंत तळमळीने भरलेला मृत्युलेख लिहिलेला आहे. 'सोबत' शिवाय तो लेख कुणी छापणार नाही, हेही त्यांना माहीत होते.

गुरुजींच्या चारित्र्याबद्दल, संघटनाकौशल्याबद्दल कुणाच्याही मनात शंका नव्हती. किंबहुना गुरुजींच्याच कालखंडात संघाला अत्यंत कठीण प्रसंगांना तोंड द्यावे लागले. संघाचा विस्तारही त्याच कालखंडात झाला. पण संस्थेबरोबर गुणवत्तेतही वाढ व्हायला हवी, असे मानणारा एक गट गुरुजींच्या आध्यात्मिक भूमिकेवर नाराज होता. १९४२ मधील स्वातंत्र्य-आंदोलनात स्वयंसेवकांनी व्यक्तिशः भाग घेतला असेल; पण संघ म्हणून ह्या राष्ट्रीय आंदोलनात संघाने भाग घेतला नाही. स्वातंत्र्य अगदी जवळ आलेले आहे, याची सुतराम कल्पना नसल्यामुळेच गुरुजींच्या हातून ही चूक घडलेली असली पाहिजे. फाळणीच्या काळातही निर्वासितांना संघाकडून खूप मदत झाली; पण फाळणीला प्रत्यक्ष प्रतिकार असा कुठेही केला गेला नाही.

संघ ही तेव्हाही आणि आताही घट्ट विणीने बांधलेली सर्वांत मोठी राष्ट्रीय संघटना आहे. त्यामुळे देशाच्या कोणत्याही महत्त्वाच्या प्रश्नाबाबत संघाला उदासीन राहून चालणार नाही. आज संघाने अधिकृतपणे अनेक क्षेत्रांत प्रवेश

केलेला आहे. विद्यार्थी, कामगार, आदिवासी, रुग्णसेवा, राजकारण, शिक्षण, बँकिंग, सांस्कृतिक चळवळी इत्यादी. त्याचे फायदेही संघाला मिळू लागले आहेत. प्रत्यक्ष संघ जरी राजकीय कार्य करीत नसला, तरी ह्या सार्वत्रिक उठावामुळे देशातील राजकारणावर संघाचा प्रभाव वाढतोय. जयप्रकाशजींनी बिहारमध्ये जे आंदोलन केले, तेव्हा काही संघावर बंदी आलेली नव्हती. पण हे आंदोलन देशात एक सत्तांतर घडवणार आहे, शिवाय हे एक राष्ट्रीय आंदोलन आहे, याची योग्य वेळेस जाणीव उत्पन्न झाल्याकारणानेच नानाजी देशमुखांच्या नेतृत्वाखाली संघ त्या आंदोलनात उतरला आणि त्याचे परिणाम पुढे काय झाले, ते सर्वश्रुत आहेतच.

अप्पासाहेब पेंडसे या माणसाला हे सारे वीस-पंचवीस वर्षांपूर्वीच सुचावे आणि त्यासाठी त्याने आपल्या बुद्धीने स्वत:चा मार्ग शोधून काढावा, हे त्यांचे धाडस कौतुकास्पद आहे. आपल्या साऱ्या स्वप्नांचा आधार हिंदुत्व आहे, याचा त्यांना कधीही विसर पडला नाही आणि म्हणूनच त्यांनी ज्ञानप्रबोधिनी या संस्थेला विवेकानंदांच्या तत्त्वांची जोड दिली होती. आता अप्पासाहेब पेंडसे यांच्यासारखेच त्या काळी बाहेर पडलेले कितीतरी तरुण वेगवेगळ्या क्षेत्रांत संस्थाजीवन निर्माण करीत आहेत आणि आरंभीच्या काळात संघनेतृत्वाविरुद्ध झालेली ती बंडे बंडखोरच जिंकलेले आहेत. आता संघाची वाटचाल अधिक व्यापक प्रमाणावर सुरू झालेली आहे आणि आपल्याच कार्यकर्त्यांनी उभ्या केलेल्या या संस्थांचा अभिमान आज संघनेतृत्वालाही वाटत आहे.

अप्पासाहेब पेंडसे यांनी केवळ शिक्षणकार्याला जुंपून घेतलेले नव्हते; तर माणसाचे आत्मबल वाढण्यासाठी त्यांचा सर्वांगीण विकास केला पाहिजे, यावर त्यांची श्रद्धा होती. किर्लोस्करांच्या साहाय्याने त्यांनी शिवापूरला एक मोठी यंत्रशाळा उघडली. शिवगंगा खोऱ्याचा कायापालट करून टाकण्यासाठी त्या परिसरात कार्यक्षेत्र विस्तारित केले.

देशातील धगधगत्या प्रश्नांना सामोरे जाण्यासाठी ज्ञानप्रबोधिनीतल्या मुलांना उद्युक्त करून तेथे प्रत्यक्ष कार्य करण्यासाठी त्यांना पाठवले. समाजात चाललेली बुवाबाजी, भ्रष्टाचार यांविरुद्ध आवाज उठवण्यासाठी त्यांनी प्रयत्न केला, माडीवाले कॉलनीत जोगळेकर नावाचे एक बुवा लफंगेगिरी करीत होते व बुवाबाजीचा धंदा करीत होते. त्याचे सारे प्रकरण डॉ. ताम्हणकर यांच्यातर्फे त्यांनी माझ्याकडे पाठविले आणि मी ते छापले आणि त्या बुवाचे कार्य बंद पडले. बाबा भिडे यांच्यावरील माझ्या लेखाला संघातल्या अनेक तरुणांचा

पाठिंबा होता. पण अप्पा पेंडसे यांनी नुसता पाठिंबाच दिला नाही, तर ज्ञानप्रबोधिनीच्या सभागृहात त्यात गुंतलेल्या प्रश्नाबाबत सभा घेण्यात पुढाकार घेतला. त्यांचा नैतिक पाठिंबा मला मोलाचा होता. नाहीतर प्रांत संघचालकांच्याविरुद्ध हिंदुत्वाची भूमिका घेणाऱ्या माझ्यासारख्या माणसाला ती कठोर भूमिका घेणे अवघड झाले असते.

अप्पांनी पाठिंबा दिलेल्या आणि करवून घेतलेल्या कार्यांची नोंद येथे करणे योग्य होणार नाही. कारण कदाचित त्यांचे नाव त्या कामात प्रकट करण्याने त्यांच्या महत्त्वाच्या कार्यांची हानी केल्यासारखे होईल. पण एक गोष्ट निर्विवाद सत्य होती; जे जे आम्ही केले, ते हिंदुत्वाच्या व्यापक हितासाठी केले. तसे नसते तर खुद्द बाबाराव भिडे तो लेख प्रसिद्ध झाल्यानंतरही अप्पासाहेब पेंडसे यांची प्रकृती बघण्यासाठी त्यांच्याकडे गेले नसते. तळजाईच्या संघशिबिरानंतर आजारी असताना मी एक खास अंक काढला. त्या लेखाचे कौतुकही बाबांनी प्रकटपणे केले नसते. व्यक्तीचे अहंकार कितीही मोठे असले, तरी ते सामाजिक हितसंबंधाच्या आड येत असतील, तर त्या अहंकारांना आवर घातला पाहिजे ही शिकवण संघ देतो, हेच संघाचे महत्त्व आहे.

अप्पा तसे अवेळीच गेले, असे म्हटले पाहिजे. पण अवेळीही म्हणता येत नाही. मन कितीही बलवान असले, तरीही शरीराच्या मर्यादा न ओळखता जी माणसे अनिवार इच्छेने काम करतात आणि सर्व ताकदीनिशी सामाजिक जीवनात झोकून देतात, त्यांचे थकलेले शरीरही त्यांच्या लक्षात येत नाही. गेल्या वीस-बावीस वर्षांतील ज्ञानप्रबोधिनीचा त्यांनी चालविलेला अविरत उद्योग पुढेही चालू राहील. कारण त्यांनी घडवलेले विद्यार्थी कमी पडणारच नाहीत. पण दधिची ऋषीप्रमाणे आपलीच हाडे समाजकार्यास देऊ करणाऱ्या अप्पासाहेब पेंडसे या माणसाचे हे जागते यज्ञकुंड आता विझले आहे.

आता त्यांचा तो आर्जवी फोन पुन्हा येणार नाही.

- ०-०-०-

.१४.
सावरकर नावाचा विचार

बदलत्या जगाचा संदर्भ

विनायक दामोदर सावरकर यांच्या शतसांवत्सरिक जन्मोत्सवाच्या निमित्ताने पुनश्च एकवार सावरकरांबाबत सर्वत्र सभासंमेलनांतून गुणगौरवात्मक बोलले जात आहे. ज्यांनी देशासाठी देहदंड सोसला आणि सर्वार्थाने आपले आयुष्य समाजहिताच्या दृष्टीने झोकून दिले, अशा थोर व्यक्तीचे पुण्यस्मरण होणे उचितच आहे. जसजसा इतिहास पुढे जात असतो, तसतसा मानवी जीवनाचा अर्थ कालमानानुसार बदलून घ्यावा लागतो. गेल्या शतकापर्यंत चातुर्य आणि संख्याबळ यांच्या बळावर कुणासही विजयप्राप्ती करून घेता येत असे. नव्या वैज्ञानिक क्रांतीमुळे मानवी संहाराचे रूप बदलून गेले. युद्धचातुर्य, पराक्रम, दूरदृष्टी यांचेही अन्वयार्थ आमूलाग्र बदलले आहेत. म्हणून पूर्वसुरींचे गुणसंकीर्तन करताना सावधगिरी बाळगणे भाग आहे.

मूल्यमापनाच्या तऱ्हा

तत्कालीन संदर्भ लक्षात घेऊन मूल्यमापन करण्याची एक रीत आहे. वर्तमानाला किंवा भविष्यकाळाला त्या थोर व्यक्तीने कोणती देणगी दिली, याही संदर्भात व्यक्तीचे खरे मूल्यमापन मानवी प्रवासातील एक टप्पा ह्या पद्धतीने अधिक उपकारक ठरते. कारण माणसे येतात, जातात; पण मनुष्यप्राणी चिरंतन असतो. लढाया जिंकल्या किंवा हरल्या व राष्ट्रांचे

नकाशे बदलले, तरीही भूमी तीच असते. म्हणून व्यक्तीच्या कर्तृत्वाचा आलेख चिरंतन अशा मनुष्यप्राण्याच्या इतिहासाचा एक टप्पा या नात्यानेच काढणे उचित ठरेल. जेव्हा वैज्ञानिक साधनेच नव्हती, तेव्हा इतिहासलेखन नीटसे करता आलेले नाही. फक्त ऐतिहासिक नोंदी तेवढ्या मागे आहेत. मधला कितीतरी वर्षांचा कालखंड अज्ञात आहे. छपाईचा शोध लागला आणि लेखनकलेची वृद्धी झाली. त्यामुळे आधुनिक इतिहास अधिक स्पष्टपणे लिहिणे शक्य झाले. आतातर प्रत्यक्ष त्या त्या व्यक्तीचे आवाज नोंदवून ठेवता येतात किंवा दृश्ये चित्रित करता येतात. त्यामुळे वर्तमानाइतकाच कालपरवाचा इतिहास स्वच्छपणे डोळ्यांसमोर आणता येतो.

सावरकरविचार बाकी

अठराशे त्र्याऐंशी या काळात सोमवार अठ्ठावीस मे रोजी सावरकर नावाची ज्योत प्रज्वलित झाली, आणि सव्वीस फेब्रुवारी एकोणीसशे सहासष्ट या दिवशी ही ज्योत विझून गेली. सावरकरांचे तीक्ष्ण आणि कळीकाळालाही भेदून जाणारे डोळे आणि अनेकांच्या हृदयाला थरार आणणारा त्यांचा आवाज त्या दिवशी अचानक बंद झाला. सुमारे ऐंशी वर्षे धगधगणारा हा यज्ञ अखेरीस समाप्त झाला. सावरकरांनी कोणत्या परिस्थितीत कर्तृत्व केले आणि त्यातून मागे काय उरले, याचा आलेख काढणे सहजासहजी शक्य नाही. सावरकरांनी कारण नसताना अनेक गोष्टी गूढ ठेवल्या आहेत, महत्त्वाचे दस्तऐवज नष्ट केलेले आहेत. सावरकर नावाचा विचार मात्र त्यांच्या लेखनातून, भाषणातून आणि अस्तित्वातून स्पष्टपणे उमटत राहिला आणि अजूनही काही काळ तो आवाज आपल्याला सोबत देईल.

अपयशाची मीमांसा

सावरकरांच्या समकालिनांत सावरकरांच्या योग्यतेचा पुरुष नाही. एवढे गुणविशेष एकाच व्यक्तीच्या ठायी निर्माण करून परमेश्वराने आपल्या प्रतिभेचे अपूर्व दर्शन घडवून दिले आहे. लोकविलक्षण वक्ता, प्रतिभावंत लेखक, कवी, नाटककार, कुशल संघटक, इतिहासाचा भाष्यकार अशी सावरकरांची अनेक रूपे नजरेसमोर येतात. इतका बेदरकार, निर्भय आणि हौतात्म्याचे आकर्षण असणारा नेता आधुनिक काळात झाला नाही, असे म्हणता येईल. ऐहिक यशाची फूटपट्टी लावली तर सावरकर यशस्वी झाले नाहीत, असाही निष्कर्ष

काढता येईल. ज्या हिंदुराष्ट्राची संकल्पना त्यांनी आयुष्यात प्रतिपादिली, ते हिंदु-राष्ट्र त्यांच्या आयुष्यात तर निर्माण झालेच नाही; पण पुढेही होण्याची शक्यता या घटकेला दिसत नाही. हिंदुहृदयसम्राट म्हणून आपण जरी त्यांना गौरवीत असलो, तरी साऱ्या हिंदू समाजाने ते केव्हाही आपले नेते असे मानले नाही. विलक्षण जिद्द, तळमळ आणि धडपड करूनसुद्धा त्यांना आपल्या जीविताचे उद्दिष्ट सफल करता का आले नाही? त्यांच्या तत्त्वज्ञानात काही चूक आहे काय? का या तत्त्वज्ञानाच्या मांडणीत काही चूक झाली आहे? पुन्हा एकदा मागे जाऊन सावरकरांच्या कार्याचे मूल्यमापन करणे आवश्यक आहे.

समन्वयवादी सावरकर

सावरकरांच्या चरित्राचे चार वेगवेगळे खंड आहेत. क्रांतिकारक सावरकर, समाजसुधारक सावरकर, धर्मप्रचारक सावरकर आणि साहित्यकार–विचारवंत सावरकर. साहित्यकार आणि विचारवंत ही त्यांची भूमिका आयुष्यभर कायम राहिली; पण पहिल्या तीन भूमिका मात्र त्यांनी तीन वेगवेगळ्या कालखंडांत केल्या. एकोणीसशे अकरा साली सावरकर अंदमानात पोचले आणि तेथे त्यांचे क्रांतिकारक पर्व संपले. प्रत्यक्ष अंदमानात आणि नंतर रत्नागिरीला कैदेत असताना धर्मसुधारक सावरकरांचा कालखंड आपल्याला जाणवतो. स्थानबद्धतेतून मुक्तता झाल्यापासून तो त्यांचा अंत होईपर्यंत ते धर्मप्रचारक राहिले. क्रांतिकारक सावरकरांच्या डोक्यात हिंदू राष्ट्रवादाची कल्पना नव्हती. ते हिंदुत्वाचे अभिमानी होते व हिंदूंची परंपरा व इतिहास यांचेही मोठे रसज्ञ अभ्यासक होते. तरीही ज्या एका हिंदू-मुसलमान प्रश्नावर त्यांचा पुढील दीर्घकालीन प्रवास झाला, तो प्रश्न त्यांच्या क्रांतिकारक पर्वात त्यांना फारसा गंभीर वाटलेला नसावा. 'अठराशे सत्तावनचे स्वातंत्र्यसमर' या त्यांच्या ग्रंथात त्यांचा आक्रमक हिंदुत्ववाद फारसा डोकावत नाही. त्यांच्या अभिनव भारतात त्यांचे काही सहकारी मुसलमानही होते. मुसलमानांविषयी त्यांच्या मनात फारसे प्रेम नव्हते. तरीपण फारसे शत्रुत्वही नसावे. याबाबत लोकमान्य टिळकांच्या ज्या भूमिका होत्या, त्याच भूमिका सावरकरांच्याही असल्या पाहिजेत. कारण त्यांचे प्रेरणास्थान टिळक हेच होते. इंग्रजांच्या चिथावणीने मुसलमान मुजोर होतात आणि त्यामुळेच हिंदू-मुसलमानांत वैर होते, असा टिळकांचा सिद्धान्त होता. इंग्रजांना हिन्दू-मुस्लिम बेबनाव वाढण्यात जो आनंद मिळत होता, त्यासाठीच टिळकांना लखनौ करार करणे भाग पडले.

गांधींचे अनुनयपर्व

अंदमानात गेल्यावर सावरकरांना आक्रमक हिंदुत्ववादाची आवश्यकता वाटू लागली. अंदमानात मुसलमानांचा जो पद्धतशीर धर्मप्रचार चालू होता, त्यामुळे त्यांचे या प्रश्नाकडे जास्त लक्ष वेधले गेले असले पाहिजे. इस्लामचा त्यांनी साक्षेपाने नेमका अभ्यास कधी केला, हे सांगता येणार नाही; पण अंदमानात किंवा अंदमानातून सुटल्यावर लगेच त्यांनी इस्लामच्या मूलतत्त्वांचा अभ्यास करून इस्लामचे संहारक स्वरूप समजावून घेतले. एकोणीसशे सदतीसमध्ये सावरकर संपूर्णतया मुक्त झाले. त्या वेळेस मुसलमानांपासून हिंदूंनी का सावध राहिले पाहिजे, याचा प्रचार करायला त्यांनी सुरुवात केली; पण तेव्हा फार उशीर झाला होता. एकोणीसशे वीस ते एकोणीसशे सदतीस ह्या कालखंडाचा पुढावा महात्मा गांधींना मिळाल्याकारणाने त्यांनी हिंदू-मुसलमान ऐक्याचा एक नवीन तमाशा चालू केला आणि त्या तमाशाला भारतातील तमाम बुद्धिवंत बळी पडले. हिंदू-मुस्लिम ऐक्याशिवाय स्वातंत्र्य नाही असे गृहीत धरून गांधींनी जे अनुनयपर्व सुरू केले, त्यामुळे अल्पसंख्य असूनही मुसलमानांना हिंदूंच्या बरोबरीचा दर्जा प्राप्त झाला.

हिंदूंचा दुबळेपणा हेच मुसलमानांचे खरे सामर्थ्य आणि ह्या दुबळेपणास हिंदूची समाजरचना जशी कारणीभूत होती, तशी हिंदूंची भेकड वृत्तीही कारणीभूत होती. मूठभर मुसलमानांनी हिंदुस्थानमध्ये साम्राज्य स्थापले व मुसलमानांचा प्रभाव ओसरण्याच्या वेळेसच इंग्रजांनी येऊन हिंदुस्थान पादाक्रांत केला, या घटनेमुळे हिंदू समाज धास्तावलेला होता. हिंदूंत एकवाक्यता नव्हती व जातिव्यवस्थेने तो पोखरलेला होता. आपापसात लढून इंग्रजांचे साम्राज्य मजबूत करण्यापेक्षा कालपरवा जे हिंदू होते अशा मुसलमानांपुढे पडते घेणे त्या वेळी हिंदू समाजाला इष्ट वाटले आणि महात्माजींनी वाटेल त्या अटींवर मुसलमानांशी सहकार्य मागितले. लखनौ करार हे जरी हिंदू-मुसलमान संबंधातील टिळकांनी टाकलेले पाहिले वाकडे पाऊल असले, तरी टिळकांचे व्यवहारचातुर्य गांधींजवळ नव्हते. काळाप्रमाणे साधने बदलावी लागतात. कारण 'साधनानाम् अनेकता' हे त्यांचे सूत्र गांधींनी कधी स्वीकारले नाही. एकदा मुसलमानांशी बरोबरीचे नाते मानल्यामुळे मुसलमानांचा प्रत्येक हट्ट त्यांना पुरवावा लागला आणि त्याचे पर्यवसान कशात झाले, हे आपल्याला माहीतच आहे.

हिंदूंना सहज जिंकता येईल

महात्माजीही आपल्या परीने हिंदू धर्मातील उच्चनीचत्व नष्ट करण्याचा प्रयत्न करीत होते. पण त्यांचा हा प्रयत्न मुसलमानांची अहंता वाढवायलाच

उपकारक ठरला. तुमचा धर्म जर इतका अन्यायकारक आहे, तर इस्लामशी विरोध करणे अतार्किक आहे, या मुसलमानांच्या प्रश्नाला गांधीवादाजवळ उत्तर नव्हते. गांधी मुसलमान समाजाचे कधीच पुढारी नव्हते. ते हिंदूंचे नेते राहिले. त्यामुळे मुसलमान समाजाला वाटेल तसे वागण्याला मुभा होती. गांधींचे नेतृत्व मानल्यामुळे आणि राष्ट्रीय मुसलमानांना जवळ केल्यामुळे गांधीजींचा मुस्लिम अनुनय स्वीकारण्यावाचून हिंदूंना मात्र गत्यंतर नव्हते. परिणामी हिंदुसमाज हा शबल आहे आणि त्याला वठणीवर आणून इस्लामचा ध्वज येथे फडकावणे सोपे आहे, अशी मुस्लिम नेत्यांची खात्री झाली. सदतीस साली सावरकर मुक्त होईपर्यंत बहुसंख्य हिंदू गांधींच्या प्रभावाखाली आलेलेच होते आणि हिंदूनामक राष्ट्रविचार संपूर्णतया अस्तंगत झालेला होता. अशा वेळेस एक प्रश्न मनात येतो. तो असा, की टिळकांच्या मृत्यूनंतर लगोलग सावरकरांची मुक्ती होऊन ते जर राजकारण करावयास मोकळे असते, तर काय काय झाले असते?

राष्ट्रवाद पराभूत झाला नाही

'जर-तर' अशा प्रश्नांनी इतिहासाची कोडी सुटत नाहीत ही गोष्ट खरी असली, तरीसुद्धा राजकीय परिस्थिती समजावून घेण्यासाठी असले अनावश्यक प्रश्न उत्पन्न करावे लागतात. जगाच्या नकाशावर हिटलर, मुसोलिनी यांसारखे राष्ट्रवादी नेते ज्या कालखंडात स्वामित्व गाजवत होते, त्याच कालखंडात राष्ट्रवादाऐवजी मानवतेचा विचार करणारा महात्मा गांधींसारखा नेता हिंदुस्थानात कर्तुमकर्तुम सत्ता गाजवीत होता. हिटलर आणि मुसोलिनी हे पुढे पराभूत झाले, ही गोष्ट खरी; पण म्हणून काही राष्ट्रवाद पराभूत झालेला नाही. हिंदुस्थानात आक्रमक नेता लोकांसमोर असता तर आश्रम, उपवास, प्रार्थना, सत्य, अहिंसा यांच्या आश्रयाने राजकारणाचे जे अध्यात्मीकरण झाले, ते झाले असते की नाही, याविषयी माझ्या मनात दाट शंका येते. पुनरुत्थानासाठी अहल्येप्रमाणे शिलावत होऊन पडलेल्या हिंदुस्थानच्या भाग्याचा क्षण नियतीने हिसकावून घेतला, यात मुळीच शंका नाही. जर एकोणीसशे वीस साली सावरकर मोकळे झाले असते, तर सावरकरांचे सुधारक सावरकर हे पर्व कदाचित उदयालाच आले नसते.

खरेच हिंदुत्व इतके सडले होते काय?

राजकारणातील सर्व दरवाजे बंद असलेला एक पिंजरा सावरकरांच्या नशिबी आला. ज्याने अभिनव भारतासारखी एक सशस्त्र प्रबळ संघटना परदेशात

जाऊन उभारली आणि अनेक बुद्धिवंत, कर्तबगार सहकारी निर्माण केले, त्या पुरुषसिंहाचे हातपाय त्या रत्नागिरीच्या कालखंडात बांधलेले होते. अवध्य असणारा सावरकरांचा आत्मा अंदमानातील दोन जन्मठेपेंच्या शिक्षा भोगून कुठेही खचलेला नव्हता. अजूनही अंगात रग असणाऱ्या सावरकरांना रत्नागिरीत गप्प बसणे शक्य नव्हते. एवीतेवी राजकारण करता येतच नाही; मग हिंदू समाजाला लागलेली जातीयतेची आणि उच्चनीचत्वाची कीड आपण नष्ट करू, हे आव्हान सावरकरांनी स्वीकारले आणि सावरकरांनी आपल्या घणाघाती लेखणीने हिंदू समाजातील शब्दप्रामाण्य, कर्मकांडे आणि जातिभेद यांवर हल्ले चढवले. समाजातील लब्धप्रतिष्ठित सनातनी वर्गावर त्यांनी जो प्रखर हल्ला केला, त्यामुळे एका अन्यायाचे निवारण झाले खरे; पण त्याचबरोबर आपल्या नालायकीचीही त्या समाजाला जाणीव झाली. आपला समाज खरोखर इतका वाईट आहे काय, या जाणिवेने जे काही थोडेफार हिंदुत्वाचे अवसान होते, तेही संपुष्टात आले आणि अगतिक हिंदूसमाज गांधीजींच्या जास्त भजनी लागला. सावरकर हिंदू समाजातील जळमटे साफ करण्याच्या जोशात होते आणि आपल्या तलवारीने आपण उद्याच्या हिंदुराष्ट्ररचनेतील भावी सैनिकांचाच नाश करीत आहोत, हे त्यांच्या लक्षात आले नाही. पुढेमागे आपल्याला राजकीय नेतृत्व करायला मिळेल, अशी सावरकरांना थोडीफार कल्पना असती, तरीसुद्धा सावरकरांनी आपल्या लेखणीला लगाम घातला असता. हिंदू समाजाचे विघटन करण्याचा हा त्यांचा उद्योग खरेतर हिंदू संघटनेचाच होता. हे समजून सांगण्यासाठी ते जरी संपूर्ण मुक्त असते, तर त्यांच्या मनात असणारा हिंदू राष्ट्राचा वृक्ष तेव्हाच वाढीला लागला असता.

टोकाची भूमिका का घेतली?

सावरकरांची प्रवृत्ती मुळातच हौतात्म्याची आहे. टोक गाठल्याशिवाय त्या प्रवृत्तीला समाधान लाभत नाही. मुक्त झाल्यावर ज्या समाजाची आपल्याला रचना करावयाची आहे, त्याच समाजावर हा घणाघाती हल्ला होता, याचे भान त्यांना फार उशिरा आले. लो. टिळक अंतर्यामी समाजसुधारकच होते. त्यांनाही हिंदू समाजातील वैगुण्य समजत होते. पण आपल्याला ज्या समाजाच्या साहाय्याने स्वातंत्र्याची चळवळ चालवावयाची आहे, त्या समाजाला बिथरवून टाकणे आपल्या चळवळीला परवडणार नाही, या विवेकानेच त्यांनी बहुतेक सर्व सुधारणांना आतून पाठिंबा दिला. प्रकटपणे मुग्धता स्वीकारली. 'प्रसंगी अस्पृश्यता मानणाऱ्या देवालासुद्धा मी मानणार नाही', असे एखादे स्फोटक विधान ते करीत. पण

त्यांनी लोकेषणा कधी सोडली नाही. गांधी आणि नेहरू यांनीही राजकारणात हीच भूमिका स्वीकारली. त्यांनी लोकरंजन केले. लोकांना दुखवावे असे कोणतेही कृत्य त्यांच्या हातून झाले नाही. उलट, गाय हा उपयुक्त पशू आहे, अशी आज पन्नास वर्षांनंतरही अतिरेकी वाटणारी घोषणा सावरकरांनी केली. त्यांचे धर्मसुधारणांचे विचार अत्यंत तर्कशुद्ध आणि म्हणूनच निरुत्तर करणारे आहेत. पण तर्कशास्त्राने समाज घडवता येत नाही. समाज हा स्थितिशील आणि भावनाप्रधान असतो. त्याला फार मोठा बदल एकदम पचत नाही. आगरकरांप्रमाणे सावरकरांनाही केवळ समाजसुधारक व्हायचे असते, तर समाजाला गदगदा हलवून टाकणारा हा त्यांचा सुधारकी विचार बरोबर ठरला असता. सावरकरांपुढे अन्य काही कर्तृत्वाला अवसरच नव्हता, म्हणून ते कडवे सुधारक झाले. एरवी त्यांनी ही टोकाची भूमिका घेतली असती, असे मला वाटत नाही.

सावरकरांपेक्षा गांधी बरे

सुधारक सावरकरच फक्त मागे राहतील असे जे कोणी दीडशहाणे म्हणतात, त्यांनी लक्षात ठेवले पाहिजे की ह्या तर्कसंगत सुधारकी विचारसरणीमुळे सावरकरांच्या पुढच्या राजकारणात त्यांना कर्तबगार असे सहकारी मिळालेच नाहीत. जे काही सहकारी मिळाले, त्यांना हिंदू राष्ट्रवाद मान्य होता, पण पाखंड मान्य नव्हते. आणि ज्यांना पाखंड मान्य होते, त्यांना हिंदू राष्ट्रवाद प्रतिगामी वाटू लागला होता. म. गांधींनी मात्र आपल्या अनुयायांना वाटेल तसे वागण्याचे स्वातंत्र्य दिल्याकारणाने गांधीजी सर्वमान्य झाले आणि त्यांचे पुढारीपण साऱ्या भारतवर्षाने स्वीकारले. नेहरू, मालवीय, राजगोपालाचारी, जयप्रकाशजी अशा सर्व भिन्न विचारसरणींच्या लोकांना समन्वयवादी, धर्मसुधारक आणि नेमस्त राजकारणी या भूमिकांनी गांधींनी जिंकून घेतले. गांधीजींच्या या लोकप्रियतेला सावरकरसुद्धा दूरान्वयाने कारणीभूत आहेत. हिंदू समाजाच्या ऐक्याची कल्पना ज्यांच्या डोक्यात निर्माण झाली होती, त्यांना पाखंडी सावरकरांपेक्षा समन्वयवादी गांधीजी जवळचे वाटू लागले.

राष्ट्रवादाची साधने मोडली गेली

हिंदू राष्ट्राची कल्पना पुढे सावरकरांनी शास्त्रशुद्धपणे मांडण्यास आरंभ केला. पण त्याआधीच गांधीजी महात्मापदावर पोचले होते. गांधीजी संपूर्ण हौतात्म्याची मागणी करत नसल्याने, गांधीजींचा देशभक्तीचा मार्ग सर्वांना परवडत

होता. राष्ट्रासारख्या क्षुद्र कल्पनांवर गांधीजींचे प्रेम नव्हते. ख्रिस्ताप्रमाणे मानवाची मुक्ती करण्याचा वसा त्यांनी घेतल्याने भारत नावाच्या देशाची चिंता करण्याचे त्यांना कारण नव्हते. या देशातील स्वातंत्र्यविषयक चळवळी हे त्यांचे लोकप्रियता मिळवण्याचे साधन होते; साध्य नव्हते. गांधींनी मानवाची मुक्ती केली की नाही, हे इतिहास ठरवील, पण हिंदू समाजाच्या मर्यादा गांधीजींनी जगाला ठळकपणे दाखवल्या. राष्ट्र नावाच्या संकल्पनेला धर्म, इतिहास, परंपरा, भाषा या साऱ्या गोष्टींची आवश्यकता असते. राष्ट्रीय अहंकाराची जागृती हे राष्ट्रवादाचे शस्त्र गांधीजींनी बोथट करून टाकले. एक धेडगुजरी भाषा त्यांनी निर्माण केली. महंमद आणि ख्रिस्त यांना आपल्या प्रार्थनेत गोवून घेतले. इतिहासाचे चुकीचे अन्वयार्थ लावले. परिणामी, राष्ट्रवादाच्या उभारणीसाठी लागणारी सर्व साधने त्यांनी नष्ट करून टाकली. एक सबगोलंकारी कणाहीन समाज त्यांच्या राजकारणातून निर्माण झाला.

हवा होता चर्चिल, नशिबात आले गांधी

आमचे दुर्दैव असे की, गांधीजींसारखा थोर विचारवंत साधू आमच्याच देशात निर्माण झाला. गांधीजी थोर खरे; पण ते जर अमेरिका, इंग्लंड, रशिया, जपान अशा देशांत जन्माला आले असते, तर त्यांचा जगाला जास्त उपयोग झाला असता. आम्हांला हवा होता चर्चिलसारखा उघडउघड स्वार्थी देशभक्त नेता, जो लोकशाहीसाठी लढला पण हिंसा त्याने वर्ज्य मानली नाही. त्याच्या अंत:करणात ही अपार करुणा होती, पण त्या करुणेली व्यवहाराचे अस्तर होते. लक्षावधी हिंदूंचे शिरकाण होत असताना गांधीजींनी नोआखलीत जावे, हे आमचे दुर्दैव आहे. त्यामुळे खुनी सुऱ्हावर्दी पवित्र ठरला. श्रद्धानंदांचा मारेकरी हुतात्मा ठरला आणि देशासाठी प्राणांची बाजी लावलेले क्रांतिकारक वाट चुकलेले देशभक्त ठरले.

सावरकरांचे उत्तर अपुरे

राष्ट्र नावाच्या संकल्पनेची पूर्णपणे वाताहत झाल्यावर रत्नागिरीचा सिंह मुक्त करण्यात आला. हा सिंह त्या वेळेस पन्नास वर्षांचा होता. अंदमानात कोलू पिसून त्याची कितीतरी शक्ती नष्ट झाली होती. रत्नागिरीला सतरा वर्षे ठाणबंद केल्यामुळे या देशात काय काय घडले, हे त्यांना डोळाभरून पाहता आले नव्हते. हिटलर, मुसोलिनी हे सारा युरोप पादाक्रांत करायला निघाले, त्या वेळी

हा एकाकी राष्ट्रवादी पुरुष भारतदिग्विजयासाठी बाहेर पडला. त्याही अवस्थेत अमोघ वक्तृत्व, स्वातंत्र्यलढ्यातील अंगावर झेललेल्या जखमा, हिंदू राष्ट्रवादाचा लोकविलक्षण मंत्र आणि हौतात्म्याचे बळ, या शस्त्रांनी त्यांनी महात्माजींची भोंदूगिरी उघडीनागडी पाडली. मुस्लिम-अनुनयाचा परिणाम देश दुभंगण्यात होईल, असे कळकळून त्यांनी सांगितले. हा जवळपास एकाकी असलेला माणूस हिंदुत्वाचे आवाहन करीत भारतभ्रमण करीत होता. पण ह्या ज्योतीजवळ जायला गांधींच्या राजकारणामुळे भेकड झालेला हिंदू समाज फारसा उत्सुक नव्हता. हिटलर, मुसोलिनींचा युरोपात अस्त झाला आणि इकडे भारतात हिंदू राष्ट्रवादाचाही अस्त झाला. गांधींच्या पकडीतून हिंदुस्थानला सावरकर कधीच बाहेर काढू शकले नाहीत. गांधीजींच्या भेकड अहिंसेला, विज्ञानविरोधी भूमिकांना, भोंगळ अर्थशास्त्राला आणि वैयक्तिक विरक्ततेला सावरकरांजवळ एकच उत्तर होते आणि ते होते हिंदू राष्ट्रवादाचे. दुर्दैवाने या प्रतिभासंपन्न, कविहृदयी महामानवाला आपले उत्तर अपुरे आहे, असे कधीच वाटले नाही.

हिंदुत्वाचे समावेशक स्वरूप

जगातील अन्य राष्ट्रांची उभारणी ज्या मूल्यांवर झाली, त्याच मूल्यांवर त्यांना हिंदू राष्ट्र उभे करायचे होते. एकात्मता, भौगोलिकता आणि आर्य, अनार्य, शक, हूण आदी वेगवेगळ्या संकराने निर्माण झालेला हिंदू समाज हेच त्यांच्या हिंदुराष्ट्रकल्पनेचे स्वप्न होते. हिंदुधर्मात विभिन्नता असूनही समानता आहे. सर्व धर्मपंथांतील मतभेद सहिष्णू अशा हिंदुधर्माने परस्परांची दैवते, उपासना, सण आणि उत्सव स्वीकारून हिंदूनामक निर्माण झालेल्या समाजाला एकरूपत्व दिले व काशीची गंगा रामेश्वराला नेली आणि भारतीयांचे श्रेष्ठ धर्मपीठ भारताच्या चारही दिशांना स्थापन केले.

पाखंडी राजकारणी

कोणत्यातरी आकर्षक अशा कल्पनेभोवतीच राष्ट्रीय अहंकार जागा करता येतो. हिंदू धर्मात काही घातकी गोष्टी घडलेल्या होत्या. त्याचे कारण ग्रंथप्रामाण्य हेच होते. विज्ञानाच्या रेट्याने नवा वर्धिष्णू हिंदू धर्म निर्माण होईल व उच्चनीचता न मानणारा हा बलिष्ठ समाज नव्या जगात उन्नत मानेने जगू शकेल, असे त्यांना वाटत होते. खुद्द इंग्लंडसारख्या राष्ट्रातही तीन-चार पोटभाषा, वेगवेगळे धर्मपंथ आणि आयरिश, स्कॉटिश, वेल्श अशी भिन्न स्थानिक अहंता आहे; मग हिंदुस्थानात

काही मतभिन्नता दिसली म्हणून घाबरण्याचे कारण काय? अस्पृश्यतेचे उच्चाटन झाले आणि व्यवसाय व जाती यांची फारकत झाली, तर वर्णज्येष्ठत्व नष्ट होईल, अशी त्यांना खात्री वाटत होती. हिंदू धर्मातील कर्मकांडे आणि जातिव्यवस्था ह्यांचा उच्छेद होणार होता. आपण सतरा वर्षे हिंदू धर्मातील विषमते-विरुद्ध आणि जातीयतेविरुद्ध आक्रमक भूमिका घेतली; तेव्हा आता आपल्या जागृत धर्मबांधवांना हिंदू राष्ट्रवादाची आपली हाक ऐकू येईल, असा गैरसमज त्यांनी करून घेतला. त्यांचा आवाज एवढा तीव्र होता, की हा मनुष्य पाखंडी आहे असे लोकांनी ठरवले. ह्या देशात पाखंडी लोकांना काहीही घडविता आले नाही आणि येणारही नाही. म्हणून पाखंडी सावरकरांवर हिंदू समाजाने म्हणण्याजोगा विश्वासच ठेवला नाही.

साधुत्वाला नेतृत्व

महात्माजी लोकांना धर्मसुधारक वाटले, करुणेचे महासागर वाटले; कारण हिंदू धर्माची त्यांनी छेड काढली नाही. भगवद्‌गीतेवर त्यांची विलक्षण श्रद्धा होती. चातुर्वर्ण्यही ते मानीत असत. असे असून करुणाकर गांधीजींनी अस्पृश्यता नष्ट करण्याच्या कार्यात जे कार्य केले व जी पद्धती अंगीकारली, त्यात विचारांपेक्षा आचारांवर भर जास्त होता. या देशात तत्त्वज्ञानापेक्षा आचारधर्माने पुष्कळ काही करता येते, असाच अनुभव आहे. देहदंड तर सावरकरांनीही सोसला होता; पण त्यांचा देहदंड स्वातंत्र्यप्राप्तीसाठी होता. लढाईसाठी जेव्हा जेव्हा त्यांनी हाक दिली, तेव्हा तेव्हा हिंदू समाजाने ती थोड्याफार प्रमाणात तरी मानली. कारण सेनापती म्हणून सावरकर लोकांना चालण्यासारखे होते. गांधीजींची कुष्ठसेवा, साधी राहणी, त्यांचा खादीविषयीचा आग्रह, हरिजन वस्तीतील वास्तव्य, तिसऱ्या वर्गाचा प्रवास, ग्रामोद्धार आणि त्याहीपेक्षा हिंदू संन्याशाला शोभेल असे वर्तन या साऱ्या गोष्टींमुळे गांधीजींना एखाद्या ऋषीचे रूप प्राप्त झाले आणि त्यांनीही जाणीवपूर्वक उपवास, प्रार्थना, अहिंसा, आश्रम अशा धर्मसाधनांनी आपले साधुत्व वाढवण्याचा प्रयत्न केला. गांधींचे ब्रह्मचर्य आणि अहिंसा ही कोणाही सर्वसामान्य माणसाला परवडण्यासारखी साधने नव्हती. तरीही महात्माजी हे आपल्यापेक्षा नैतिक दृष्ट्या फार श्रेष्ठ आहेत, ही भूमिका लोकांनी स्वीकारली आणि साधुसंन्याशांना ज्याप्रमाणे भारतीय समाज आदराने वागवतो, त्याप्रमाणे त्यांनी गांधीजींना वागवले.

मागे कोण कोण येणार?

सावरकरांचे सगळेच विचित्र होते. सावरकरांच्या अपेक्षा पुरवणे अवघड जात होते. परंतु गांधीजींच्या देशभक्तीच्या कल्पना फारच सोप्या होत्या. गांधीजींचे शंभर टक्के अनुकरण केले नाही, तरी गांधीजींची तक्रार नव्हती; कारण त्यांना लोकमानसाचे ज्ञान होते. लोकांना गांधीजी चंद्रासारखे वाटले, तर सावरकर माध्यान्हीच्या सूर्यासारखे वाटले. सावरकर आणि टिळक यांच्यात काही साम्य होते आणि सावरकरांचे राजकारण टिळक-मार्गानेच चाललेले होते. यामुळे सावरकरांना आरंभी आरंभी काही अनुयायीवर्ग मिळाला. पण मुळातच हा अनुयायीवर्ग कृतिशून्य होता. आजही सावरकरांचे अभिमानी सत्यनारायण करतात, गाईला गोमाता मानतात; एवढेच नव्हे, तर सावरकरांनी ज्या ज्या गोष्टींवर कडाडून हल्ला केलेला आहे, त्या सर्व गोष्टी हिंदू धर्माचे वैशिष्ट्य म्हणून जतन करतात. आपल्या मागे किती लोक आपल्याबरोबर येतात, ह्याचे भान ज्या नेत्याला नसते, त्याचे नेतृत्व समाजाच्या खोलवर भागात कधीच पोचत नाही. या देशातील कितीतरी भूभाग असे आहेत, की जेथे सावरकर हे नावही अज्ञात आहे किंवा सावरकरांची धर्मसुधारणेची आकांक्षा त्यांना कधी समजलेलीच नाही. महात्माजींचे मात्र असे घडले नाही.

गांधीवाद गांधीवाद्यांनी पाळला नाही.

हा सारा संदर्भ लक्षात येण्यासाठी आणखी एका गोष्टीचा विचार करणे आवश्यक आहे. तो म्हणजे हिंदुस्थानसारख्या महाकाय देशात जे जे प्रश्न उद्भवतील, त्या प्रश्नांची सोडवणूक होण्यासाठी तुमच्या तत्त्वज्ञानात उत्तरे हवीत. गांधीतत्त्वज्ञानात प्रत्येक प्रश्नांवर उत्तरे आहेत. निदान उत्तर देण्याचा गांधीजींनी प्रयत्न केला आहे. वैज्ञानिक दृष्ट्या गांधीजींची अनेक प्रश्नांवरील उत्तरे सर्वथा विपरीत आहेत; पण गांधीतत्त्वज्ञान प्रत्येक प्रश्नाचे अस्तित्व मान्य करते, ही गोष्ट विसरून चालणार नाही. कम्युनिस्ट विचारसरणी ज्याप्रमाणे साऱ्या प्रश्नांवर उत्तरे शोधण्याचा एक ठोकळेबाज प्रयत्न करते, त्याप्रमाणे गांधी तत्त्वज्ञानही संयमित जीवन, अपरिग्रह, हृदयपरिवर्तन, स्वयंपूर्ण ग्रामव्यवस्था, ट्रस्टीशिपची कल्पना, शस्त्रसंन्यास या व अनेक उपायांनी प्रत्येक प्रश्नावर उत्तर देण्याचा प्रयत्न करते. गांधीतत्त्वज्ञानात युद्ध, संप, बलात्कार या गोष्टी मुळी समाजात असूच शकत नाहीत. तथापि एकदा तुम्ही गांधीजींच्या मनोभूमिकेत शिरलात, तर त्या मृगजळात तुम्हांला खरोखरीच पाणी दिसू लागते. संघर्षशून्य समाजरचना सर्वसामान्य माणसाला

आकर्षित करू शकते. कारण मुळात त्यालाही संघर्ष नकोच असतो. गांधीजींच्या तत्त्वज्ञानाच्या आधारे काँग्रेसला एक दिवससुद्धा राज्य चालवता आले नाही. उलट, गांधीजींच्या आवरणाखाली एका ढोंगी आणि भ्रष्ट समाजाची निर्मिती झाली. टिळकांचा आणि नंतर गांधीजींचा स्वदेशीचा आग्रहसुद्धा काँग्रेससरकार पाळू शकले नाही, मग चैनीच्या गोष्टींचे उत्पादन थांबवणे तर दूरच राहिले!

शाळकरी विचार

पण मग सावरकरांचे हिंदू राष्ट्र तरी देशाचे सर्व प्रश्न सोडवण्यास समर्थ होते काय? सावरकरांच्या एवढ्या प्रचंड साहित्यात आणि अखंड वाग्यज्ञात देशाच्या पुनर्रचनेला असे कितीसे स्थान आहे? हिंदूंचा बलिष्ठ समाज निर्माण करण्याचे सावरकरांचे स्वप्न होते. पण बलिष्ठ समाज म्हणजे नेमका कसा, यासंबंधीचा तपशीलवार तर राहोच. पण निदान अस्पष्टसा उल्लेखही सावरकर मांडत नाहीत. मार्क्स आणि फ्रॉइड या दोन विचारवंतांनी जगातील अनेक समस्यांना निराळी उत्तरे शोधून काढली आहेत. विज्ञाननिष्ठ सावरकरांनी या दोन थोर विचारवंतांची गंभीरपणे दखल घेतल्याचा दाखला नाही. समाज जागा करण्यासाठी इतिहास आणि परंपरा यांचे गुणगान आवश्यक असते. परंतु इतिहास आणि परंपरांचे स्मरण लोकांच्या अन्ननिवाऱ्याचे प्रश्न सोडवू शकत नाही. अर्थशास्त्राचा आमूलाग्र विचार सावरकरांनी केला होता, असे त्यांच्या साहित्याततरी कोठे जाणवत नाही. काही त्रोटक उल्लेख आहेत; पण त्यांचे स्वरूप अगदीच शाळकरी आहे.

कुठे आहेत अर्थशास्त्रीय विचार?

सावरकरांच्याही पूर्वीच्या पिढीतील श्रेष्ठतम नेते लो. टिळक हे सावरकरांपेक्षाही आधुनिक वाटतात. आज शंभर वर्षांनंतर शरद जोशी जे शेतकऱ्यांच्या प्रश्नांवर सांगतात, ते सारे टिळकांनी पूर्वीच सांगून ठेवले होते. १९०६ साली कामगारांच्या एका सभेत "तुम्ही खाली माना घालण्याचे कारण नाही; केव्हातरी या जगावर तुमचे राज्य होणार आहे.'' असे उद्गार त्यांनी काढल्याची नोंद आहे. औद्योगिकीकरण, शेतकऱ्यांचे दारिद्र्य, हुंडणावळीचा प्रश्न, दुष्काळ, सारावाढ ह्या व अशा अनेक प्रश्नांवर त्यांनी भाष्य केलेले आहे. रशियात झारशाही संपून एक राज्यक्रांती झाली, याची दखल सतरा साली केसरीने घेतली, याचेही विस्मरण होऊ देता कामा नये. कारण त्या घटनेचा सर्वच जगावर आणि म्हणून भारतावर परिणाम

होतो, हे समजण्याची प्रज्ञा लोकमान्यांजवळ होती. लोकमान्यांची भाषा आणि विचार आधुनिक वाटतात याचे कारण देशातील प्रत्येक प्रश्नावर उत्तर देण्याची आपली जबाबदारी आहे, हे लोकनेता म्हणून टिळकांनी स्वीकारले होते. म्हणून सावरकरांच्या तत्त्वज्ञानातील अर्थशास्त्राची उणीव प्रकर्षाने लक्षात येते.

हा आपला नेता नव्हे

कोणी असे उत्तर देईल की, सावरकरांना अर्थशास्त्राचा आणि आधुनिक समाजशास्त्राचा विचार करायला सवडच झाली नाही; पण याही स्पष्टीकरणात फारसा अर्थ नाही. टिळकांना आणि गांधीजींना कामाचे डोंगर उपसावे लागले, तरीही त्यांचे सार्वत्रिकतेचे भान हरपले नाही. सावरकरांना अर्थशास्त्राचे भान कधी आलेच नाही, असे माझे स्पष्ट मत झालेले आहे आणि म्हणून त्यांच्याजवळ अनेक प्रश्नांना उत्तरे नाहीत. एक देशभक्त म्हणून कामगारांनी, शेतकऱ्यांनी त्यांचा सत्कार केला; पण हा आपले प्रश्न सोडवणारा नेता नव्हे, हे त्यांनी मनोमन ओळखले होते.

सर्व प्रश्नांची उत्तरे कुठे आहेत?

समर्थ हिंदू राष्ट्र अशी जी कल्पना सावरकर सदोदित मांडतात, ते समर्थ हिंदू राष्ट्र प्रत्यक्षात आले असते, तर तेथे कामगार आणि मालक, शेतकरी आणि शेतमजूर, सरकार व समाज यांचे संबंध कसे राहिले असते? या देशातील शैक्षिणक व्यवस्था आहे अशीच राहिली असती, की त्यात काही बदल झाला असता? उद्योगपतींच्या शक्तीवर कोणत्या प्रकारचे नियंत्रण आले असते? हिंदू धर्म टिकवण्यासाठी त्यांनी हिंदूधर्ममार्तंडांना कशा प्रकारे वठणीवर आणले असते? सर्वसत्ताधीश झाल्यावर केवळ हिंदू संघटनेच्या बळावर आधुनिक जगात निर्माण होणाऱ्या सर्व प्रश्नांची ते उकल करू शकले असते काय?

धर्म नाकारून जमणार नाही?

या प्रश्नाचे उत्तर नकारार्थीच दिले पाहिजे. गांधीजी तर त्यांच्या शिष्यांच्या हाती राज्य येऊन अयशस्वी झाले आहेत. अशा वेळेस मनात प्रश्न उभा राहतो की, सावरकरांच्या प्रेरणेने उभा झालेला संघ आणि यातून निर्माण झालेल्या अनेक राष्ट्रवादी संघटना आणि पक्ष ह्यांचे राज्य आले, तर समाजाचे नेमके चित्र कसे असेल? लेखक आणि पत्रकारांना त्यात स्वातंत्र्य असेल का? आर्थिक

आणि सामाजिक विषमता दूर करण्यासाठी हे लोक कम्युनिस्टांप्रमाणे दंडसत्ता वापरतील, की गांधीजींप्रमाणे हृदयपरिवर्तनावर विश्वास ठेवतील, की दैवावर हवाला ठेवतील? बारा कोटी होस्टाईल मुसलमान लोकांना ते लोक कसे काबूत ठेवतील? हे सारे गुंतागुंतीचे प्रश्न आहेत. कम्युनिस्टांच्या जवळ जगातील सर्व प्रश्नांवर एकांतिक अशी उत्तरे आहेत. पण अखेरी तोही भारतीय कम्युनिस्ट पक्ष आहे. त्याही पक्षाची आता अनेक शकले झाली आहेत. सर्वांना जरी साम्यवाद मान्य असला, तरी त्याच्या अंमलबजावणीबाबत प्रत्येकाचे मतभेद आहेतच. भारतात कम्युनिस्ट पक्ष स्थापण्यात ज्यांनी आपली हयात घालवली, त्या डांग्यांनीही अखेरीअखेरी का होईना, पण मध्यममार्गी इंदिरा गांधींच्या पायांवरच लोळण घेतली. या राष्ट्रात उत्पन्न झालेले तत्त्वज्ञानच ह्या देशातील प्रश्न सोडवू शकणार आहे. म्हणजे फक्त मुसलमानांचेच भारतीयीकरण करावयाचे नसून साऱ्या विचारसरणीचेही भारतीयीकरण करण्याची गरज आज निर्माण झाली आहे. पण धर्म नाकारून नजीकच्या काळात तरी कोणतीही क्रांती या देशात होणे शक्य नाही.

हिंदुत्व : धर्मसमावेशक तत्त्व

लौकिक दृष्ट्या पराभूत, परंतु व्यवहारी दूरदृष्टीचा महापुरुष अशा सावरकरांचे खरेखुरे मूल्यांकन करताना भावनेच्या अधीन होऊन उपयोग नाही. त्यांच्या काळात त्यांच्या हातून हिंदुत्व वर्धिष्णू झाले नाही, तरी हिंदू राष्ट्रवादाचा तोच जनक आहे, यात शंकाच नाही. आज हिंदू राष्ट्रवादासाठी प्रयत्न करीत असलेल्या संघप्रणित संघटना हीच खरी सावरकरांची भारताला देणगी आहे. साहित्यकार म्हणून, विचारवंत म्हणून आणि इतिहासाचा भाष्यकार म्हणून सावरकरांचे जे स्थान मागे राहील, त्याहीपेक्षा टोकाची भूमिका घेतल्यामुळे राजकारणात यशस्वी होता येत नाही, याचे प्रात्यक्षिक म्हणूनच सावरकरांचे स्मरण आपण केले पाहिजे. कोट्यवधी माणसे त्यांचे भिन्नभिन्न आचारविचार आणि त्यांच्या गुंतागुंतीच्या समस्या यांच्यातील समान तत्त्व हिंदुत्व आहे. शंकराचार्य, किंवा विवेकानंदांसारख्याच सावरकर नावाच्या धर्मप्रचारकाची आपल्याला आठवण ठेवावीच लागेल. हिंदू समाज आणि हिंदुत्व हे जर जिवंत राहिले, तर सावरकर जिवंत राहतील.

पराभवाचे रूपांतर विजयात

सावरकरांनी नवा धर्म स्थापन केलेला नसला, तरी ते वेगळ्याच अर्थाने धर्मसंस्थापक आहेत. एका नव्या हिंदू धर्माची त्यांनी नव्याने आखणी केली

आणि त्याच हिंदुत्वाची ध्वजा संघ आणि संघसंस्था हातात नाचवीत आहेत. गांधीवादाची लक्तरे लाहोरच्या वेशीत, अमृतसर, ढाक्का, कलकत्ता, नोआखली येथील हत्याकांडात आपल्याला पाहायला मिळाली. चीनने भारतावर पहिलाच हल्ला केला. त्यात नेहरूंच्या परराष्ट्रनीतीची, गांधीजींच्या अहिंसेची सारी अब्रू संपुष्टात आली. अशा प्रसंगात राजकारणातील प्रत्येक पुढाऱ्याला सावरकरांची आठवण झाली. लाहोरच्या वेशीत जेव्हा भारताच्या लष्कराने प्रवेश केला, जेव्हा ती आनंदवार्ता संरक्षणमंत्र्यांनी सावरकरांना कळवली, तेव्हा सावरकरांच्या डोळ्यांतून आनंदाश्रू गळाले. सावरकरांचे मोठेपण हेच आहे की, त्यांच्या शत्रूंनाही त्यांच्याबद्दल भीतियुक्त आकर्षण असे. एखादा खदखदता ज्वालामुखी दूरवरून पाहताना आपल्याला भयमिश्रित आश्चर्य वाटत असते. हा ज्वालामुखी मृत झाला तेव्हा सावरकरवादी तर हळहळलेच, पण सावरकरांच्या शत्रूंनाही हळहळ वाटली. सावरकर ही एका शापित यक्षाची कहाणी आहे. तो शाप त्यांनी राजमुकुटाप्रमाणे स्वीकारला. हा यक्ष आयुष्यभर कणाकणाने जळत राहिला. त्या ज्वालेचे पुण्यस्मरण एवढ्यासाठीच केले पाहिजे, की ज्याने पराभवाचे विजयात रूपांतर केले आणि दुसऱ्याचे विजय पराभूत करून टाकले.

अगतिक झालेला माणूस

मार्क्सच्या उदयामुळे आणि विज्ञानाच्या गरुडझेपेमुळे जग फार जवळ आले आहे, असे आपण मानू लागलो. पण तसे काहीच घडलेले दिसत नाही. उलट, जग फार फार दूर जाऊ लागले असून नवे विद्वेष आणि वैराची नवी साधने निर्माण झाली आहेत. जगाची विभागणी कम्युनिस्ट आणि कम्युनिस्टेतर अशा गटात होईल, असे जे भाकीत केले गेले होते, ते भाकीतही फारसे खरे ठरलेले नाही. चीनचा एक नवाच तिसरा गट जागतिक मंचावर निर्माण झाला आहे आणि त्याहीपेक्षा धर्माचे महत्त्व कमी होत जाईल असे जे आपल्याला वाटले होते, ते तर सपशेल खोटे ठरले आहे. मध्यपूर्वेत खोमेनीसारखा धर्मगुरू एका नव्या धर्मसत्तेच्या आकांक्षेने सिद्ध झालेला आहे. इस्लामिक शक्तीचा एक वेगळाच गट जागतिक सत्तेच्या तणावात आज कार्यरत झालेला आहे. रशियांकित पोलंड या देशात चर्चने कामगारवर्गाचे नेतृत्व करून कम्युनिस्ट सत्तेला हादरा दिला. अमेरिकेसारख्या समृद्ध देशात नवनवे धर्मपंथ निर्माण होताहेत. गतिमान विज्ञानाने मनुष्याचे बुद्धिप्रामाण्य वाढण्याऐवजी तो अधिक अगतिक होऊन शांतीच्या शोधात भटकताना दिसतो. लोकशाही मूल्यांची या शतकात वाढ

होईल, अशी अपेक्षा होती. कारण लोकशाही रक्षणासाठी गेले महायुद्ध खेळले गेले. हिटलर , मुसोलिनी आदी फॅसिस्ट हुकूमशहांना या लढाईत अस्तंगत व्हावे लागले. पण याच लढाईच्या विजयामुळे अर्ध्याहून अधिक युरोपवर लाल हुकूमशाहीचा वरंवटा फिरू लागला. सर्व नवागत लोकशाही राष्ट्रे गेल्या पंचवीस वर्षांत हुकूमशाहीचा स्वीकार करताना दिसू लागली. लोकशाही मूल्ये जवळपास संपुष्टात आली आहेत. व्यक्तीची, पक्षाची, धर्मगुरूची अशी जरी हुकूमशाहीची वेगवेगळी स्वरूपे असली, तरी नवागत स्वतंत्र राष्ट्रांना लोकशाहीची कल्पना मानवलेली दिसत नाही. राष्ट्र ही कल्पना तर अधिकच प्रबळ झालेली आहे. सभ्यता, नीती आणि सदाचार यांचे राष्ट्रीय संबंधांत विलक्षण स्वरूपाचे अवमूल्यन झालेले आहे. गेल्या पन्नास वर्षांत राष्ट्र ही भावना संकुचित झाली, लोकशाही अस्तंगत झाली आणि धर्माचे माहात्म्य वाढले. जंगलचा कायदा आज प्रस्थापित होऊ पाहत आहे. अमेरिका व रशिया या दोन्हीही राष्ट्रांनी अविकसित राष्ट्रांना अविकसितच ठेवणे पतकरलेले आहे. विज्ञानाच्या संहारकारी शोधामुळे कोणतेही एखादे नगण्य राष्ट्र मानवजातीला धोक्यात आणू शकते.

सावरकरवादाचा पराभव

हिटलर, मुसोलिनी, स्टॅलिन, रूझवेल्ट, गांधी, सावरकर हे समकालीन असले, तरी त्यांची प्रेरणास्थाने अर्थातच वेगळी होती. यांपैकी गांधी सोडून कोणाचेही मानवतेवर प्रेम नसून आपापल्या राष्ट्रवर होते. त्यामुळे प्रत्येकाची जीवितकार्ये राष्ट्राच्या रक्षणासाठी खर्ची पडलेली दिसतात. फाजील उदार माणसे ही मनुष्यजातीला शाप असतात. हिटलरबाबत चर्चिलने वेळोवेळी दिलेला सल्ला जर इंग्लंडने मानला असता, तर हिटलरचा राक्षस होण्यापूर्वी विनाश करणे सोपे झाले असते. सावरकरांनी हिंदू-मुसलमान संबंधात वास्तव असे इशारे दिले; पण मानवताप्रेमी गांधींनी त्यांकडे साफ दुर्लक्ष केले. हिटलरच्या विनाशासाठी धडपडणारा चर्चिल अखेरी हिटलरला झोपवून यशस्वी झाला; पण ते युद्ध जिंकून चर्चिलच्या नशिबी काय आले? इंग्लंडला आपले सारे साम्राज्य तर गमवावे लागलेच; पण आर्थिक दृष्ट्या इंग्लंड हे एक अतिशय कमकुवत राष्ट्र झाले. ज्या चर्चिलची इंग्रज लोक युद्धखोर म्हणन टिंगल करीत, त्याच्याच प्रबळ आशावादाने इंग्लंडचा युद्धात जय झाला. मात्र सावरकरांच्या डोळ्यांदेखत हिंदुस्थानची शकले उडाली आणि पाकिस्तान निर्माण झाले. हिंदू राष्ट्र ही कल्पना तर अस्तंगत झालीच, पण हिंदुत्व हेसुद्धा भारतीय लोकशाहीला सोसवेनासे

झाले. सावरकरांच्या प्रेरणेने स्थापन झालेला संघ अजूनही हिंदुत्वाच्या आग्रहासाठी उभा राहिलेला दिसतो. पण संघप्रणीत सर्व चळवळी मात्र हिंदुत्वाऐवजी भारतीयत्वात विलीन झाल्या आहेत. मुसलमान समाजाला सामावून घेतल्याशिवाय लोकशाहीत आपला निभाव लागणार नाही आणि तूर्ततरी आपल्याला लोकशाहीशिवाय पर्याय नाही, असा निष्कर्ष त्यांनी काढलेला दिसतो. परिणामत: सावरकर संपूर्णतया पराभूत झाल्यासारखे दिसतात.

सावरकर नावाचा मंत्र

हिंदू-मुसलमान संदर्भात सावरकरांची सर्व भाकिते बरोबर ठरली. हिंदू संघटनेत दलित प्रश्नाचे महत्त्व भारतीय जनतेला समजले. म्हणजे सावरकरांचे सारे तत्त्वज्ञान तर्कशुद्ध आणि उपयोगी असूनही सावरकर पराभूत का व्हावेत? सावरकरांचे तत्त्वज्ञान लोकांना मनोमन पटलेले आहे का नाही, की हिंदू समाजाच्या शबल अवस्थेमुळे मुस्लिम जातीयवादाला हिंदू समाज घाबरतो आहे? सावरकर पराभूत झाले असे म्हणतानाच माझ्या अंत:करणात मात्र सावरकरांचे पुनरुत्थान अपरिहार्य आहे. स्वभाषा, स्वदेशी, स्वधर्म आणि आत्मनिर्भरता या बळावरच सावरकरतत्त्वज्ञान उभे आहे. दुसऱ्यांचे चांगले असले तरी स्वीकारू नये, कारण ते आपले नसते; आणि त्या स्वीकारामुळे राष्ट्रीय महामंत्रातील 'स्व' नष्ट होत जातो. आज आपली भाषा, धर्म, जीवनव्यवहार, कायदा, संविधान या साऱ्या गोष्टींत हिंदुत्व कोठेच नाही. भूभागाचे रक्षण सैनिकांच्या संगिनी करतात, हे अर्धसत्य आहे. कोणताही भूभाग हा अस्मितेमुळेच स्वतंत्र राहू शकतो. भारतालाही आत्मनिर्भरता जेव्हा हवी असेल, तेव्हा सावरकरांची आठवण करण्यावाचून गत्यंतर राहणार नाही. कारण सावरकर हा राष्ट्रीय अस्मितेचा हुंकार आहे. आज जगातील वेगवेगळ्या राष्ट्रांतील संघर्षात हिंदुस्थान नेमका कोठे आहे? आपण स्वतंत्र असलो, तरी पराधीन आहोत आणि ही पराधीनता जेव्हा केव्हा संपवण्याची आकांक्षा निर्माण होईल, तेव्हा चर्चिलच्या आवाजासारखा सावरकरांचा उद्गार हाच एक मंत्र आपल्याजवळ असेल.

अजिंक्य असलेला सेनापती

गुलामीत धन्यता मानणाऱ्या भारतीय बुद्धिमंतांच्या जमावात विष्णुशास्त्री चिपळूणकर नावाच्या एका तरुण मुलाने स्वत्वाची ठिणगी पाडली. ह्याच ठिणगीतून आगरकर आणि टिळक यांसारखे दोन समर्थ विचार निर्माण झाले. त्या धगधगत्या

ज्वालांतून सावरकर, राजवाडे, केतकर, परांजपे, अच्युतराव कोल्हटकर यांसारखी स्वत्वसंपन्न माणसे निर्माण झाली. व्याकरणाच्या उत्पत्तीपासून ते आदिमानवाच्या प्रेरक शक्तीपर्यंत कोणताही विषय राजवाड्यांच्या प्रज्ञेला वर्ज्य नव्हता. भारतीयांचे अपार ज्ञानवैभव केतकरांनी उलगडून दाखवले. महाराष्ट्रात विद्येची, सेवेची, नेतृत्वाची जी जी कारंजी निर्माण झाली, ती ती सारी त्या विष्णुकुंडातून. त्याच कुंडातून मृत्यूलाही आव्हान देणारे सावरकर नावाचे एक विमान या देशावर भिरभिरत राहिले. या विमानाला इंधन होते, ते फक्त दुर्दम्य अशा इच्छाशक्तीचे. 'मारुनी मरणाला' असे म्हणणारा हा पुरुष देवलोकातला शापित यक्ष होता, असे जे मी म्हणालो ते अशासाठी की, यशाचे तुरे त्याच्या मस्तकाला कधीच लागले नाहीत. आपल्या हाडांच्या समिधा स्वातंत्र्ययज्ञात टाकत तो यज्ञ चेतवणारे यज्ञमंडपाच्या बाहेर फेकले गेले. स्वातंत्र्य आणले कोणी आणि भोगले कोणी, याचे हिशेब इतिहास योग्य वेळी करील. पण कोणताही राजमुकुट धारण न केलेला हा राजा तसा अजिंक्य राहिला. मरणालाही तो स्वत:हून भेटायला गेला. अपयशाचे त्याने उपेक्षेने स्वागत केले. तुच्छता त्याने सन्मानासारखी मिरवली.

अर्जुनाशिवाय भीष्म

आपल्या डोळ्यांनी आपल्याला स्वातंत्र्य मिळालेले पाहता आले, त्यामुळे कृतकृत्य झालेला हा भीष्म उत्तरायणाची वाट पाहत होता. अर्जुनासारख्या सत्शिष्याच्या अभावी त्याला शरशय्या लाभली नाही किंवा हिंदुत्वाच्या पाण्याचा घोटही त्याला मिळालेला नाही. पुनर्जन्म असतात किंवा नाही हे काही सांगता येणार नाही; पण माणसाच्या इच्छा जर अमर असतील, तर सावरकरांच्या साऱ्या इच्छा हिंदुत्वातच दडलेल्या आहेत. याच भूमीवर आज ना उद्या केव्हातरी हरवत जात असलेले हिंदुत्व गर्जना करेल. ती गर्जना ऐकताना सुखदु:खाने ज्याच्या डोळ्यांत कधीही पाणी आले नाही, असा हा वैनायक गलबलून जाईल. चंद्रगुप्त, हर्षवर्धन, शालिवाहन, शिवाजी अशा मालिकेत ज्याचे नाव सहज घेता येईल, असा हा महापुरुष शंभर वर्षांपूर्वी या देशात जन्म पावला. त्याच्या स्मृतीला अभिवादन!

- ० - ० - ० -

.१५.

एक धगधगता सूर्य - विनायक दामोदर

या पिढीचे भाग्य

स्वातंत्र्यवीर विनायक दामोदर सावरकर यांच्या जन्म-शताब्दीचे हे वर्ष.

सावरकरांच्या जीवनाला इतके विविध पैलू आहेत, की त्यांपैकी कोणत्याही पैलूचे भान आपण ठेवले, तरी सावरकरांची योग्यता आपल्या ध्यानी येते. एक अव्वल दर्जाचा देशभक्त, क्रांतिकारकांची संघटना बांधणारा थोर संघटक, तरुणांच्या अंगावर थरार उठवणारा आणि त्यांना देशभक्तीला उद्युक्त करणारा प्रभावी वक्ता, हिंदुत्वाचा नवा भाष्यकार, साहित्यातील कथा-कविता-कादंबरी-नाटक ह्या सर्व प्रकारांत प्रकाशमान झालेला तेजस्वी साहित्यिक, गांधीवादाचा प्रखर विरोधक आणि विज्ञानाचा प्रचारक आणि या सर्वांहून परंपरावादी सनातनी विचारसरणीवर तुटून पडणारा एक समाजसुधारक अशी सावरकरांची अनेक रूपे आहेत. इतिहास, साहित्यशास्त्र, धर्मशास्त्र, विज्ञान या सर्वांत त्यांना गती होती. देशाचे पारतंत्र्य हटविण्यासाठी ज्या देशभक्ताने कापराप्रमाणे स्वत:ला जाळून घेतले, असा हा कर्पूरगौर महापुरुष आम्हांला डोळ्यांनी पाहायला मिळाला, हे आमच्या पिढीचे भाग्य आहे.

गांधीप्रभाव हटवण्यासाठी

टीकाकारांना तो कधी शरण गेला नाही आणि कसल्याही आव्हानापुढे त्याने मान वाकवली नाही. दोन जन्मठेपेंची

शिक्षा डोक्यावर असताना काव्यप्रतिभेने त्याला दगा दिला नाही. ज्या दोन प्रतिभावंतांनी जड वस्तूंना चैतन्यदायी केले. त्यांतले एक ज्ञानेश्वर आणि दुसरे सावरकर. एकाने भिंत चालवून तिला आपले वाहन बनविले. दुसऱ्याने भिंतीला कागद बनविले. जड वस्तूंनाही धन्यता वाटावी आणि आपोआपच त्या चैतन्यदायी व्हाव्यात, अशी अलौकिक प्रतिभा दोघांच्या ठायी वास करीत होती. एवढी विविध अंगे एकाच कुडीत असणारा सावरकरांसारखा नेता, या देशात गेल्या शंभर वर्षांत जन्म पावलेला नाही. पण तरीही दैव या माणसावर रुसलेले होते. तारुण्याची ऊर्मी कोलू फिरवता फिरवता खर्ची पडली. दिव्य प्रतिभा रत्नागिरीच्या स्थानबद्धतेत गंजून जाण्याची वेळ आली. पन्नाशीनंतर या माणसाला खऱ्याखुऱ्या अर्थाने स्वातंत्र्याची पुन:प्राप्ती झाली. गांधीजींनी तोपर्यंत भारतात आपला जम बसवला होता. राजकारणाची दुर्दशा सुरू झाली होती. पुरुषार्थी राजकारण संपुष्टात येऊन शबल राजकीय भूमिका शांतीच्या, सत्याच्या, विवेकाच्या आणि अहिंसेच्या नावाखाली राजकारणात स्थिर झाल्या होत्या. सिंह मोकळा सुटला खरा; परंतु आता जंगल असे राहिलेलेच नव्हते. सगळीकडे एक स्मशानशांतता निर्माण झाली होती. मुसलमानांच्या अनुनयाचे पर्व सुरू झाले होते. गांधीजींनी या देशातील बुद्धिमंतांवर आणि प्रतिभावंतांवर संमोहिनी मंत्राने आपले राज्य निर्माण केले होते. इतिहासाचे भान सर्वांनी सोडून दिले होते. प्रचंड संख्याबळ असलेला हिंदुसमाज अल्पसंख्याकांकडे करुणा भाकत आहे, असे विचित्र दृश्य दिसू लागले. सावरकरांचे पुढचे आयुष्य गांधीजींचा संमोहिनी मंत्र दूर करण्यात खर्ची पडले. एकाच वेळी हिंदू धर्मातील वैगुण्यांवर प्रखर हल्ले करीत, हिंदू संघटनेचा मंत्र ते जपत होते आणि त्या वेळेस गांधीजींच्या तत्त्वज्ञानातील फोलपणा समजावून सांगण्यावाचून त्यांना पर्याय उरला नव्हता.

रिक्रूटवीर काय ?

सावरकर जरा स्वातंत्र्याचा आनंद घेत होते न होते, तोपर्यंतच जगावर दुसरे महायुद्ध कोसळले. या युद्धामुळे इंग्रजी साम्राज्य नष्ट होणार आहे आणि आपोआप भारत स्वतंत्र होणार, हे सावरकरांच्या दूरदृष्टीला दिसत होते. सार्वभौम देशाला सक्षम अशा सैन्यदलाची आवश्यकता असते हे ओळखून त्यांनी भारतीय तरुणांना सैन्यात प्रवेश करण्याचा संदेश दिला, त्या वेळी त्यांची 'रिक्रूटवीर' अशी संभावना केली गेली. जणूकाही हे नादान लोक खरोखरीच इंग्रजांशी लढत होते.

कसले स्वातंत्र्ययुद्ध?

बेचाळीसच्या स्वातंत्र्ययुद्धाचा खराखुरा इतिहास लिहिण्याची आवश्यकता निर्माण झाली आहे. कारण ते मुळी युद्ध नव्हतेच. असंतोष व्यक्त करण्याचा एक प्रयत्न म्हणून त्याचे महत्त्व जरूर आहे. इंग्रज सरकार या स्वातंत्र्ययुद्धामुळे कोठेही जेरीला आले नव्हते, असे इतिहास सांगतो. तरीही आलेले स्वातंत्र्य बेचाळीसच्या चळवळीने मिळाले, असा दावा मांडला जातो आणि वस्तुस्थितीचे कोणतेही ज्ञान नसलेले सामान्य नागरिक खोट्या इतिहासकारांची ही अनुमाने विनातक्रार स्वीकारतात. इंग्रजांशी लढण्यात ज्यांचा उभा जन्म गेला, त्यांच्याकडून चुकूनसुद्धा इंग्रजांशी हातमिळवणी होणे शक्य नाही, याचे भान विसरले गेले. इंग्रजांना सामील व्हावयाचे नव्हते आणि इंग्रजांविरुद्ध प्रत्यक्ष युद्ध करायचे नव्हते, अशा लोकांनी जबाबदारी टाळण्यासाठी तुरुंगवास स्वीकारला, असेच अनुमान काढावे लागेल. इंग्रजांशी युद्ध जेव्हा आटोक्यात आलेले पाहिले; तेव्हा काँग्रेस पुढाऱ्यांशी बोलणी सुरू केली. ज्याप्रमाणे आणीबाणीला या देशात कसल्याही प्रकारचा विरोध झाला नाही ही वस्तुस्थिती आहे, त्याचप्रमाणे इंग्रजांच्या युद्धप्रयत्नालाही काँग्रेसकडून म्हणण्याजोगा विरोध झाला नाही.

सैनिकीकरणाचा फायदा

लष्करात ज्या जातिजमातींना पूर्वी प्रवेश नव्हता, त्यांनाही या युद्धात कमिशने मिळाली आणि हेच तरुण अधिकारी स्वतंत्र भारताचे पुढे सेनाधिकारी झाले. त्यांनीच काश्मीर वाचवले. त्यांनीच पाकिस्तानचा तीनदा पराभव केला. लाहोरच्या वेशीवर जेव्हा आपले भारतीय सैन्य दाखल झाले, तेव्हा झालेला आनंद व्यक्त करण्यासाठी तेव्हाच्या संरक्षणमंत्र्यांना सावरकर हीच जागा योग्य वाटली. यावरूनच सावरकरांच्या सैनिकीकरणाच्या धोरणाचा विजय झाला, असा निष्कर्ष काढायला हरकत नाही. गांधीजींच्या तत्त्वज्ञानाने देशाचे संरक्षण तर झालेच नसते; पण जेव्हा जेव्हा गांधीजींनी हस्तक्षेप केला, तेव्हा तेव्हा मानहानीशिवाय देशाच्या पदरात काहीच पडले नाही.

अजून तरी शहाणे व्हा !

द्विराष्ट्रवादाला खरे खतपाणी कोणी घातले, मुसलमानांना अवाजवी महत्त्व कोणी दिले, खऱ्या मुसलमान पुढाऱ्यांना डावलून राष्ट्रीय मुसलमान नावाची एक पौरुषशून्य जात कोणी निर्माण केली, पाकिस्ताननिर्मितीचे कारस्थान डोळ्यांसमोर

शिजत असताना शांतीची प्रवचने झोडीत कोण राहिले होते, जेथे मुसलमानांचे प्रभुत्व होते तेथल्या हिंदूंचे शिरकाण होणार म्हणून इशारा देणाऱ्या सावरकरांना जातीय कोण ठरवीत होते, पाकिस्तानच्या भूमीतून हिंदूंचा निर्वंश कोणी केला? डायरेक्ट ॲक्शन म्हणजे उघड उघड दंगेखोरी आणि खून, बलात्कार हे माहीत असताना हिंदूंचे संरक्षण करण्याऐवजी मुसलमानांच्या रक्षणार्थ कोण धावून जात होते? माझ्या प्रेतावरून पाकिस्तानची निर्मिती होईल, अशी निकडीची आश्वासने देणाऱ्या गांधीजींनी हिंदूंच्या प्रेतांनी भरलेल्या गाड्या पाहिल्या, तरीही त्यांचे काळीज गलबलले नाही. त्यांनाही तो नरसंहार थांबवता आला नाही. अखेरीस हिंदूनी, विशेषत: शिखांनी मुसलमानांना जशास तसे उत्तर दिले, तेव्हा मानवी हत्याकांडाला थोडाफार आवर बसला. हेच वेळच्या वेळी केले असते तर सिंधी, पंजाबी व बंगाली या हिंदूंची हत्या टाळता आली नसती काय? तरीही सावरकर जातीय आणि गांधी शांतीचे पुरस्कर्ते असेच आपण अजूनही म्हणत राहणार काय?

खोटे तराजू

जे जातीयवादी होते त्यांचे पाठीराखे गांधीजी, हेच खरे जातीयवादी. कारण त्यांच्यामुळेच धर्मांधांना संरक्षण मिळाले. त्यांच्यामुळेच हिंदूंचे प्रचंड हत्याकांड झाले. सावरकर कितीतरी आधीपासून हिंदूंना सावधानतेचा इशारा देत होते, पण गांधीजींची संतवाणी लोकांच्या रक्तात इतकी भिनली होती, की सावरकरांच्या तोंडून निघालेली हिंदुसमाजाची किंकाळी खुद्द हिंदूंनाच ऐकू आली नाही आणि जेव्हा ती ऐकू आली, तेव्हा सर्वनाश होऊन गेला होता. गांधींजी त्या वेळेस शांतीचा जप करीत नौआखलीत पदयात्रा करीत होते. हत्यारी सुऱ्हावर्दीला पाठीशी घालत होते. कागदोपत्री निघत असलेले पंचावन्न कोटी रुपयांचे देणे भारतीय सरकारने पाकिस्तानला द्यावे म्हणून प्राणांतिक उपोषणाला बसले होते. व्यक्तिमापनाचे आपले तराजू तरी खोटे आहेत किंवा विवेकशक्ती आपल्याला सोडून गेलेली आहे.

क्रिया आणि प्रतिक्रिया

पाकिस्ताननिर्मितीमुळे गांधीजींचे अस्तित्व तशा अर्थाने संपलेलेच होते, आणि गांधीजींचा अविवेकी खून करून सावरकरभक्तांनी सावरकरांचे अस्तित्व संपवून टाकले. क्रिया आणि प्रतिक्रिया दोन्ही जवळपास एकदमच संपुष्टात आल्या. तोपर्यंत सावरकरांचे वय सदुसष्ट वर्षांचे झाले होते, हे लक्षात ठेवले

पाहिजे. गांधींचाच मृत्यू झाल्यामुळे गांधीवादाचा मृत्यू होण्याची शक्यता आता उरलेली नव्हती. पूर्वी गांधी संत होतेच; आता ते महात्मा झाले. सावरकरांची कुचेष्टा करणाऱ्यांना आणखीनच एक नवे निमित्त मिळाले.

सावरकरांची भविष्यवाणी

पाकिस्तान निर्माण झाले म्हणून हिंदू-मुसलमान संघर्ष संपलेला नव्हता. गांधीजींच्या मृत्यूमुळे मुसलमानांचा एक हितकर्ता गेला, त्यामुळे मुसलमानांनी काही काळ आपली आक्रमक वृत्ती कमी केली. परंतु मुसलमानांच्या मनात हिंदू समाजाला ठेचून आपण पाकिस्तान मिळवू शकलो, हा अहंकार जागाच होता. तो फक्त त्या वेळी निद्रिस्त होता एवढेच. हिंदुस्थानने लोकशाही आणि निधर्मी शासन स्वीकारले, त्याचा फायदा उठवीत मुसलमान समाजाने पुन्हा आपला फणा वर केला आहे. नेहरूघराणे राज्य करीत असल्यामुळे मुसलमानांना एक संरक्षण नकळत लाभलेलेच आहे. तेव्हाही आपल्या प्रखर लेखणीने, वाणीने सावरकर हिंदू समाजाला संभाव्य धोक्याची कल्पना देत होते. इस्लाममध्ये राष्ट्रभावना दुय्यम स्वरूपाची असल्यामुळे धर्माच्या हाकेला मुसलमान प्रथम धावून जातात. राष्ट्रीय प्रवाहात मुसलमानांना सामावून घेण्यासाठी फार कडक भूमिका घेण्याची गरज होती. ती घेण्याची खबरदारी कोणी घेतली नाही. शांतिदूत होण्याचे नेहरूंचे स्वप्न असल्यामुळे नेहरू असली कडक भूमिका घेणे शक्य नव्हते. आसामबद्दल सावरकरांची भविष्यवाणी शब्दशः खरी ठरली आहे. पाकिस्तानात जाऊन आपला फायदा नाही, म्हणून शेख अब्दुल्ला भारताशी काश्मीरचे नाते मान्य करीत होता; पण काश्मीरसाठी त्यांना वेगळी घटना व अधिकार हवे होते. नेहरूंनी त्यांना ते दिले. त्याच अधिकारांच्या बळावर फारुक अब्दुल्ला आज गुर्मीची भाषा करू शकतो. त्या बाबतीतही सावरकरांची भाकिते खरी ठरली.

इतिहास काही शिकवत नाही काय?

सावरकर काही ज्योतिषी नव्हते, तेव्हा ग्रहताऱ्यांच्या भ्रमणावरून त्यांनी अनुमाने काढली नव्हती. इस्लामच्या प्रेरणा, हिंदू समाजातील विसकळीतपणा आणि एकूण इतिहास आणि समाजशास्त्र यांचा अभ्यास यांवर त्यांची अनुमाने आधारलेली होती, म्हणून ती खरी ठरली. गांधीजी आणि नेहरू हे आदर्श रामराज्याच्या कल्पनेने भारावलेले गृहस्थ होते. त्यामुळे ते सत्याकडे पाहावयास तयारच नव्हते. इतिहासाचा अभ्यास आपण कशासाठी करतो? केवळ पूर्वजांचे

कोडकौतुक करण्यासाठी तर नाही? इतिहासात घडलेल्या चुका पुन्हा घडू नयेत, हा जर इतिहासाच्या अभ्यासाचा अन्वयार्थ असेल, तर आपण त्याच त्याच चुका पुन्हा का करतो आहोत? परंतु हिंदू समाजाचे दुर्दैव असे, की त्याला आपल्या शक्तीचे भान नाही आणि इतिहासाकडे तो नीट पाहू शकत नाही.

शठं प्रति शाठ्यं

इतिहासाच्या अभ्यासातूनच सावरकरांच्या लक्षात आले, की विज्ञानाची कास धरल्यावाचून आता पर्याय नाही. जगाच्या गतीबरोबर भारताला राहणे अपरिहार्य आहे. अणुबॉम्ब संहारक असेल, नव्हे आहेच; पण जग जर तो बनवीत असेल, तर आपल्याला तो बनविण्यावाचून गत्यंतर नाही. शस्त्रास्त्रस्पर्धा केल्याने देशाच्या विकासाला अडथळा उत्पन्न होऊन विकास खुंटतो; पण शेजारी राष्ट्रे शस्त्रसंपन्न होत असतील, तर आपल्याला शस्त्रसंपन्न होण्यावाचून गत्यंतर नाही. शस्त्रास्त्रे, सैन्यबळ किंवा शक्ती मानवाचे सर्व प्रश्न सोडवू शकत नाहीत, हे सावरकरांना मान्य आहे. पण माणसाचा खराखुरा पहिला प्रश्न असतो अस्तित्वाचा. अस्तित्वानंतर मग नीतिअनीतीच्या सर्व गोष्टी उत्पन्न होतात. संस्कृतीचा विचार अस्तित्वाची खात्री पटल्यानंतर मनुष्य करू शकतो. म्हणून पुरुषार्थी विज्ञाननिष्ठ समाज हवा.

समानतेचा पुरस्कर्ता

उच्चनीचता पाळणारा समाज कोणत्याही अरिष्टासमोर टिकू शकणार नाही. कारण त्या समाजाला एकसंधपणा येणारच नाही. विज्ञान माणसामाणसांत फरक करीत नाही. म्हणूनच मनुष्यमात्राला सर्वच बाबतीत समानता लाभली पाहिजे. जातिव्यवस्था, वर्णव्यवस्था, पाप-पुण्याच्या कल्पना ह्या साऱ्या कल्पना समाज विघटित करणाऱ्या आहेत. समाजाची धारणा करतो तो धर्म. धर्माच्या सोईने समाजाचे चलनवलन होत नाही. म्हणून विज्ञाननिष्ठ सावरकरांतूनच सुधारक सावरकर निर्माण झाले. बलवान समाजाची रचना समानतेतून होते, यावर तर सावरकरांचे सारे तत्त्वज्ञान अवलंबून आहे. समाजसुधारक सावरकर वेगळे, विज्ञाननिष्ठ सावरकर वेगळे, क्रांतिकारक सावरकर वेगळे, आणि हिंदू राष्ट्रवादाचा पुरस्कार करणारे सावरकर वेगळे, अशी सावरकरांच्या आत्म्याची हवी तशी तोडफोड करावयास मुभा नाही. सावरकर हे एक संपूर्ण व्यक्तिमत्त्व आहे. कठोर तर्कवादावर सावरकर-तत्त्वज्ञान उभे आहे. इस्लामचा द्वेष ते शिकवीत

नाहीत, तर इस्लामला देशभक्तीची आवश्यकता पटविण्याचा प्रयत्न करते. या देशाला आपली पुण्यभूमी व मातृभूमी मानणारे जे कोणी असतील, त्या सर्वांचा या देशावर अधिकार आहे, असे सावरकरांचे तत्त्वज्ञान सांगते. उपासनास्वातंत्र्य देशहिताच्या आड येता कामा नये, एवढीच त्याची अट आहे. उपासना करण्याचे किंवा न करण्याचे स्वातंत्र्य सावरकर देऊ इच्छितात, तरी त्यांना जातीय व प्रतिगामी ठरवले जावे, याचे आश्चर्य वाटते.

आमची ऊर्जा - हिंदुत्व

दिल्लीचे सरकार कसेही असो ते आपलेच आहे, आपण निर्माण केलेले आहे. आपण निवडून दिलेले हे शासन असल्याने यापेक्षा अधिक कोणतेही मोठे शासन जगात असता कामा नये. महंमद, येशूख्रिस्त, मार्क्स, बुद्ध किंवा अन्य कोणी कितीही श्रेष्ठ व्यक्ती असली, तरी तिचा शब्द या देशातील शासनाच्या शब्दाशी विसंवादी असता कामा नये. हे सरकार बदलण्याचा आपल्याला अधिकार आहे; पण तरी जे कोणते सरकार आपल्या देशावर राज्य करीत असेल, ते सरकारच आपल्याला प्रमाण असले पाहिजे. मॉस्को, पेकिंग, मक्का-मदिना, कराची, वॉशिंग्टन यांच्या आज्ञा मानणारे आणि देशविघातक चळवळी करणारे कोणीही असोत, ते या देशाचे शत्रूच मानले पाहिजेत. ज्याला त्याला आपापल्या अंत:करणापुरता प्रेषित निवडण्याचा अधिकार आहे; पण त्या प्रेषिताने इथल्या समाजजीवनात व्यत्यय आणता कामा नये. मग तो प्रेषित सनातन हिंदू धर्मीयांचा असो, धर्मान्ध मुसलमानांचा असो किंवा पाखंडी कम्युनिस्टांचा असो, कोणताही प्रेषित फार काळ माणसाला सावली देऊ शकत नाही. माणसाने माणसाला दिलेली सावली हीच खरी सावली. कुटुंब, परिवार, ग्राम, प्रांत, राष्ट्र आणि विश्व या वेगवेगळ्या परिघांतून माणसाचे अस्तित्व जाणवत नाही. जेव्हा कधी राष्ट्रवाचक कल्पना या जगातून अस्तंगत होईल, तेव्हा तिचा स्वीकार करण्याचे औदार्य हिंदू संस्कृतीजवळ आहे. परंतु जोपर्यंत जग राष्ट्राराष्ट्रांत विभागलेले आहे आणि राष्ट्रीय हितसंबंधांना अजून अग्रहक्क मिळतो, तोपर्यंत हिंदू राष्ट्रवाद अस्तित्वात राहायलाच हवा. हिंदू हा शब्द कोणाला खटकतो म्हणून बदलण्याचे कारण नाही. शेजाऱ्याला आपल्या बापाचे नाव आवडत नाही म्हणून आपण ते बदलत नाही. उलट, ते अभिमानाने लावतो. आपल्या समाजजीवनाची ऊर्जा आम्हांला हिंदू या शब्दापासून मिळालेली आहे, ती आम्ही गमावून कसे चालेल?

सावरकर नावाची ज्योत

सावरकरांच्या जन्मशताब्दीनिमित्ताने देशात विविध स्वरूपांचे सावरकर-स्मरण होत राहील. ते होणे अगत्याचे आहे; कारण सावरकर हे एक आपल्या स्वातंत्र्यलढ्यातील लखलखते सोनेरी पान आहे. ती एक अग्नीची ज्योत आहे. चटका देणारी व चटका लावणारी, जळणारी व जाळणारी, आणि मूढ लोकांना विझल्यासारखी वाटणारी, पण अजूनही पेटत राहिलेली. कारण ही ज्योत एका चार हाताच्या देहाच्या कुडीतच फक्त पेटलेली नव्हती. या देशाच्या चारी दिशांना सावरकर नावाच्या ज्योतीचे पलिते रोवलेले आहेत. ज्याला झेपेल त्यांनी ती आग आपल्या हृदयावर झेलावी.

- ०- ०- ०-

.१६.

शंभर वर्षांचे वादळ

२८ मे १९८३

२८ मे १८८३ या दिवशी एक ज्वालाग्राही आत्मा गोदाकिनारी जन्म पावला, या घटनेला आज शंभर वर्षं पूर्ण होतात. म्हणून महाराष्ट्रात आणि अन्यत्र त्या थोर व्यक्तिमत्त्वाच्या जन्मशताब्दीनिमित्ताने वेगवेगळ्या प्रकारे गौरवाचे लेख लिहिले जात आहेत. सभा, परिसंवाद, गीतगायन, नाट्यवाचन अशा भिन्नभिन्न रूपांत विनायक दामोदर नावाच्या एका गौरवग्रंथाचे वाचन होत आहे. त्यात कृतज्ञता बुद्धी आहे; नाही असे नाही. पण कृतज्ञतेने सर्व काही भागते, असेही नाही. आपण ज्ञानेश्वरांबद्दल कृतज्ञता व्यक्त करण्यासाठी ज्ञानेश्वरीची पारायणे करतो. ज्ञान देणारी ती ज्ञानेश्वरी असे स्वरूप असतानाही आपण अर्थ न समजून घेता ज्ञानेश्वरी हा ग्रंथ पारायणासाठी निवडलेला आहे. यात कृतज्ञता दिसते, आपली श्रद्धाही दिसते, पण यात ज्ञानेश्वरीपासून आपण काही बोध घेतला आहे, असे समजण्याचे मुळीच कारण नसते. ज्ञानेश्वरांच्या काळात त्यांनी जे बंड केले, त्याचा अन्वयार्थ आपल्याला कुठे समजतो? 'जो जे वांछील तो ते लाहो', अशी सर्वव्यापक मागणी करणारा ज्ञानेश्वर आपण एक अध्यात्ममार्गाचा प्रवासी मानतो आणि 'दुरितांचे तिमिर जाओ' ह्या त्यांच्या प्रतिज्ञेचे आपण सुखेनैव विस्मरण करतो.

जे ज्ञानेश्वरांचे केले, तेच आपण रामदासांचे केले. तेच तुकारामबुवांचेही आपण करू पाहत आहोत. माणसाने

केलेल्या प्रयत्नांचे किंवा त्यांच्या पराक्रमांचे यश मलिन करून टाकण्यासाठी आपण या सर्व माणसांना देवत्वाच्या पदवीला पोचवतो. ज्ञानेश्वर-तुकारामांच्या तोंडून जर विठ्ठलच ब्रह्मज्ञान वदवीत होता, तर मग त्या बिचाऱ्यांचे कर्तृत्व ते काय? शिवाजीमहाराजांना भवानीमाता साहाय्यभूत होती हे स्वीकारल्याबरोबर शिवाजीमहाराजांचे चातुर्य आणि दूरदृष्टी ही केवळ परमेश्वरी कृपा ठरते. देवाचे मोठेपण माणसाला उपयोगी पडत नाही. माणसाच्या मोठेपणाचेच अनुकरण करणे माणसाला शक्य आहे. कर्तबगार पुरुषांच्या जीवितप्रवासाचा शोध घेऊन त्यापासून काही ऊर्जा मिळविणे माणसाला शक्य व्हावे, यासाठी या थोर पुरुषांचे मानवी रूप आपण कायम राखले पाहिजे; तरच मनुष्यजातीला या थोर पुरुषांच्या कार्याचा उपयोग आहे. मूर्तीवर गंध, फुले वाहून पूजा करणे यात त्यांचे मानवी रूप हरवते. राम किंवा कृष्ण यांसारख्या मानवांचे आपण परमेश्वरात रूपांतर केले आणि मग त्यांची कर्तबगारी ही परमेश्वरी लीला झाली. आपण त्यांची चरित्रे थक्क होऊन पाहायची व त्यांचे नामसंकीर्तन करून पुण्यसंचय करायचा. एवढाच त्यांना देवता करण्याचा अन्वयार्थ होतो. पुण्य जोडण्यासाठी, पुण्यदायक कर्म करण्याची मानवाची इच्छा त्यामुळे कुंठित होते. विनायक दामोदर सावरकर या महापुरुषाबद्दलही असेच काही घडू लागले आहे की काय, असे मला वाटू लागले आहे.

विनायक दामोदर सावरकर यांचे सारे चरित्र मानवी प्रयत्न, प्रतिभा आणि दुर्दम्य विश्वास यांनी भरलेले आहे. माणसाने जगावे कसे, याचा तो आदर्श वस्तुपाठ आहे. आपले विचार घासूनपुसून पक्के करावेत आणि त्या विचारांच्या परिपूर्तीसाठी प्रयत्नांची पराकाष्ठा करावी एवढे जरी आपण सावरकरांपासून शिकलो, तरीही पुष्कळ काही प्राप्त केल्यासारखे आहे. दैवाधीन समाजाला प्रयत्नवादी बनविण्यासाठी सावरकरांचा सारा उत्तरकाळ खर्ची पडला आहे. विज्ञान म्हणजे सायन्स किंवा टेक्नॉलॉजी नव्हे, तर त्यांच्या लेखी विज्ञान म्हणजे तर्कशुद्ध विचारसरणी. अद्ययावत विचारसरणी. माणसाला उपयुक्त आणि काळाला सोईस्कर असे तत्त्वज्ञान निर्माण करणे, हा त्यांचा निदिध्यास आहे. ते इतिहासात रमतात ते केवळ झोपलेल्या समाजाला चेतना आणण्यासाठी! केवळ ऊर्जा म्हणून! ते प्रतिभेचा आश्रय करतात तो केवळ कल्पनाविलासासाठी नव्हे, तर माणसाला सोईस्कर अशा नव्या पाऊलवाटा निर्माण करून देण्यासाठी. ते कठोर आणि निर्दय असे प्रहार करतात, ते समाजाला गदगदून हलविण्यासाठी. त्यांनी प्रत्येक पाऊल विचारपूर्वक टाकले आहे. त्यात भोंगळपणा नाही आणि भोंदूगिरीही

नाही. म्हणून त्यांचे अनेक विचार आजही सर्वसामान्य माणसाला आचरणात आणताना अडचणीचे होते. मळलेल्या वाटा सोडून नव्या रस्त्यावरून चालताना लोक नेहमीच घाबरतात. 'गाय हा उपयुक्त पशू आहे', हे विधान विज्ञानाच्या कसोटीवर निरुत्तर करणारे आहे; पण धर्म आणि ईश्वर न मानणाऱ्या हिंदू कम्युनिस्टालासुद्धा ते कठोर वाटते.

सावरकरांची सारीच वाटचाल खाचखळग्यांची आहे, नवे रस्ते शोधण्याची आहे. सावरकरांइतके इतिहासाचे आकलन, तर्कशास्त्राची साखळी, प्रतिभेचे देणे, सर्वसामान्य माणसाजवळ कोठून असणार? शिवाय सावरकरमार्गाने जायचे ठरले, तर अनेक परिचित सुखसाधने सोडावी लागतील. उबदार आणि विलासी गाद्या-गिरद्यांचा त्याग करावा लागेल. सोईस्कर समाजरचना विसकटावी लागणार. कारण ती खऱ्या अर्थाने संतुष्ट नसते. सावरकर एक परजलेले शस्त्र आणि विज्ञानाचा लखलखता दिवा घेऊन झपाटल्यासारखे एकाकी निघाले आहेत आणि आपल्यामागे कोणी येते की नाही, इकडे मागे वळून पाहण्याचेही भान त्यांना राहिले नाही.

हिंदू राष्ट्रवादाचा सिद्धांत स्थापित करणाऱ्या विनायक दामोदर सावरकरांना आपण हिंदूंच्या समाजरचनेची परंपरागत रचना मोडून टाकतो आहोत याचे भान नसेल, असे कसे म्हणता येईल? परंपरागत हिंदू धर्माच्या रचनेवर यांनी जो निर्घृण हल्ला चढवला, त्यामुळे त्यांनी हिंदूंना केलेले आवाहन हिंदूंपर्यंत पोचलेच नाही. समाजाचे गुणदोष सांभाळणारे मोहनचंद करमचंद गांधी हेच त्यांना जवळचे वाटले. यात लोकांची काही चूक नव्हती. परमेश्वराची आपल्यावर कृपा आहे, हे तर गांधीजींनी स्वतःच सांगून टाकले. त्यामुळे त्यांचे सर्व आदेश हे प्रेषिताचे ठरले. सावरकर मानवी पातळीवरून वाद करत होते आणि गांधीजी प्रेषिताच्या पातळीवरून वाद करत होते. त्याची अखेर व्हायची तीच झाली. अखिल हिंदू समाजाला गांधीजींनी मोहिनीमंत्राने भारून टाकले. सावरकरांनी जाणीवपूर्वक आपल्या राजकीय पराभवाचा पाया आपल्या हातानेच घातला. त्यांना हेही माहीत होते, की कालपुरुष हा खरा मित्र आहे. आज लोकांनी प्रेषिताची वाणी खरी मानली, तरी उद्या ते भविष्यकाराची वाणी खरी मानतील आणि याच अभिप्रायाने त्यांनी एकाकीपणे आपला लढा चालू ठेवला.

आता महात्मीजीही गेले आणि सावरकरही गेले. आता आपण शांतपणे दोघांच्याही विचारसरणीचा विचार करू शकू. सावरकरांची विज्ञानप्रणीत समाजरचना ही आजच्या काळाची गरज आहे, याबाबत कोणाच्याही मनात संदेह नाही.

दलित प्रश्नांबद्दल गांधींनी घेतलेली भूमिका आणि सावरकरांनी घेतलेली भूमिका यांत कोणाची भूमिका बरोबर आहे, याचाही हिशेब काळाने चुकता केला आहे. भाषाशुद्धी, सैनिकीकरण, विज्ञाननिष्ठ समाजरचना, धर्मांतर आणि शुद्धीकरण ही व अशा अनेक प्रश्नांवरील सावरकरांची भाष्ये, बहुतांशी खरी ठरली आहेत. हिंदू-मुसलमान संबंधात त्यांनी वेळोवेळी इशारे दिले, तेव्हा जातीय म्हणून त्यांची कुचेष्टा झाली, पण आज एक पाकिस्तान निर्माण होऊनसुद्धा हिंदू-मुसलमान प्रश्नांतील तीव्रता गांधींच्या मार्गाने कोठेही कमी झाली नाही. उलट, ती वाढलीच आहे. हे जर खरे आहे, तर मग सावरकरांचे विचार त्यांच्या जीवितकाळात लोकांना का पटू शकले नाहीत?

प्रतिभावंतांचे मानसशास्त्र, समाजाचे मानसशास्त्र आणि व्यक्तींचे मानसशास्त्र यांतील फरक जाणता आला नाही, म्हणजे गोंधळ उडतात. माकडाला हिरे दिले तर काय उपयोग असतो? असुरक्षितता वाटत असलेल्या समाजाला तर्क, विज्ञान याहीपेक्षा भावनेचा आधार जास्त वाटतो. धर्म आणि परंपरा आपले मित्र वाटतात. रोग्याच्या नकळत त्याला काही औषधे द्यावी लागतात, तरच तो ती घेतो. नाहीतर ती घेतल्यासारखे दाखवितो. कडू औषधे शर्करावगुंठित करून द्यावी लागतात. सावरकरांनी दाहक आणि कठोर भाषेत जे सत्य सांगितले, ते पेलण्याइतके समाजाचे मन तयार झालेले नव्हते. टिळक आणि गांधी लोकमानसात खोलवर जाऊ शकतात; कारण हळूहळू समाजाच्या कलाने, ते त्यांच्या गळी हव्या त्या सुधारणा उतरवतात. सावरकरांचा आवेश त्यांच्याजवळ नसतो, परंतु त्यांच्याकरवीच चिरस्थायी स्वरूपाचे बदल समाजात घडतात. गांधी व टिळक प्रतिगामी आणि आगरकर-सावरकर हे पुरोगामी, अशी वाटणी थोडी अन्यायजनक आहे. राजकारणात माणसे जोडावी लागतात. मनुष्यसंग्रहावाचून राजकारणाला अर्थ नसतो, जेव्हा सावरकर अंदमानातून हिंदुस्थानात मुक्त होऊन आले, तेव्हा जर त्यांना सरकारने स्थानबद्धतेत ढकलले नसते किंवा राजकारणाचे दरवाजे बंद केले नसते, तर सावरकरांनी समाजसुधारणांचा जरी आग्रह धरला, तरी त्यांची भाषा इतकी तीव्र झाली नसती.

वयाची पन्नाशी उलटल्यानंतर सावरकर संपूर्णत: मुक्त झाले आणि राजकारणाचे दरवाजे त्यांना उघडे झाले. तोपर्यंत गांधीजींनी राजकारणाचा पट वेगळ्या तऱ्हेने मांडला होता आणि तो राजकीय पट सावरकरांच्या एकूण तत्त्वज्ञानाशी विसंगत होता. तेव्हा त्यांची उर्वरित शक्ती तो राजकीय पट उधळून लावण्यातच खर्ची पडली. गांधीजी राष्ट्राला चुकीच्या मार्गाने नेत होते व कालबाह्य

झालेल्या चुकीच्या राजकीय दिशा देत होते. त्या योग्य त्या मार्गावर आणल्याशिवाय हिंदू राष्ट्रवादाची प्रस्थापनाच अशक्य होती. आज गांधीजींच्या राजकीय तत्त्वज्ञानापासून आपण मुक्त झालो आहोत. पण हिंदू राष्ट्रवादाऐवजी एका भ्रष्ट आणि शबल राजनीतीचा आपण आश्रय केला आहे. मुसलमानांचे अवाजवी हट्ट पुरविण्याच्या चुकीच्या धोरणापासून ते व्यावहारिक राजकारणाची फारकत करून घेण्यापर्यंत आपली फरफट होत गेली. स्वतंत्र आणि सार्वभौम देशाला एका एकरूपत्वाची गरज असते; पण त्याऐवजी हळूहळू आपण विघटनाच्या दिशेने प्रवास करू लागलो आहोत.

सावरकरांच्या क्रांतिकारक तत्त्वज्ञानापासून ते त्यांच्या हिंदू राष्ट्रवादापर्यंत एक सलग आणि अखंड असा विचार आहे. समाजसुधारक सावरकर आम्हांला मान्य आहेत, असे समाजवादी आणि कम्युनिस्ट म्हणतात. देशभक्त व क्रांतिकारक सावरकर आम्हांला मान्य आहेत, असे काँग्रेसवाले म्हणतात. राजकीय दृष्ट्या हिंदू राष्ट्रवादावाचून आम्हांला पर्यायच नाही, असे राष्ट्रवादी पक्ष म्हणतात. सावरकरांची भाषाशुद्धी, लिपिशुद्धी आता बहुतांशी मान्य झाली आहे. सीमांचे रक्षण करण्यापुरतेच आपले सैन्य आता सुस्थितीत नाही, तर कोणत्याही आक्रमणाला प्रत्युत्तर देऊ शकेल अशा तऱ्हेचे सैन्य निर्माण केले पाहिजे, ही निकड भारत सरकारला आता वाटू लागली आहे. नानाविध प्रयोगशाळा स्थापून अणुबाँबचा स्फोट करून आणि अंतरिक्षयान पाठवून आपण वैज्ञानिक दृष्ट्या अद्ययावत प्रयत्नात आहोत. काँग्रेस पक्ष सोडला तर बहुतेक सर्व राजकीय पक्षांना मुसलमानांच्या आजच्या आकांक्षा चिंताक्रांत करू लागल्या आहेत.

मग सावरकरतत्त्वज्ञान पराभूत झाले आहे ते कसे? सावरकर संपूर्णतः स्वीकारणे कोणाला सोईचे नाही इतकेच. कारण सावरकरांसारख्या लखलखीत सूर्यापेक्षा लुकलुकणारे तारे लोकांना पसंत असतात. सावरकरांच्या तत्त्वज्ञानातील एखादा भाग पसंत आहे असे म्हणणे म्हणजे सावरकरांविषयी अज्ञान व्यक्त करण्यासारखे आहे. कारण सावरकर हे एक अखंड विचारचक्र आहे आणि त्यातून कोणताच विचार वेगळा करता येत नाही. व्यक्तीपेक्षा समष्टी मोठी, हे कम्युनिस्ट तत्त्वज्ञानही सांगते. मग व्यक्तीपेक्षा राष्ट्र मोठे, असे म्हणण्यात अनुचित काय आहे? आणि जगात राष्ट्रकल्पनेपेक्षा कोणतीही कल्पना खऱ्या अर्थाने अस्तित्वात आलेली नाही. फॉकलंड बेटासारख्या तीन हजार मैल लांब असलेल्या निर्जन प्रदेशाचा त्याग करायला इंग्लंडसारखे राष्ट्र तयार नाही. किंवा आपल्या राष्ट्रीय हितासाठी कम्युनिस्ट साम्राज्याचा एक चिरासुद्धा ढासळू द्यावयास

रशिया तयार नाही. इस्रायलसारखे चिमुकले राष्ट्र हरण केलेल्या आपल्या विमानातील देशबांधवांसाठी केवढे प्रचंड साहस करू शकते, हेही आपण पाहिले आहे.

जगाच्या कल्याणासाठी देशभावनेचा बळी देणे अजून कोणालाही जमले नाही. सुईच्या अग्रावर राहणारी आपली जमीन जरी परकीय आक्रमकांनी ताब्यात घेतली, तरी सर्वनाशासाठी तयार होणारी राष्ट्रे आपण पाहतो. प्रथम आपले कल्याण, आपल्या राष्ट्राचे कल्याण आणि मग जमले तर जगाचे कल्याण, हीच भूमिका अजून जगात अस्तित्वात आहे. ख्रिस्त आणि बुद्ध होण्याच्या हव्यासापायी गांधीजींनी राष्ट्रहिताला तिलांजली दिली. फाळणीचे संकट ओढवून घेतले. अजूनही काश्मीरचा काही भूभाग परकीयांच्या हाती आहे. अक्साई चीनचा काही भाग चीनच्या हाती आहे आणि आसामातला काही प्रदेश बांगलादेशवासीयांनी व्यापला आहे. युद्ध टाळण्यासाठी प्रत्येक वेळी भूमीचे दान देण्याचे ठरविले, म्हणून युद्धे टळली नाहीतच. नरसंहार व्हायचे वाचवता आले नाहीतच, आणि नामुष्की पतकरावी लागली ती निराळीच! सावरकरांची याबाबतची घट्ट विचारसरणी सर्वांना मनोमन पटते आहे. पण तिचा प्रत्यक्ष अवलंब करायचा असेल, तर बलिदानाची तयारी ठेवावी लागेल.

सावरकरांचे सारेच तत्त्वज्ञान एका सूत्रात गुंफलेले आहे. ते मुळात समर्पणातून सुरू होते. हौतात्म्याने त्यांच्या आयुष्याचा आरंभ झाला व हे वादळ अखेर केवळ काळपुरुषालाच विझवावे लागले. 'मारता मारता मरायचे; कारण आम्ही जरी सात बंधू असतो, तरी आम्ही हेच केले असते' असे म्हणताना सावरकरांना म्हणायचे असते, की सत्तर कोटी लोकांनी हेच करायला पाहिजे. मृत्यूने फक्त शरीर नष्ट होते, इच्छाशक्ती नष्ट होत नाही. ती अवध्य असते. ती अनादी असते. ती पुन:पुन्हा जन्म घेते. एका शरीरातून दुसऱ्या शरीरात ती प्रवेशते. ती क्रांतिकुंड सतत धगधगते ठेवते. सावरकरांच्या लेखी केवळ स्वातंत्र्यासाठी समर्पण करायचे नव्हते, तर सुराज्यासाठी बलिष्ठ अशा हिंदू राष्ट्रनिर्मितीसाठीसुद्धा त्यांचे तेच आवाहन होते. त्यांचे क्रांतिपर्व अंदमानात संपल्यासारखे वाटते; परंतु सर्वच प्रकारच्या मुक्तीच्या लढ्यात क्रांतिकारकत्व लागते. बलिष्ठ, समर्थ, विज्ञाननिष्ठ असा समाज निर्माण करण्यासाठी पुन्हा त्यांना क्रांतिकारकाचीच भूमिका घ्यावी लागली.

अंदमानात त्यांनी एखाद्या योगी माणसाप्रमाणे देह झिजवून आपल्या पुढच्या क्रांतिकार्याची साधना केली. एक प्रकारचे दाहक तपच त्यांनी त्या

काळात केले होते आणि बाहेर येताक्षणी त्यांनी हिंदुत्वाचा नवा स्मृतिकार निर्माण झाल्याची ग्वाही दिली. समाज एकसंध करायचा असेल, तर विषमतेची सारी पाळेमुळे तोडून टाकली पाहिजेत. समाजाच्या पायांत असणाऱ्या सप्तशृंखला तोडल्या पाहिजेत. अपमानित असा एक घटक समाजात असेल, तर समाज संघटित होऊ शकत नाही आणि समाज संघटित झाला नाही, तर तो प्रतिकारही करू शकत नाही. सावरकरांचे सारे जीवितकार्य एका घट्ट धाग्याने विणले आहे. त्यामुळे त्यांच्यात एक अखंडत्व प्राप्त झालेले आहे. त्यांच्या समाजसुधारणा केवळ सामाजिक न्याय प्रस्थापित करण्यासाठी नाहीत किंवा मानवतेचे कल्याण व्हावे याही हेतूने त्यांनी मांडलेल्या नाहीत. हिंदू समाजाच्या अस्तित्वाचा तो एक लढा आहे. भाषा, संस्कृती, पूर्वजांचे पराक्रम, शक्तीची उपासना, समर्पित जीवनाचा आग्रह आणि या सर्वांना सामावून टाकणारी विज्ञाननिष्ठ जीवनपद्धती या साऱ्यांच्या मागे एकच एक प्रबळ प्रेरणा आहे. ती म्हणजे या हिंदु समाजाला पुनर्वैभव प्राप्त करून देण्याची. त्यांनी केवळ परधर्मात गेलेल्यांचे शुद्धीकरण करून घेतले नाही, तर हिंदुमनाच्या शुद्धीकरणाचाही आग्रह धरला. त्यांच्या निर्बंधांचे, चिंतनाचे, कवित्वाचे सारेच विषय एका चिवट धाग्याने बांधलेले आहेत.

मन आणि आत्मा एकत्र असले, तरच त्याचा चैतन्यदायी मनुष्य म्हणून उपयोग असतो. तसाच सावरकरांचा जर देशाला काही उपयोग असेल, तर तो त्यांच्या संपूर्ण आणि अविभाज्य तत्त्वज्ञानाचा. त्यांच्या विचाराचा पक्केपणा एखाद्या अभेद्य बुलंद बुरुजासारखा आहे. अनेकांनी अनेक तऱ्हेने त्या विचारांना फटी पाडण्याचा उद्योग करून पाहिला; परंतु त्या विचारांत कोठेही फट पडू शकली नाही. एवढेच सावरकर आम्हांला मान्य आहेत असे जे कोणी म्हणतात, त्यांना सावरकरही कळले नाहीत आणि या देशाचे वास्तव रूपही समजले नाही.

सावरकरांची उपेक्षा झालीच असेल तर त्याचे कारण विधात्याने एवढे अपूर्व बुद्धिवैभव, प्रतिभा, दूरदृष्टी, व्यासंग, वक्तृत्व, चातुर्य, एका साडेतीन हाताच्या देहात आणून ठेवले होते, म्हणूनच झाली असावी. तेज:पुंज अशा सूर्याकडे ज्याप्रमाणे टक लावून पाहता येत नाही, तसेच सावरकरांकडे रोखून पाहता येत नाही. पाहणाराचे डोळे दिपतात. विधात्याला तरी एवढी उधळपट्टी करण्याची काय गरज वाटली होती? कर्तृत्वाचे एवढे सप्तरंगी कारंजे त्याने कशासाठी निर्माण केले असावे? निर्माण करायचेच होते, तर आम्हांला तरी दिव्यदृष्टी द्यायची किंवा ज्या भूमीत त्यांची कदर होईल अशा भूमीत त्यांना जन्म

द्यायचा. विधात्याचे हेतू आपल्याला कळत नाहीत. कदाचित असेही असेल, की हा लखलखता दिवा विझला की आमच्या करंटेपणाची शरम वाटून आम्ही आमच्या उद्धाराचा मार्ग काढण्याइतके शहाणे होऊ, असा त्याचा कयास असेल. सुखासुखी शहाणे होण्याची या देशात परंपरा नाही. आमच्याच डोळ्यांदेखत मुसलमान आले व त्यांनी येथली ग्रंथालये जाळली, मूर्ती भ्रष्ट केल्या, देवालयांच्या मशिदी बनविल्या, या देशातल्या सुकुमार कन्यांना आपल्या शेजेवर ओढून नेले आणि हजारो लोकांना गुलाम केले. या देशात एके काळी सोन्याचा धूर निघत होता, तेथे जळालेल्या घरांतून आणि जाळलेल्या प्रेतांतून धूर निघू लागला. कातडे डोळ्यांवर ओढून आम्ही ते सुखेनैव पाहिले आहे. तरी आम्ही इस्लामच्या संस्कृतीचे गोडवे गातो. ख्रिस्त क्रूसावर चढला म्हणून अश्रू ढाळतो. पण या देशातील दु:खितांचे अश्रू पाहून कोणाच्याही हृदयाला पाझर फुटलेला नाही. रडायचेही आम्ही आता विसरून गेलो आहोत. हुंदके केव्हाच घशातल्या घशात विरघळून गेले आहेत. कोडगेपणाची अगदी हद्द झाली आहे. या अशा करंट्या देशाला शिवाजी हवा कशाला आणि सावरकर तरी हवेत कशाला? जे स्वत: आपणहून स्वत:च्या आयुष्याची व स्वत:ची राख करून घेण्यात आनंद मानतात, त्यांना जळणारे आणि जाळणारे स्फुल्लिंग हवेतच कशाला?

विनायक दामोदर सावरकर नावाची एक ठिणगी २८ मे १८८३ रोजी भगूरसारख्या एका छोट्या गावात प्रकटली, आणि साऱ्या देशात काही काळ भडका उडाला. त्या अग्नीची दाहकता इंग्लंडच्या राणीच्या सिंहासनाला जाणवली. म्हणून तर प्रयत्नपूर्वक ही ठिणगी विझविण्याचा उद्योग इंग्रजी राजसत्तेने केला. पन्नास वर्षांची अंदमानातील कडी सजा भोगताना ही ठिणगी विझून जाईल, असे त्या गर्विष्ठ सत्तेला वाटले होते. पण नाही; ती ठिणगी तिथेच धुमसत धुमसत जिवंत राहिली. या ठिणगीने वडवानल पेटवू नये म्हणून तिला स्थानबद्धतेत काही काळ कुजवत ठेवण्यात आले. तोपर्यंत इंग्रजी न्यायाचे व सत्तेचे स्वागत करणारा महात्मा भारतात आपले राज्य निर्माण करीत होता. एक दिवस ही ठिणगी रत्नागिरीहून बाहेर पडली, आणि तिने पुन्हा एकदा भारतात हिंदुत्वाचा डंका पिटला. कम्युनिस्टांनी, समाजवाद्यांनी, काँग्रेसवाल्यांनी आणि सर्व जातीयवाद्यांनी वा धर्मांधांनी ही ठिणगी विझविण्याचा जास्तीतजास्त प्रयत्न केला, जमेल तेवढी तिची अवहेलना केली, किंवा कुचेष्टा करण्यात कोणतीही कुचराई केली नाही. मग अभूतपूर्व असा एकाकी लढा सुरू झाला. हा लढा होता परंपरावादी हिंदूंशी, धर्मांध मुसलमानांशी, आणि ढोंगी राजकारणाचा नवा धर्म सांगणाऱ्या गांधीजींशी.

सारे पराभूत होईपर्यंत ही ठिणगी विझून गेली. पण तोपर्यंत नियतीने इंग्रजांचे राज्यच येथून नष्ट करून टाकले. गांधीजींच्या नावाने टिळा लावून काँग्रेसवाले सत्तेवर आले आणि त्यांनी पहिल्यांदा काय केले असेल, तर सावरकरांच्या बदनामीची मोहीम चालू केली. स्वातंत्र्यलढ्यात ज्यांनी सर्वांत जास्त खस्ता खाल्ल्या आणि कापराप्रमाणे ज्यांनी आपले आयुष्य स्वतंत्रतादेवीसाठी जाळून घेतले, त्या ह्या महापुरुषाचे विस्मरण झाल्याशिवाय आपले राज्य चिरस्थायी होणार नाही, असे काँग्रेसवाल्यांनी ठरवून टाकले. स्वातंत्र्याची पहिली घोषणा करणारा, परदेशी कापडाची या देशात प्रथमच होळी करणारा, जागतिक क्रांतिकारकांची पहिलीच संघटना उभी करणारा आणि जागत्या डोळ्यांनीच देशसेवेचे व्रत आचरणात आणता आणता आपला तारुण्यकाळ अंदमानात झिजविणारा हा महापुरुष पहिल्या स्वातंत्र्यदिनाच्या दिवशी हजर राहिला पाहिजे, असेसुद्धा कोणाला वाटले नाही. या देशाची पहिली स्वातंत्र्यसेना व स्वतंत्र बँक स्थापन करून 'देश स्वतंत्र झाला', अशी घोषणा करणाऱ्या सुभाषचंद्रांच्या गुरुस्थानी असणाऱ्या सावरकरांना आपण अंदमानातच राहिलो असतो तर बरे झाले असते, असे वाटावे असे वर्तन काँग्रेसवाल्यांनी केले.

पण काळाने सर्व गोष्टींवर सूड घेतला. जे नाणे खणखणीत होते, ते त्याच्या मृत्यूनंतरही वाजत राहिले आणि जी खोटी नाणी बाजारात खपवली जात होती, ती पाच-पंचवीस वर्षांत मोडीत निघाली. सावरकर हा माणूस नाही, तर ते एक व्रत आहे. ते एकदा घेतले, की ते सोडता येत नाही. सावरकर ही सतत धुमसणारी ज्वाला आहे. या ज्वालेची मशाल होऊ शकते, दिवटी होऊ शकते किंवा या ज्वालेतून वणवाही पेटू शकतो. इतिहासाची पुष्कळ पाने उलटली गेली आहेत; पण त्यांतले एक लखलखते पान असे आहे, की ज्या पानाने पुढची पन्नास वर्षे प्रकाशमान होतील!

-०-०-०-

.१७.

हे परमपवित्र सिंधुसरिते - पुरुषार्थदायिनी हो!

हे सिंधुसरिते! मला तुझी फार फार आठवण येते. तुझ्याच नावावरून लोक आम्हांला हिंदू म्हणू लागले. सिंधू नदीपलीकडचे लोक म्हणून आम्हांला वेगळेपणा प्राप्त झाला. सिंधू लोकांचे स्थान म्हणून या भूखंडाला लोक सिंधुस्थान म्हणू लागले. काळाच्या ओघात सिंधूचे हिंदू कधी झाले, हे कळलेसुद्धा नाही. हिंदुत्वाचा वारसा, हे सिंधू, तू आम्हांला दिला आहेस. आम्ही सारेचजण तुझे पुत्र आहोत. एक सिंधुपुत्र या नात्याने आज तुझी मला फार फार आठवण येते; कारण हे जन्मदायी सरिते, हा देश तुला विसरला आहे. आज आम्ही तुला हरवून बसलो आहोत. तुलाच हरवून बसलो आहोत असे नाही, तर आमच्या सहजीवनाचे एक सूत्रच हरवून बसलो आहेत. वेदकालापासून नद्यांचा उल्लेख आम्ही 'लोकमाता' असाच केलेला आहे. आईला विसरणारी आम्ही कृतघ्न मुलं आहोत.

हे सिंधुसरिते, तू केवळ आमची सीमारेषा नव्हतीस, तर आमच्या कर्तृत्वाची सीमा होतीस. आमच्या प्रतिभेची, पौरुषाची तू वरदायिनी होतीस, तुझ्या काठांवरच आमच्या पूर्वजांची पहिली वस्ती झाली असेल. भविष्याची सारी स्वप्ने त्यांनी इथेच पाहिली असतील. पुढचा हा भूखंड वना-रानांनी, लता-वृक्षांनी, नद्या-ओढ्यांनी, पर्वत-टेकड्यांनी आणि निसर्ग-संपत्तीने भरून राहिलेला आहे हे आश्वासन हे वरदायिनी, या आर्यपुत्रांना तू पहिल्याच दिवशी दिले असशील. तुझ्याच

तीरावर बसून ते महापराक्रमी तेजस्वी पुरुष रात्री गायन-वादन करीत असतील. त्यांच्या समूहनृत्यातून पराक्रमाचे व लालित्याचे कारंजे फुलले असेल. दिवसभर शिकार करावी, रात्री सोमपान करून उद्याच्या दिवसाची स्वप्ने पाहावीत आणि रात्रीच्या गर्भात उद्याच्या उष:कालाची प्रतीक्षा करावी, असे दिवस गेले असतील. पण त्या कालखंडाची तुझ्या पाण्यातच समाप्ती झाली असेल. सूर्याचे पहाटेचे कोवळे-कोवळे किरण तुझ्या पाण्यात पडले असतील. त्या वेळेस परावर्तित झालेले गुलाबी रंग तुझ्या पुत्रांच्या आणि पौत्रांच्या गालांवरही उमटले असतील. त्या आदिनारायणाला त्यांनी आपोआप वंदन केले असेल, आणि त्यांच्या तोंडून नकळत गायत्रीमंत्र प्रकटला असेल. चराचर सृष्टीला तेजस्वी करणाऱ्या सूर्यकिरणांची कृतज्ञता व्यक्त करावी, म्हणून या देशात उपासनेला प्रथम प्रारंभ तेव्हाच झाला. ती उपासना असेल सूर्योपासना. याच ठिकाणी आर्यपुत्रांच्या तोंडून अभावितपणे वेदमंत्रही रचले गेले असतील. मानवाचे हे पहिले विचारभांडार तुझ्या किनारी निर्माण व्हावे, हे तुझे केवढे भाग्य!

तुझ्याच काठी उगवलेल्या समिधा घेऊन आर्यांनी पहिले यज्ञकुंड तर पेटविले नसेल? अग्नी निर्माण करण्याची शक्ती त्या काळात फक्त निसर्गाजवळ होती. म्हणजे एखाद्या दिवशी निसर्गात मेघांचा कडकडाट होई आणि लक्कन वीज चमकून जाई. या विजेचा लोळ कधी कधी पृथ्वीकडे झेप घेई. मग वृक्ष पेटत, माणसे भयभीत होत. अग्नीचा प्रवेश प्रथम माणसाच्या मनात झाला तो भयाकुल अवस्थेत! कदाचित जलधारांनी रानात पेटलेला तो वणवा विझविला असेल, किंवा कदाचित तुझ्या अफाट जलाशयातील पाण्याने तुझ्या पुत्रांनी तो विझविला असेल. अग्नीचा तो संहार तुझ्या पुत्रांनी प्रथम पाहिला; पण अग्नी हा माणसाचा मित्रही होऊ शकेल, हे त्याच वेळी त्याच्या मनात जाणवले असेल. लाकडे लाकडांवर घासूनही कधी कधी अग्नी भेटतो, हे पाहिल्यावर अग्नी ताब्यात ठेवणारे अग्निकुंड माणसाला निर्माण करता आले. हिंस्र श्वापदांपासून अग्नी रक्षण करतो, थंडीपासूनही अग्नी माणसाचे रक्षण करू शकतो, एवढेच नव्हे, तर अग्नी अन्नाची चव बदलू शकतो हे मानवाच्या लक्षात तेव्हा आले असेल आणि तुझ्या तीरावरच अग्निपूजा, सूर्यपूजा आणि वरुणपूजा या माणसाला ज्ञात झाल्या असल्या पाहिजेत.

माणसाच्या आदिम इच्छा असतात त्या तहान, भूक आणि वासना. त्या तर पुऱ्या होतच होत्या; पण तेवढ्याने माणसाचे भागत नव्हते. माणसाला एक नवा अहंकार तू शिकविलास, नवी क्षितिजे दाखवून दिलीस. माणसाने संकटकाळात

तुझ्या उन्हाळ्यातील पात्राप्रमाणे असावे आणि पुरुषार्थाच्या वेळेस वर्षा ऋतूतील तुझे पात्र हे त्यांचे स्वप्न असावे. माणसाने तुझ्यासारखे वाहात राहावे. तुझ्याकडून संस्कृतीचा एक धडा घेऊन हे सारे सिंधुपुत्र दशादिशांनी नव्या भूमीच्या शोधार्थ निघाले.

हे सिंधुसरिते, या तुझ्या पुत्रांना यांतले काहीच आठवत नाही का? ते तेथे आले तेव्हा कोण होते? आणि जेव्हा त्यांनी म्लेंच्छांना तुला विकून टाकले, तेव्हा ते कोण होते यांची त्यांना आठवण तरी आहे का? राजे, महाराजे, राज्ये, साम्राज्ये, ग्रामे, राजधान्या, कारागीर, कलावंत, आचार्य, सेनापती अशी अनेक लक्षावधी माणसे येथे झाली आणि गेली. अनेक स्वप्ने येथे फुलारली आणि अनेक स्वप्ने चुरगाळली गेली. अनेक पताका आकाशाला भिडल्या आणि अनेकांची लक्तरे मातीत गाडली गेली. आरोळ्या आणि किंचाळ्या यांचा एक विलक्षण कोलाहल या देशात घडून गेला. अनेक धर्मयुद्धे या देशात झाली; पण आपला खरा धर्म कोणता, याचे भान मात्र कुणाजवळच नव्हते. युद्ध करावे की न करावे, अशी शंका पडणारे शेकडो अर्जुन येथे होऊन गेले. त्यातील एका अर्जुनाला श्रीकृष्णाने गीता सांगितली. बाकीच्या गीता गेल्या कोठे? बाकीचे अर्जुन युद्ध करावे की न करावे या संभ्रमात रणांगणातून पळूनच गेले.

काहींनी आपल्या आया-बहिणी विकल्या आणि मांडलिकांचे सिंहासन मिळवण्यात धन्यता मानली; तर काहींनी या देशाचे धर्मध्वज, आलेल्या शत्रूला पायघड्या घालण्यासाठी वापरले आणि त्याच्या कृपेवर उदरभरण करण्यात आयुष्याची सार्थकता मानली. गुलामगिरीचे समर्थन करणारी तत्त्वज्ञाने निर्माण झाली आणि पुरुषार्थी समाजाऐवजी शांतिब्रह्माची उपासना करणारे शबल राज्यकर्तेही येथे जन्माला आले. ‘धारणा करणारा तो धर्म’ अशी व्यापक वैदिक धर्माची व्याख्या मातीत गाडून ग्रंथांत अडकलेला, डबक्यातील धर्म येथे प्रतिष्ठित झाला. ‘परकीय राज्यकर्ते हे परमेश्वरी वरदान आहे’, असे म्हणणारे महाभाग येथे होऊन गेले आणि स्वराज्यापेक्षा सुराज्याची म्हणजेच गुलामगिरीची शिफारस करणारे नेतेही या भूमीने पाहिले.

गुलामगिरीचा टिळा पुसता पुसता आम्ही तुझ्यासकट वेदभूमीला विकून टाकले; आणि अर्धेमुर्धे रक्तबंबाळ झालेले स्वातंत्र्य स्वीकारले. स्वातंत्र्याचे जतनही आम्ही काळजीपूर्वक केलेले नाही. तुझा पिता हिमालय, गेली हजारो वर्षे एक अजिंक्य असे कवच होता. त्याच्या आश्रयाने आम्ही सुरक्षित होतो. आता हिमालयही इतका सुरक्षित राहिलेला नाही. वायव्येपासून नैर्ऋत्येपर्यंत पसरलेला

हा हिमालय आता संकटात आहे. ज्याने आपल्या आईला विकून टाकले तो आपल्या पित्याचे रक्षण कसे काय करणार, या चिंतेत हिमालय असला तर आश्चर्य वाटणार नाही. काश्मीर, लडाख, नेपाळ, भूतान, आसाम असे आमचे सर्व सीमाप्रदेश आज संकटाच्या छायेत आहेत. तरीही आम्ही सार्वभौमत्वाच्या आणि अलिप्ततेच्या गप्पा मारीत शांतपणे झोपलो आहोत. आमचा धर्मध्वज एके काळी भारतभर डौलाने फडकत होता. गांधारपासून ते कामरूपपर्यंत आणि पशुपतेश्वरापासून ते कन्याकुमारींपर्यंत भगव्या रंगाची छाटी घेऊन तेथील तडीतापसी मुक्तपणाने संचार करू शकत होते. त्यांना भाषेची किंवा प्रवासाच्या साधनांची कधी अडचण आली नाही. आर्यावर्ताच्या आध्यात्मिक एकतेचा तो साक्षात्कार होता. येथे चार्वाकपंथीयांपासून ते बुद्ध, महावीर, नानक, बसवेश्वर, दयानंद या सर्वांचे वेगवेगळे उपासनासंप्रदाय सुखाने नांदले. येथे मतभेद होते, पण त्यासाठी धर्मयुद्धे झाली नाहीत. आर्यांच्या पराक्रमाची ध्वजा पश्चिमेस इराणपर्यंत आणि पूर्वेस इंडोनेशियापर्यंत सुखेनैव गाजत गेली, ती शस्त्रांच्या मदतीवाचून. कारण पुरुषार्थ, ज्ञानप्रेम, मानवी मनाचे ज्ञान या साऱ्यांत आर्यपुत्र वर्चस्व गाजवीत होते. हा सारा पुरुषार्थ कुठे हरपला? हे सारे पराक्रम कशात लुप्त झाले?

हे सिंधुसरिते, तुझ्यातून खूप पाणी वाहून गेले ही गोष्ट खरी; पण म्हणून कालपुरुषाने येथल्या प्रजेचे सारे सत्त्व हरण करून घ्यावे काय? तुझे पाणी रक्ताने लाल झालेले आम्ही पाहिले. एकदा ते उगवतीला लाल झालेले आम्ही पाहिले होते आणि एकदा ते मावळत्या सूर्यकिरणांनी लाल झालेले आम्ही पाहिले होते. या देशात अजूनही सूर्य उगवतो, आकाशातून जलधारा बरसतात, नद्यांचे पाणी काठांबाहेर येऊन वाहत जाते. मातीतून हिरवे तृणांकुर उगवतात, धनधान्यांची बरसात होते. ती धरित्री दोन्ही हातांनी आपले पोट उकलून अजूनही रत्ने, सोने, लोह, ताम्र, अभ्रक असे अमूल्य धन आम्हांला बहाल करते. तुझ्यातून तर पाणी वाहातच आहे. निसर्गाचे सारे नियम निसर्ग पाळतो आहे. निसर्गाने तरी इतक्या इमानीपणाने या कृतघ्न लोकांशी का वागावे, हे समजत नाही.

कधी कधी निसर्गाला राग येतो, तेव्हा तो नको तितका पाऊस पडतो किंवा जलतत्त्व रुसून बसते. तरीही उदास झालेल्या आर्यपुत्रांना पाहून निसर्ग नित्यक्रमानुसार आपले चलनवलन सुरू करतो. का तुझा शाप आम्हांला भोवतोय? तुला आम्ही विकून टाकले म्हणून तू रागावली तर नाहीस? तुझ्या पाण्यात नको त्या अमंगल गोष्टी आज येऊन पडतायत म्हणून तू संतप्त तर झाली नाहीस?

हे परमपवित्र सिंधुसरिते - पुरुषार्थदायिनी हो! / १५३

तुझ्या या करंट्या मुलांनी क्षणाचाही विचार न करता तुला यवनांना विकून टाकले, हे विसरणे तुला जड जात असेल. म्हणून सिंधुसरिते, तुला विकून टाकणाऱ्या गांधीजींची रक्षा तू नाकारलीस की काय? मात्रागमनी मुलांबद्दल संताप यावा, चीड यावी, हे सारे ठीक आहे; पण या देशातील तुझ्या साऱ्या पुत्रांना अंधारात ठेवून ते पापकर्म घडले होते. त्यांचाही वचनभंग झाला होता. त्यांनाही कुणीतरी फसवले होते. कुणाला तरी सिंहासनावर बसण्याची घाई झाली होती. रक्तपाताला काही लोक घाबरले होते. तेव्हा हे सारे टाळण्यासाठी त्यांनी तुझी विक्री केली, पण ते करूनसुद्धा रक्तपात टळला नाही.

रक्तपात टाळू म्हटल्याने टळत नसतो, हे तू आम्हांला शिकवलेस. युद्ध जेव्हा अपरिहार्य असते, तेव्हा फाजील विचार करून डोक्याला शीण देण्यापेक्षा हाताला मजबुती आणून युद्धाला उभे राहण्यातच शहाणपणा असतो. युद्धात यश मिळाले- आणि ते पराक्रमी माणसाला मिळते, तर त्यांना भूपती होता येते. आणि समजा, एखाद्या वेळेस युद्ध हरले तर आपण गाळलेल्या प्रत्येक रक्ताच्या थेंबाबरोबर सूडाचे नवे तत्त्वज्ञान निर्माण करता येते. मनात हिशेब पक्के असले म्हणजे ते योग्य वेळी चुकवता येतात आणि एका अपयशाचे रूपांतर विजययात्रेत करता येते. यशाचे हिशेब करून, गणिते मांडून जे सोईसवडीने युद्धाला तयार होतात, त्यांच्यासाठी युद्धे थांबत नसतात. युद्ध ते हरलेले असतात.

हे सिंधुसरिते, दाहिर राजाचा पराभव करून जेव्हा यवन प्रथम आर्यावर्तात आले, तेव्हाच खरे तर आम्ही युद्ध हरलेले होतो. पहिली चूक तेव्हाच घडली आणि मग सारा इतिहास चुकांचाच झाला. ती चूक निस्तरता निस्तरता अखेरी आम्ही तुलाच गमावून बसलो. आता आमच्या जवळ काही नाही. सौभाग्याचा टिळा पुसल्यानंतर पतिव्रतेजवळ काय उरते? पुरुषार्थ हरवल्यावर पुरुषाजवळ काय उरते? सत्त्व हरवल्यानंतर ऋषींजवळ काय उरते? प्रत्येकाला आपले मर्म कुठे आहे हे माहीत असायला हवे. आपला डोंगरावरून कोसळणाऱ्या दगडाची अखेर गर्तेतच होते. दगडाला मधे थांबता येत नाही. म्हणून शिखरावरून आपला तोल ढळण्यापूर्वी दगडाने आपला विचार करावा. शिखरावर असेपर्यंत तोच दगड शिवलिंग असते. स्थान हरवले की ते शिवलिंग पाषाणरूप होते. असेच घसरत घसरत भारतीय अस्मितेला आजा पाषाणरूप आले आहे. मधे कुठे थांबताच आले नाही. आता पर्याय एकच राहतो की सिंधूच्या पवित्र रामस्पर्शाने या पाषाणातून आता अहिल्या निर्माण करायची का या दगडाचे काबाच्या मशिदीत रूपांतर करायचे?

हे सिंधुसरिते, तुझ्या पवित्र स्पर्शाची आम्ही आतुरतेने वाट पाहत आहोत. अहल्येला क्षणमात्र का होईना, इंद्राच्या रूपाचा मोह पडला आणि तिला पाषाणरूप प्राप्त झाले. या आर्यावर्ताला म्हणजेच भारताला, म्हणजे हिंदुस्थानला, काही काळ सुखास्वास्थ्याचा, शांतिब्रह्माचा आणि अहिंसेचा मोह पडला आणि त्याबरोबर साऱ्या आर्यावर्ताची अहल्या पाषाणरूप झाली.

हे सिंधुसरिते, आमच्या त्या पराक्रमी पूर्वजांची आठवण तुला जर कधी येत असेल, तर या आम्हा भारतीयांना ते स्मरण परत देशील का? त्या आल्हाददायक पुरुषार्थी समाजाची केवळ आठवण झाल्यानेही आजच्या समाजाचे पुन्हा एकदा पुनरुत्थान होईल. तुझे स्तोत्र त्यासाठीच गायचे, तुझे स्मरण याचसाठी करायचे. तुझ्या पुत्रांना तुझ्यावाचून कोण कवेत घेणार?

पुनरुत्थानाचा एकमेव मार्ग तुझ्या जलतत्त्वात आहे. शेवटी सर्वच नद्यांचे पाणी एकसारखेच असले, तरी गंगेला पापहारिणी म्हणतात. म्हणूनच मी तुला पुण्यदायिनी म्हणतो. एखाद्या स्थानाला तीर्थाचे रूप का प्राप्त होते? एखादाच शब्दसमूह मंत्र का होतो? माणसांच्या भावना त्या स्थानाशी, शब्दांशी गुंतलेल्या असतात म्हणूनच ना? म्हणूनच हे सिंधुसरिते, पुरुषार्थदायिनी हो! पुरुषार्थदायिनी हो!!

-०-०-०-

.१८.

एका समर्पित जीवनाचा अस्त

महाराष्ट्राचे प्रांतसंघचालक ब. ना. उर्फ बाबाराव भिडे यांचे वृद्धापकाळामुळे नुकतेच निधन झाले. डॉ. हेडगेवार यांच्या काळातील ज्या जुन्या आणि जाणत्या स्वयंसेवकांची फळी आजही संघरचनेत कार्यरत होती, त्यात बाबाराव भिडे अग्रभागी होते. त्यांच्या अंत्ययात्रेसाठी संघातील आणि संघप्रणीत संस्थांतील सर्व श्रेष्ठी हजर राहणे उचितच होते. कारण ती त्यांच्या दीर्घकालीन सेवेबद्दल कृतज्ञता व्यक्त करण्याची एक प्रकारची अखेरची संधी होती.

डॉ. हेडगेवार यांनी संघरचना करताना, माणसाने आपले सर्व अहंकार विसरून संघटनेत विलीन झाले पाहिजे व व्यक्तीपेक्षा संघ मोठा हे तत्त्व आचरणात आणून दिले पाहिजे, हे सूत्र ठरवले. म्हणूनच संघरचना अतिशय बलवान आणि बलिष्ठ होत गेली. व्यक्तिगत अहंकार किंवा मतभेद यांपायी संघटनेचे नुकसान होता कामा नये, याविषयी संघ सदैव जागृत राहिला. म्हणून इतर संघटनांसारखी या संस्थेची वाताहत झाली नाही. वेगवेगळ्या क्षेत्रांतली कर्तबगार व बुद्धिमान माणसे संघाकडे आकृष्ट झाली व यापुढेही होत राहतील, याचे कारण समर्पित वृत्तीच्या अनेक कार्यकर्त्यांनी वैयक्तिक संसाराकडे पाठ फिरवली आणि समाजाच्या संसाराकडे लक्ष दिले, हेच होय. यांपैकी कित्येक लोक तर आजन्म ब्रह्मचारी राहिले आणि जे संसारी लोक या संघटनेत नंतर सामील झाले, त्यांनी आपापले संसार दुय्यम मानले आणि संघ हाच

मुख्य संसार मानला, हे खरे संघाचे बळ आहे. बाबाराव भिडे हे या अशाच निष्ठावान कार्यकर्त्यांपैकी जुने कार्यकर्ते. अठ्ठ्याहत्तर वर्षांचे वय झाले असतानाही ते आपला वकिली व्यवसाय व संघकार्य या व्यापात आकंठ बुडालेले होते. सुख, स्वास्थ्य, हौस, मौजमजा करावी, असे त्यांना चुकूनही वाटले नाही. त्यांच्या या बंदिस्त जीवनक्रमामुळे साहित्य, संगीत, कला आदी गोष्टींबद्दल त्यांना फारसा जिव्हाळा नव्हता. संघाच्या आरंभीच्या काळात त्यांच्या वकिली पेशाचा आणि या एकमार्गी प्रवृत्तीचा संघटनाकार्याला खूप उपयोग झाला. पण संघ जसजसा वाढू लागला आणि विविध क्षेत्रांत काम करू लागला, तसतशा संघाच्या अपेक्षाच वाढू लागल्या. जुन्या शिस्तीत आणि परंपरेत वाढलेल्या समर्पित कार्यकर्त्यांना, संघाच्या नवीन गरजांबरहुकूम बदल करणे कठीण जात असले पाहिजे. बाबाराव भिड्यांनाही या अडचणींना तोंड द्यावे लागले असेल. त्यांच्या मनात काही संघर्ष नव्हता किंवा संघशिस्तीला ते कुठे कमी पडणारे नव्हते; पण संघासमोर काही नवीन आव्हाने उभी आहेत, याची दखल घेण्याचा लवचीकपणा त्यांना दाखविता आला नाही. यात काही चूक आहे, अशातला भाग नाही. एकतर त्यांना नव्याने समाजाचे होत असलेले परिवर्तन पाहायला सवडच नव्हती आणि शिस्तीची चौकटसुद्धा आपोआप काळानुरूप बदलत असते हे समजणे कठीणच होते. मोठमोठ्या तत्त्वज्ञान्यांना, प्रतिभावंतांना ते जमत नाही, तेथे चोवीस तास कामात गुंतलेल्या बाबाराव भिड्यांच्या लक्षात यावे, अशी अपेक्षा ठेवणे बरोबर नाही.

एक यशस्वी आणि निष्णात फौजदारी वकील म्हणून त्यांनी जो लौकिक कमावला होता, त्यामुळे नवोदित वकिलांना ते करीत असलेली उलटतपासणी हे एक प्रात्यक्षिक असे. वकिलीतील सगळे नाट्य त्यांनी परिश्रमाने कमावले होते. फौजदारी कायद्यांतील त्यांचा व्यासंग हा कोणाच्याही लक्षात येण्यासारखा होता. कोर्टात त्यांची उपस्थिती असली, की कोर्टरूम ही नेहमी भारल्यासारखी असे. असा एक दरारा आणि वचक त्यांनी आपल्या वकिली पेशात निर्माण केला होता.

अलीकडे त्यांच्या वकिली पेशातील नीतीबद्दल आणि संघ ज्या कार्यासाठी धडपडतो आहे, त्या माणूस घडविण्याच्या नीतीबद्दल एक गंभीर स्वरूपाचा विकल्प निर्माण झाला होता. आपल्या अशिलाचे संरक्षण करण्याची वकिलावर जबाबदारी आहे, कारण ती वकिली व्यवसायाची प्रतिज्ञा आहे; पण वकिली व्यवसायातील नीतीच्या प्रतिज्ञेपेक्षाही अधिक उच्च प्रकारची प्रतिज्ञा माणसाने

घेतली असेल, तर कोणती प्रतिज्ञा पाळण्याला अग्रहक्क द्यायचा? आपल्या बायकोचा खून करणारे नराधम नवरे किंवा खून करण्याच्या विकृत आनंदासाठी खुनांची साखळी करणारे गुन्हेगार ह्यांची वकीलपत्रे घेऊन त्यांना सोडविण्याची पराकाष्ठा करणे हे सर्वसामान्य नागरिकांना कसे आवडणार? वकीलपत्र घेतल्यानंतर गुन्हेगारांचे समर्थन करण्याची पाळी येते; पण अशांचे वकीलपत्र घेण्याची काही जबरदस्ती केलेली नसते. वकिलाला कोणते वकीलपत्र घ्यावे व कोणते नाही, हे ठरविण्याचा पूर्ण अधिकार आहे. माणूस घडविण्याचा उद्योग ज्या संस्थेने हाती घेतला आहे, त्या संस्थेतील एका महत्त्वाच्या पदावर असलेला माणूस मानवतेला कलंक असलेल्या गुन्हेगारांचे वकीलपत्र कसे घेऊ शकतो, हा प्रश्न कुणाही माणसाला पडणे शक्य आहे. केवळ वकिलीपेशाच महत्त्वाच्या मानणाऱ्या वकिलांबाबत हा प्रश्न उत्पन्न होत नाही. पण बाबाराव भिड्यांच्या बाबत गोष्ट वेगळी होती. त्यांच्या जवळच्या माणसालासुद्धा हे कोडे उलगडत नव्हते. पण बाबांसारख्या ज्येष्ठ वयोवृद्ध माणसाला हे सांगणार कोण? मोठ्या नाइलाजाने मला बाबांच्या विरुद्ध एक लेख 'सोबत'मध्ये लिहावा लागला. पण तेव्हाही बाबांनी ज्या संघासाठी जी अविरत सेवा केली, त्या संघाचेच हित माझ्या डोळ्यांसमोर येते. बाबांचे जर संघावर खरेखुरे प्रेम असेल- आणि ते असणारच- तर त्यांना माझ्या लेखामुळे अंतर्मुख व्हावयास मदत केली असेल, असे मी धरून चालतो. माझी माहिती खरी असेल तर यापुढे अशा तऱ्हेचा खटला आपण घेणार नाही, अशा तऱ्हेचे आश्वासन त्यांनी ज्येष्ठ संघाधिकाऱ्यांना दिलेही होते. पण दुर्दैव असे आहे, की त्यांचे हे विचारपरिवर्तन सिद्ध करायला त्यांना सवडच मिळाली नाही. त्यांच्या शेवटच्या कालखंडात त्यांच्यावर अशा तऱ्हेचा आक्षेप घेतला जावा, ही मोठी दुःखाची गोष्ट आहे. अधिक व्यापक हित लक्षात घेऊन आपापली कर्तव्ये करीत राहिले पाहिजे, या गोष्टीला कुणाचा इलाज नाही. काही जरी घडले असले, तरी एका समर्पित कार्यकर्त्याची अखेर झाली, आणि राष्ट्रगाडा ओढण्यासाठी जो एक बलदंड दोर तयार करण्याचे कार्य संघाने हाती घेतले आहे, त्यातील एक धागा तुटला ही खंत मागे उरतेच. एकाची जागा घेण्यासाठी मागे अनेक लोक तयार असतात, ही संघाची जमेची बाजू आहे. त्यामुळे हा भरभक्कम दोर कुठेही कच्चा राहणार नाही. पण जेव्हा हा गाडा हव्या त्या ठिकाणी खेचून नेला जाईल, त्या वेळी एक गोष्ट लक्षात ठेवली पाहिजे, की आपल्याला माहीत असलेल्या आणि नसलेल्या अनेक लहानमोठ्या धाग्यांनी हा दोर विणला गेला होता. कळसाकडे पाहून मान खाली लववली की लक्षात

येतात, ते अदृश्य असलेले पायातले दगड. त्यांच्या मजबूत पायाभरणीमुळेच मंदिर आणि कळस दोन्ही जागच्या जागी ठाम उभे असतात. बाबाराव भिड्यांना श्रद्धांजली वाहायची म्हणजे अशा अनेक समर्पित जीवांना श्रद्धांजली वाहण्यासारखेच आहे

-०-०-०-

.१९.
तू गेलेलाही नाहीस आणि येणारही नाहीस

(कै. अच्युत बर्वे यांच्या सुखदामधील नायकाला अनावृत्त पत्र)

प्रिय माधवराव बेहेरे यांस,

सप्रेम नमस्कार.

तुमची-माझी म्हटलं तर ओळख आहे, म्हटलं तर नाही. प्रत्यक्षात तुम्हांला जे मी पाहिलं आहे, ते वेगळ्याच रूपात. म्हणजे तुमचं नावसुद्धा तेव्हा माधव बेहेरे नव्हतं. तुमचं एक वेगळंच अस्तित्व मला 'एकनाथ सदन', कॅडल रोड, शिवाजी पार्क येथे किंवा 'शिल्पी' च्या ऑफिसमध्ये भेटत असे. या अस्तित्वाशी माझा बऱ्यापैकी परिचय होता.

एखाद्या माणसाशी आपला स्नेह आहे असं म्हटलं, म्हणजे तो माणूस आपल्याला समजतोच असं थोडंच आहे? आपण मात्र समजूत करून घेतो, की आपल्याला आपला मित्र सापडला आणि लोक तर भलतेच गैरसमज करून घेतात. नरहर कुरुंदकर यांच्यावर एक मी जवळिकीचा मृत्युलेख लिहिला, त्यावर एक विद्वान प्राध्यापिकाबाई मोठ्या फणकाऱ्याने म्हणाल्या, की बेहेऱ्यांची आणि कुरुंदकरांची मुळीच मैत्री नव्हती. त्यांनी लिहिलंय ते सगळं नाटकीपणानं लिहिलंय. त्यांचा राग माझ्या राजकीय मतांमुळे निर्माण झालेला होता. ही गोष्ट खरी पण म्हणून कुरुंदकरांचा माझा स्नेह असणे त्यांना वावगे का वाटावे, हे मला समजलेले नाही.

आपल्या समाजात केवळ सामाजिक अस्पृश्यता नाही; तर राजकीय अस्पृश्यताही आहे. म्हणून समाजवादी म्हणवून घेणारे कुरुंदकर आणि हिंदुत्ववादी असणारे बेहेरे यांची मैत्री

पुष्कळांना असंभवनीय वाटते. एकतर कुरुंदकर काय किंवा मी काय, राजकीय पक्षबाजीत इतके गुंतलेले नव्हतो; त्यामुळे वरचे पापुद्रे काढून टाकल्यावर आत प्रामाणिक जिव्हाळा असू शकतो, यावर दोघांचाही विश्वास होता. कळकट अर्थाने ते समाजवादी नव्हते आणि मी हिंदुत्ववादी नाही. कुरुंदकरांचा काय किंवा कुणाचाही काय, जो स्नेह निर्माण होतो त्याचे प्रदर्शन तरी कशासाठी करायचे? मृत्यू ही अशी एकच गोष्ट आहे, की ज्या वेळेस मर्मबंधातली ठेव नाही म्हटले तरी आपोआप उघडी पडते.

जे कुरुंदकरांच्या बाबतीत झाले, ते माधव बेहेरे, तुझ्या बाबतीतही होण्याची शक्यता नाही काय? तुझा आणि माझा स्नेह ही अशी जाहीर चर्चेची बाब करण्यात अर्थ नाही. स्नेह होता. त्या स्नेहाला काही सुंदर रंगीबेरंगी फुलेही आली आणि त्यांचा गंध कुठेतरी कोपऱ्यात अजूनही दरवळतो आहे. कुणाच्या मान्यतेसाठी तुझा-माझा स्नेह अडून राहिलेला नाही. दोन मित्रांतील एक मित्र गमावला, की बाकी एक मित्र उरत नाही; तर बाकी शून्य होते. कारण ती संख्येची बेरीज नसते; ती आत्म्यांची बेरीज असते.

आपल्याच आत्म्याचे पाच-पन्नास तुकडे समाजात ठिकठिकाणी वावरत असतात. ते सगळे मिळून आपण घडलेले असतो. आईबाप, बहीणभाऊ, मुलेबाळे आणि मित्रपरिवार या साऱ्यांमुळे आपला एक संपूर्ण आत्मा अस्तित्वात येतो. शिवाय जन्मगावाच्या मातीचाही वास त्याला येतो. काही सुख-दुःखे समोर असतात, काही पाठमोरी असतात. त्यांतील एखादे सुखदुःख जरी हरवले, तरी आपला अपूर्ण झालेला आत्मा हळहळत राहतो. या हळहळीला शब्द सापडत नाहीत, म्हणून ती दुःखं अव्यक्त असतात. निर्विकार राहण्याचा प्रयत्न केला, तरी आपल्या आयुष्याचा एक लहानसा भाग डोळ्यांदेखत नष्ट होताना पाहून डोळ्यांसमोर धुके येते. आपले अश्रू थोपविण्यासाठी काही नाटकी पडद्यांचा आश्रय घ्यावा लागतो. जास्त जगत राहण्याचं एक दुःख असे आहे, की आपले समवयस्क हळूहळू आपल्याला सोडून जातात आणि मग उमाळ्यांच्या विळख्यात आपलं अस्तित्व चिरडू लागतं.

म्हणून म्हणतो माधव, तू गेलास, माझ्याहून वयानं लहान असून तू गेलास. ह्यात तुझं किती नुकसान झालं हे सांगता येणार नाही. मरणाऱ्याचं एक बरं असतं, तो आपला निघून जातो. मागे राहणाऱ्यांना आवराआवर करावी लागते. कित्येकदा तर प्रत्यक्षात कधीही न बोचलेले कितीतरी काचेचे तुकडे हातात येतात. त्या तुकड्यांना उगीचच हिऱ्यासारखं सांभाळत बसावं लगातं.

तू गेलेलाही नाहीस आणि येणारही नाहीस / १६१

पेले फुटून जातात, बाटल्या लवंडून जातात. बैठकीच्या सुरकुत्या मागे उरतात. सिगारेटच्या धुराने कोंदलेली खोली नकोशी वाटू लागते.

हेही खरं आहे, की हळूहळू याही दुःखाचे रंग फिके होऊ लागतात. आपल्या आत्म्यांच्या उरलेल्या तुकड्यांवर आपण लक्ष केन्द्रित करू लागतो. ज्यांचे जतन करावे, अशा वस्तूंची संख्या हळूहळू कमी होते आहे. एकटेपणाची भावना जागी होते. मग तू लिहिलेली पुस्तकं उगीचच मी चाळत बसतो. तसे ते चाळणे निरर्थक असते. कारण त्या पुस्तकांतील नायक अस्तंगत झालेला आहे. पानझड झालेली झाडे वसंत ऋतूत पुन्हा मोहरतात; पण माणसाची झाडे पुन्हा मोहरत नाहीत. वठली की वठलीच!

प्रिय माधव, 'सुखदा' मध्ये तुझी-माझी गाठ पडली. माझ्या कुलात आणखी एका बेहेरेची भर पडली. बेहेरे याच नावाचं तुला आकर्षण का वाटावं? का आणखी कुणा एका बेहेऱ्यानं तुझं झाड भारलं होतं? नायकाला शोभावं असं काही हे नाव नाही. मग तुझ्या कादंबरीतून तू बेहेरेकुळात कशासाठी शिरलास? तुझं कितीतरी आयुष्य मला अज्ञात आहे आणि माझंतरी तुला कुठं माहीत आहे?

खुल्लमखुल्ला वाट्टेल ते बोलणारा म्हणून जरी मी ज्ञात असलो, तरीसुद्धा खूप आणि स्पष्ट बोलणं म्हणजे सगळं बोलणं नसतं. माणसाला सगळंच्या सगळं दुसऱ्याजवळ बोलता येतच नाही. खोलखोल कपाटात दडविलेली कितीतरी सत्यं सहजासहजी उपसून काढता येत नाहीत. उत्तररात्री तुझ्या किंवा माझ्या घरात मद्याची मैफल चालू असताना तू माझ्या आणि मी तुझ्या अंत:करणात जाण्याचा खूप प्रयत्न केला. कितीतरी मैत्रिणींबद्दल आपण बोललो. माझी खात्री आहे, त्यांतल्या फारच थोड्या खऱ्या होत्या. एकदा तुम्ही स्त्रीबाबत बदनाम झालात, की मग तुम्ही अनेक दंतकथांचे नायक होता. एका स्त्रीचा अनुनय करणं, तिला जिंकणं आणि सर्वार्थानं स्वाधीन करून घेणं ही गोष्ट काय सोपी असते? मूर्ख लोकांना मात्र असं वाटतं, की रोज कुठल्यातरी नव्या कामिनीच्या विळख्यात ही माणसं पडून राहिलेली असली पाहिजेत.

स्त्रिया आणि मद्यपान यांच्या अतिरेकानं तुझा मृत्यू जवळ आला, असं जेव्हा तुझ्या एका जवळच्याच मित्रानं मला सांगितलं, तेव्हा मी भयंकर संतापलो. कारण ते खोटं होतं, हे मला माहीत आहे. कसलाच अतिरेक करण्याची तुझी काय किंवा माझी काय, प्रकृती नाही आणि मृत्यूला मिठी मारण्याइतपत आपल्याला घाईही झालेली नाही. तुझा मृत्यू हा अतिरिक्त आणि चुकीच्या औषधयोजनेमुळे

झाला, ही गोष्ट मी तुझ्याचकडून ऐकली. सर्व साधनं आणि पैसा अनुकूल असला म्हणजे क्षुल्लक आजारासाठी आपण डॉक्टरकडे धाव घेतो, आणि डॉक्टर आपल्या आजाराला गंभीर स्वरूप देतात. हृदयविकाराचा तुला कसलाही त्रास नसताना गेली दहा-बारा वर्षे तू हृदयविकारावर औषधं घेत होतास. नामांकित अशा एका सर्जननं एक निराळा हार्टस्पेसिमन म्हणून तुझ्यावर ओपन हार्ट सर्जरी करण्यासाठी दिवससुद्धा ठरविला होता. दैवयोगानं या सापळ्यातून तू वाचलास. याची चित्तथरारक कहाणी मी तुझ्या तोंडून ऐकली, तेव्हा मी आश्चर्यचकित झालो.

सर्व औषधं बंद केल्यावर तुझी प्रकृती सुधारली आणि तू, 'शिल्पी'त कामावरसुद्धा जाऊ लागलास. तुला तुझ्या ऑफिसमध्ये भेटायला आलो आणि तेथे डायरेक्टरच्या खुर्चीत तुला बसलेला पाहून मनाला फार बरं वाटलं. आजारी असताना पाहिलं होतं, तेव्हा तू इतका भयंकर दिसत होतास, की माझ्यासारख्या तुझ्या मित्राला भयच वाटलं. आता तुझी कांती परत आली, डोळ्यांत तेज आलं, बोलण्यात चावट जिव्हाळा आला. पुन्हा महिन्याभरात एखादी उत्तररात्र आपण जागवायचं ठरवलं. हरवू पाहणारा माझ्या आत्म्याचा तुकडा मला परत मिळणार होता. मी तृप्त मनाने परत पुण्याला आलो.

जेव्हा फोनवरून तुझ्या मृत्यूची बातमी समजली, तेव्हा ती क्षणभर खरीच वाटली नाही. कारण तसा मृत्यूला चकवून तू एकदा परत आलेला होतास. मृत्यू आला तोही हृदयविकाराच्या रूपानं, ही नियतीची केवढी क्रूर चेष्टा आहे बघ! नको तेव्हा तू हृदयविकारावर औषधं घेतलीस आणि डॉक्टरांच्या फसवणुकीवर संतापलास. मृत्यू यावा तो मात्र हृदयविकारानं! म्हणजे ज्या डॉक्टरांनी तुला हृदयविकारावर औषध दिलं ते शहाणे ठरणार आणि त्यांना धिक्कारणारा तू मूर्ख ठरणार!

मित्रा, हे काही खरं नाही. जगायचं कसं हे तू प्रयत्नानं शिकलास. मुकी दु:खं अबोल ठेवलीस. सुखी माणसाचा सदरा घालून आयुष्यभर जगलास. जगायचे कसे हे ज्याला कळते, त्याला मरायचे कसे हेसुद्धा कळायला नको काय? माळ्याचा मृत्यू एखाद्या फुलाच्या काट्यानं व्हावा, चित्रकाराचा मृत्यू एखाद्या रंगछटेनं व्हावा, तसा तुझा मृत्यूसुद्धा सुखाचा घोट घेता घेता व्हायला हवा होता! ज्याच्या आयुष्यात पैसा, कीर्ती आणि तृप्ती येते, ती माणसं उन्मत्त बनतात. पण तुझ्यामध्ये मात्र एक खानदानी आदब आली होती. एका गरीब भटाच्या मुलानं एवढ्या उच्च स्थानावर जावं, ह्यात काही दैवाचा भाग असेल;

नाही असं नाही. पण काही ना काही परिश्रमाचा आणि प्रतिभेचा भाग असेलच की नाही? खुशालचेंडू माणसाची गुणवत्ता लोकांच्या लगेच लक्षात येत नाही.

तुझ्या संगतीत मला कधी तुझी श्रीमंती जाणवली नाही किंवा तुझी प्रतिष्ठाही जाणवली नाही. जे काही जाणवलं ते म्हणजे एका लेखकाचा प्रतिभाहव्यास. साहित्य सोडून वेगळ्या विषयावर आपण फार थोड्या वेळा बोललो. तू एका जाहिरात कंपनीचा प्रमुख म्हणून मी तुझ्याकडे कधी जाहिरात मागितली नाही, किंवा मी एका वृत्तपत्राचा संपादक म्हणून तू कधी माझ्याकडे प्रसिद्धी मागितली नाहीस.

नाही म्हणायला तुझ्या आजारात जेव्हा मी तुला भेटायला आलो, तेव्हा तू तुझ्या आत्मचरित्रात्मक कादंबरीची - 'सुखदा' ची-प्रत मला भेट म्हणून दिलीस आणि म्हणालास, 'आवडली तर ह्याच्यावर लिही.' मला वाटतं, तू केलेली ही पहिलीच विनंती असावी. कदाचित तुझ्या रुग्णावस्थेमुळे तुझ्याकडून हे घडलं असेल किंवा मृत्यूची सूचक घंटा कुठेतरी अंतर्यामात तुला ऐकू आली असेल. एरवी असं काही बोलण्याची तुझी पद्धत नव्हती. ती कादंबरी मी वाचली. तेथेच मला माधव बेहेरे भेटला. खरं सांगू, आयुष्यभर सोन्याच्या दौतीतून तू सुखाच्या शाईनं लिहीत आलास; पण प्रथमच मातीच्या दौतीतून अश्रूंच्या शाईनं तू तुझी आत्मकहाणी लिहिलीस. त्या कादंबरीवर मी फिदा झालो, आणि एक विस्तृत असं परीक्षण लिहिलं. त्यावर तुझं पत्र आलं. पत्र कसलं ते? पत्र लिहिण्यासाठी शब्द सुचावे लागतात. तू नुसतं लिहिलंस- 'भरून पावलो!' लंब्याचौड्या तुळतुळीत लेटरहेडवर फक्त दोन अश्रूंच्या थेंबांची पावती मिळाली. मीसुद्धा भरून पावलो. माधव बेहेरे आणि ग. वा. बेहेरे एकदम जवळ आले. तुझ्या-माझ्यातील देण्याघेण्याचा हिशेब हा एवढाच!

प्रिय मित्रा, तुझी-माझी पहिली गाठभेट होऊन वीसेक वर्षं सहज झाली असतील नाही? प्रथम भेटलो, तेव्हा माझ्या लक्षात आलं, की मी अच्युत बर्वे नावाच्या लेखकाला भेटलेलोच नाही, तर प्राध्यापक ना. सी. फडके यांच्या पहिल्यावहिल्या कादंबरीतील सुधीर, निरंजन, अविनाश हे सारे नायक तुझ्या रूपाने प्रत्यक्ष माझ्या समोर उभे आहेत. फडक्यांचा नायक तोपर्यंत प्रत्यक्षात असू शकतो, हे मला खरंच वाटलं नव्हतं. उच्च अभिरुची, नीटस कपडे, ऐटबाज हालचाली, खाण्यापिण्यातील रेखीव लकबी आणि एक सुखवादी दृष्टिकोन घेऊन तू जगत आलास. मला वाटलं होतं, फडक्यांचा नायक अजरामर आहे; पण तो कादंबरीच्या वेष्टनात अडकलेला असतो तोपर्यंतच. मनुष्यदेह

धारण करून जेव्हा तो प्रत्यक्षात येतो, तेव्हा त्याला आजारपण, म्हातारपण या साऱ्या गोष्टी अपरिहार्य आहेत. म्हणून तुला जेव्हा रुग्णावस्थेत पाहिलं, तेव्हा माझ्या मनात विषण्णता दाटून आली. केव्हातरी आपलंही असंच होणार, ही भीती तर होतीच; पण सौंदर्यानं कुरूप व्हावं, ही गोष्ट मनाला पटत नव्हती. पण आपण यांतले काहीही थांबवू शकत नाही. अच्युत बर्वे नामक एक उमदे व्यक्तिमत्त्व नष्ट झाले आणि त्याचबरोबर अंत:करणात दु:खाचा सागर पेलणारा आणि तरीही हसतमुखानं जगणारा माधव बेहेरेही नष्ट झाला. सुखाचे काय, दु:खाचे काय, तसे सारे रस्ते बिकटच असतात.

अलविदा, असा शब्द निरोपासाठी लोक उच्चारतात. आपल्या मराठी भाषेतील 'आम्ही येतो' हा शब्द मला अधिक समर्पक वाटतो. जाणारा मनुष्य जाण्यासंबंधी बोलत नाही, तर येण्यासंबंधी बोलतो. म्हणून म्हणतो, ''अच्युत, तू गेलेलाही नाहीस आणि येणारही नाहीस.''

- ० - ० -

.२०.
साहित्यव्रती कै. प्रभाकर पाध्ये

प्रभाकर पाध्ये वयाची पंचाहत्तर वर्षे पूर्ण झाल्यानंतर अल्पशा आजाराने गेल्या आठवड्यात मृत्यू पावले. अल्पशा आजाराने असे जरी म्हटले, तरी त्यांची प्रकृती तशी तोळामासाच होती. त्यांना अनेक तऱ्हेचे आजार होते; परंतु अत्यंत काळजीपूर्वक आणि शांत आयुष्य जगून रोगांशी प्रतिकार करीत त्यांनी हे दीर्घायुष्य मिळवून ज्ञानसाधना केली. त्यांचा एकुलता एक मुलगा विचित्र तऱ्हेने रेल्वे अपघातात वारल्यानंतरही भावनाविवश न होता पाध्ये पतिपत्नींनी समाधानाचा संसार केला, आल्यागेल्याचे स्वागत केले, आणि आपापल्या कार्यक्षेत्रात वाहून घेतले व त्यात जीव तोडून काम केले, हे विशेषच मानले पाहिजे.

पाध्यांची माझी ओळख अर्थातच ते पुण्यात स्थायिक झाल्यानंतरच झाली. त्या वेळेस त्यांच्याबद्दल एक दबदबा होता. एका जागतिक संघटनेचे आशियाप्रमुख म्हणून त्यापूर्वी त्यांनी काम केले होते. त्यामुळे मोठमोठ्या माणसांची त्यांच्याकडे ये-जा असे. निश्चित स्वरूपाचे माझे काहीच काम त्यांच्याकडे नसल्यामुळे अशा माणसाकडे आपण जावे किंवा नाही, याबद्दलही मनात गोंधळ होता. शिवाय मराठीतल्या अनेक मोठ्या लेखकांबद्दल माझा अनुभव असा आहे, की ते दुसऱ्याचे काही वाचत नाहीत. त्यामुळे त्यांच्याशी फक्त एकतर्फीच संवाद होऊ शकतो. शिवाय पाध्यांच्या बाबत अशी गोष्ट होती, की त्यांचे वृत्तपत्रीय जीवन संपुष्टात येऊनही बरीच वर्षे

लोटली होती. अधूनमधून काही स्तंभलेखन करण्यापलीकडे त्यांचा वृत्तपत्रजगाशी संबंध उरलेला नव्हता. पण माझ्या लेखी मात्र संपादक असूनही ललित लेखनाबद्दलही ज्यांना प्रेम आहे असे जे थोडे संपादक आहेत, त्यांत पाध्ये एक संपादक असल्यामुळे त्यांच्याकडे जाण्यात काही अडचण येणार नाही, असे मला वाटले आणि मी गेलोही.

पहिल्याच भेटीत त्यांचे-माझे बरे जुळले. म्हणजे त्यांची-माझी राजकीय मते जुळण्यासारखी नसूनसुद्धा त्यांच्याशी माझा संवाद होऊ शकला. कारण त्यांना साहित्यिक चळवळीतही खूप रस होता. मग अधूनमधून 'सोबत' मधून प्रसिद्ध झालेल्या लेखांवर, विशेषत: ललित लेखांवर आमची चर्चा होई. त्यांचे प्रतिपादन अर्थात आग्रही असे. त्यांच्या वयाचा आणि ज्ञानाचा आदर ठेवून पहिल्यापहिल्यांदा मी त्यांच्याशी वाद करीत नसे. पण मग माझ्या लक्षात आले, की वाद हा त्यांना मुळातच प्रिय आहे आणि मला तर तो मनापासून प्रिय आहेच. पाध्यांना एकदा पूर्णपणे समजून घेतल्यानंतर त्यांच्या वादपद्धतीतील कच्चे दुवे माझ्या लक्षात येऊ लागले. व्यवसायातून दीर्घकाळ दूर गेल्यानंतर जी परिस्थिती होते, तीच त्यांची झाली होती. अजूनही सदानंदांच्या व नवशक्तीच्या कालखंडातील पत्रकारितेच्या मूल्यांत ते गुंतलेले होते. त्या आठवणी काढल्याशिवाय त्यांची-माझी एकही बैठक झाल्याचे मला आठवत नाही. मोरारजीभाईंच्यामुळे आपल्याला राजीनामा कसा द्यावा लागला, हे सांगताना त्यांचे डोळे लकाकत असत. त्यांचे अनेक विषयांवरचे आजचे ज्ञान अपुरे होते, एकांगी होते. पण हा दोष त्यांचा नव्हता. त्यांनी सौंदर्यशास्त्रात स्वत:ला इतके बुडवून घेतले होते, की कित्येक आधुनिक गोष्टींशी त्यांचा संबंधच उरलेला नव्हता. अशा वेळेस त्यांना चुकीच्या ठिकाणी नेऊन अडविणे फार सोपे जाई.

अ. भि. शहा ह्यांनी मृत्यूपूर्वी हिंदू-मुसलमानसंबंधात आपल्या गंभीर चुका झाल्या होत्या, अशा स्वरूपाचे काही लेख लिहिलेले आहेत. आता अ. भि. शहा हे त्यांचे एक जिवलग मित्र. त्यांच्या वैचारिक मतपरिवर्तनामुळे पाध्यांची फार त्रेधातिरपीट झाली. सावकरांवर पूर्वी ते एकदा फार चमत्कारिक विधाने करून बसले होते. त्या दिवशी मी त्यांना धारेवर धरले. पाध्यांचे एक चांगले होते, की वादासाठीसुद्धा ते खोटे बोलत नसत. जेव्हा वादासाठी काहीच मुद्दा उपलब्ध राहिला नाही, तेव्हा ते म्हणाले, की "सावरकरांना लोकांनी थैली दिली, ती त्यांनी खासगी कामासाठी वापरली." तेव्हा संतापून मी त्यांना म्हणालो, की, "तुमच्या लाडक्या जयप्रकाशजींनी तर उद्योगपतींच्या आश्रयाने जगणे पसंत

केले. मुंबईच्या एका पत्रकार परिषदेत जयप्रकाशजी एका उद्योगपतीच्या इंपोर्टेड गाडीतून आले होते आणि लक्षात ठेवा, तेव्हा आणीबाणी नुकतीच उठली होती. लोकांनी त्यांना त्या इंपोर्टेड गाडीतून परत जाऊ दिले नाही. त्यांना टॅक्सीतून जाणे भाग पाडले. गांधी-नेहरूंबद्दल तर बोलूच नका. लोकांनी सावरकरांना निवारा असावा म्हणून पैसे दिले होते आणि अन्नान्नदशा झालेल्या सावरकरांनी लोकांनी दिलेल्या पैशातून साधे घर बांधले आणि साधे राहणे पसंत केले यात तुम्हाला गैर काय वाटले?'' वास्तविक पाध्यांसारखा दुराग्रही माणूस तेवढ्यापुरते वेडेवाकडे उत्तर देऊ शकला असता, पण त्यांनी ते दिले नाही. कारण त्या वेळेलाच ते जावडेकरांच्या यतिधर्माची कल्पना लोकांना समजावून सांगत होते, त्याचीही मी त्यांना आठवण करून दिली. मग पाध्ये एकदम हळवे झाले.

पाध्यांचे हळवे होणे म्हणजे काय, हे पाध्यांशी संबंध आल्याशिवाय समजणे शक्य नाही. पाध्ये त्या दिवशी मग एरवी कधीही बोलले नसते, इतके सावरकरांबद्दल चांगले बोलले. पाध्ये हटवादी खरे, परंतु त्यांच्यात एक निखळ सज्जनपणाही होता. त्यांच्याजवळ जाणाऱ्यांना तो जाणवत असे आणि म्हणून त्यांच्याशी कितीही वाद झाले, भांडणे झाली, तरीही त्यांची मैत्री तोडावी असे कुणाला वाटत नसे.

पाध्यांचा वादात कोणी पराभव केला आहे, असे म्हणणे बरोबर नाही. याचे कारण त्यांच्या तोंडून जरी कधी कधी अतिरेकी शब्द बाहेर पडत असले, तरी त्या अतिरेकाला एक विलासी रसिकतेचे अस्तर होते. तरुण माणसांना समजून घेण्याची क्षमता त्यांच्याकडे होती. ते दुसऱ्याची परीक्षा पाहत आणि त्या परीक्षेला तुम्ही थोडेसे उतरलात, की मग तुमच्याही अतिरेकांना त्यांच्या दरबारात प्रवेश होता. नवी माहिती, नवे मूल्यमापन याची भुलावण त्यांना नेहमी पडायची. ''विष्णुशास्त्री चिपळूणकरांवर तुम्ही फार अन्याय केला आहे'', असे मी त्यांना म्हणालो. त्यांनी हिरिरीने वाद केला. 'आजकालचा महाराष्ट्र' हे पुस्तक त्यांनी लिहिले तेव्हा तर ते चक्क कम्युनिझमच्या प्रेमात पडलेले होते. स्टॅलिनच्या क्रूर राजवटीनंतर पाध्यांच्यात वैचारिक पलटी झाली आणि ते एकदम कम्युनिस्टविरोधक बनले. पुन्हा जर त्यांनी 'महाराष्ट्राचे आत्मचिंतन' असा एखादा ग्रंथ लिहिला असता, तर चिपळूणकरांच्या सर्व मर्यादा लक्षात घेऊनसुद्धा त्यांची आणि त्यांच्या संप्रदायाची योग्य ती नोंद त्यांनी नक्कीच केली असती. मी जेव्हा त्यांना इसाळ्याने म्हणालो, ''सव्वीस वर्षांच्या एका तरुण मुलाने इंग्रजांच्या आहारी गेलेल्या बुद्धिवंतांच्या विरुद्ध एकाकी लढा पुकारला आणि बतिसाव्या वर्षी

त्याचा सर्व ग्रंथच आटोपला. अशा माणसाचा प्रभाव टिळक, आगरकर, राजवाडे, केतकर, शिवरामपंत परांजपे, अच्युतराव कोल्हटकर, सावरकर आदी जवळपास महाराष्ट्रातल्या शंभर-एक मोठ्या माणसांच्या मनावर उमटवला, ही त्याची कर्तबगारी तुम्हांला विचारात घ्यावीशी वाटत नाही? वयाच्या मानाने त्याच्या भाषेतील तुच्छता किंवा पांडित्याचा अभाव दुर्लक्षित करण्यासारखा नाही काय? त्याने लोकहितवादींवर टीका केली म्हणून त्यांचे कर्तृत्व शून्य किंमतीचे मानायचे?''

पहिल्यांदा शब्दाला शब्द देणारे पाध्ये क्षणमात्र अवाक झाले आणि म्हणाले, ''शास्त्रीबुवांबद्दल मी लिहिले आहे.'' यावर मी नुसता हसलो. यावर ते म्हणाले, ''चिपळूणकरांच्या वयाचा विचार करायला हवा, ही गोष्ट मात्र खरी.''

पाध्यांवर गेल्या आठवड्यात जे जे मृत्युलेख प्रसिद्ध झाले आहेत त्या प्रत्येकाने पाध्यांच्या दुराग्रही स्वभावाबद्दल लिहिलेले आहे. म्हणून मुद्दाम वरील दोन प्रसंग आवर्जून सांगितले आहेत. ते आग्रही होते, ह्यात मुळीच शंका नाही; कारण ते अखेरपर्यंत पत्रकार होते. पत्रकाराची मनोधारणा त्या दिवशीचा आग्रह तर्कशुद्ध असावा अशी असते, आणि शिवाय तो परिणामकारक असावा, अशीही असते. पण पाध्ये हे सज्जन संपादकांपैकी असल्यामुळे आणि शिवाय त्यांनी विचारवंतांचा वसा स्वीकारलेला असल्यामुळे परिणामकारकतेसाठी कठोरता आणि तात्कालिकतेसाठी विसंगती त्यांनी फारशी स्वीकारलेली नव्हती, हे मला आवर्जून सांगणे भाग आहे. त्यांच्याशी भांडताना म्हणूनच आनंद वाटे. पुरेशा माहितीच्या आधाराने एखादा नवीन विचार त्यांच्यासमोर मांडला, तर त्यांच्यातील विचारवंत जागा होई आणि त्यांच्यातील पत्रकाराला अगदी दडपून टाकी. केवळ वादासाठी वाद करायला आलेल्याला मात्र ते पत्रकारितेच्या जोरावर गप्प बसवीत. ते आवाज चढवीत, डोळे विस्फारीत, समोरच्या माणसाला काही कळत नाही अशा थाटात त्याचे प्रतिपादन खोडून काढीत. त्यांच्याशी वाद करताना म्हणूनच 'होमवर्क' ची पुष्कळच गरज लागत असे.

ते हळवे, सृजनशील कलावंतही होते. कथा, ललित निबंध, प्रवासवर्णने लिहिताना चुकूनसुद्धा विद्वत्तेचे जाड्य त्यांच्या लेखनात येत नसे. निसर्गाचे त्यांना विलक्षण कुतूहल होते. कोकणातल्या लहानपणीच्या आठवणींनी ते वारंवार हळवे होत. खरं सांगायचं तर विद्वत्तेच्या आणि कवित्वाच्या सीमारेषेवर वावरता-वावरता पाध्यांची फार त्रेधातिरपीट उडाली आहे. ते अशा काही गूढ आणि विद्वत्तेच्या प्रदेशात शिरले, की एरवी त्यांची भाषा सोपी असूनही त्यांच्या विद्वत्तेच्या ग्रंथात ती दुर्बोधतेकडे झुकते. इंग्रजीत विचार करणाऱ्या सगळ्या

साहित्यव्रती कै. प्रभाकर पाध्ये / १६९

विद्वानांचे असे होते किंवा काय कुणास ठाऊक? पण बोलताना किंवा विवरण करताना त्यांचे बोलणे सुबोध असे. त्याला मात्र त्यांची पत्रकारिता कारणीभूत असेल.

माझ्या आयुष्यात असा एक कालखंड येऊन गेला की ज्याच्याकडे जावे, नवीन माहिती मिळवावी, वादाच्या निमित्ताने ज्याला बोलके करावे, अशा व्यक्तीची मला गरज निर्माण झाली. पाध्यांनी माझी ती गरज पूर्णांशाने भागवली. त्यांच्याकडून कितीतरी गोष्टी शिकता आल्या. त्यांनी 'सोबत' साठी पुष्कळसे लेखनसाहाय्यही केले आहे. मानधनाची अपेक्षा न ठेवता. जयप्रकाश हे त्यांचे नाजूक असे मर्मस्थान होते. त्याचमुळे असेल कदाचित, आणीबाणीपूर्वी आणि आणीबाणीच्या काळात त्यांचे-माझे बऱ्यापैकी स्नेहसंबंध जमले. बिहारमध्ये प्रत्यक्ष विद्यार्थ्यांची चळवळ सुरू होण्याअगोदरच जयप्रकाशजीच कदाचित इंदिराजींविरुद्ध लढा देऊ शकतील, असे मला वाटले आणि मी महाराष्ट्रातील काही जिल्ह्यांत पुढे होणाऱ्या चळवळीसाठी दौरा काढला होता. राजकारणात असायला हवे तेव्हा जयप्रकाशजी राजकारणातून सर्वोदयात पळून गेले असे मी एकदा अनादराने बोललो, तेव्हा खरे रागावलेले प्रभाकर पाध्ये मला दिसले. जयप्रकाशजींनी इंदिरा गांधींना निषेधात्मक किती पत्रे लिहिली, हे मला पाध्ये सांगू लागले, तेव्हा मीही भडकून त्यांना म्हणालो, "काय उपयोग झाला त्याचा आणि काय होणार आहे? ही पत्रे जगात कोणाला माहीत तरी आहेत काय? इंदिरा गांधींसारखी दुष्ट स्त्री पत्रांमुळे निवळेल असे जर जयप्रकाशजींना वाटत असेल, तर जयप्रकाशजींना राजकारणातले काही कळत नाही, असे म्हटले पाहिजे. पण ते काही असो; विनोबाजींच्या पकडीतून सुटून जयप्रकाशजी प्रत्यक्ष राजकारणात आले आहेत. तेव्हा मागचे उगाळण्यात काही अर्थ नाही."

वाद तेवढ्यावरच राहिला. पण आणीबाणीतील पुढच्या घटनांमुळे मी आणि पाध्ये अधिक जवळ आलो. आणीबाणीच्या कालखंडातील कऱ्हाडचे संमेलन गाजले आणि त्यातील लेखनस्वातंत्र्याच्या माझ्या ठरावाला पाध्यांचा नैतिक पाठिंबा होता. पुढे दुर्गाबाईंना सरकारने अटक केली आणि दुसरे संमेलन आणीबाणीतच भरविण्याची वेळ आली. आणीबाणीच्या कालखंडात सरकारशी उघडउघड दोन हात करून भांडणारा लेखक माझ्या नजरेसमोर नव्हता म्हणून पाध्यांना मी अध्यक्षपदाला उभे राहता का, असे विचारले. पाध्ये म्हणाले, "केवळ सत्याग्रह वगैरे करून मी काही तुरुंगात जाणार नाही. पण माझ्या भाषणात मी आणीबाणीचा निषेध करीन व जो काही परिणाम होईल तो भोगेन."

मला तेवढे आश्वासन पुरेसे होते. मी लगेच त्यांच्या अध्यक्षपदाची घोषणा करणारी पत्रे पन्नास साहित्यिकांना पाठवली. हे संमेलन अर्थातच प्रतीकात्मकच होणार होते. पण दुर्दैव असे की हे संमेलन वेळच्यावेळी भरूच शकले नाही. तेवढ्यात आणीबाणी उठली आणि मग सर्व लेखकांची तोंडे मुक्त झाली. मग पु. भा. भावे आणि गंगाधर गाडगीळ हेही अध्यक्षपदाला उभे राहिले. आणीबाणीत हे दोघेही अध्यक्षपदाला उभे राहिले नसते, ही गोष्ट सर्वांनी ध्यानी घेतली पाहिजे. म्हणजे पाध्यांचे निर्भयपण तुमच्या ध्यानी येईल. वास्तविक राजकीय मतांच्या दृष्टीने व हितसंबंधांच्या दृष्टीने पु. भा. भावे मला जवळचे होते. असे असतानाही पाध्ये माझ्यासाठी उभे राहिले होते, हे लक्षात घेऊन पाध्यांसाठी मी प्रयत्नांची पराकाष्ठा केली. निवडणुकीत राजकारण आलेच. कारण नसताना समाजवादी विरुद्ध हिंदुत्वनिष्ठ असे समाजवाद्यांच्या फाजीलपणामुळे या निवडणुकीला स्वरूप आले. भावे निवडून आले, पण गाडगिळांपेक्षा पाध्यांना जास्त मते पडली, हेही लक्षात घेतले पाहिजे.

पाध्यांचे आणि माझे त्या काळातील संबंध अतिशय आपुलकीचे आणि जिव्हाळ्याचे होते. दोन-चार दिवसांत त्यांची-माझी गाठभेट झाली नाही, तर त्यांचा फोन आल्याशिवाय राहत नसे. समाजवादी मला आपले कधीच मानणार नाहीत आणि हिंदुत्वनिष्ठांचा रोषही मी ओढवून घेतला होता. पण याला एकच कारण होते ते म्हणजे पाध्यांचे अभिजात सौजन्य, आणि इंदिरा राजवटीला असलेला त्यांचा कडवा विरोध.

पाध्यांच्या आणि माझ्या संबंधांचे स्वरूप असेच राहिले असते, तर किती बरे झाले असते? आपला एखादा प्रौढ आणि वडीलधारा भाऊ असे त्याला निखळ आणि कौटुंबिक स्वरूप होते. तसा मी त्यांचा प्रकाशक नाही किंवा तसे ते माझे नियमित स्तंभलेखक नव्हते. दिवाळी किंवा खास अंकाच्या निमित्ताने ते लिहीत. पण यापलीकडे त्यांचा-माझा कसलाही व्यवहार नव्हता आणि व्यवहार असणार तरी कसला? पूर्वीच्या काळी एखाद्या गुहेत जाऊन ऋषिमुनी तपश्चर्या करीत असत. आपल्या घरातच ज्ञानसाधना करण्याची ज्यांना शक्यता आहे, त्यांना मुद्दाम एकांतवास शोधावा लागत नाही. पाध्ये कमलबागच्या गुहेत ध्यानसाधना करीत राहिले होते.

त्यांच्याकडे माणसांचा राबता तसा खूप होता. कलावंत येत, गायक येत, विचारवंत येत, आणि या साधकाला त्याच्या साधनेतून बाहेर काढून व्यावहारिक जगात आणत. कोणत्याही गोष्टीच्या मुळापर्यंत जाण्याची मूलगामी प्रज्ञा असणारा,

निदान तशी इच्छा असणारा एक साधक अशीच प्रभाकर पाध्ये यांची भूमिका राहिली. अगदी अखेरच्या कालखंडात त्यांच्या-माझ्यात दुरावा निर्माण झाला. मुंबई येथे भरणाऱ्या लेखकांच्या संमेलनाच्या निमित्ताने पुण्यात जी सभा झाली, त्या सभेत पाध्यांनी माझ्याबद्दल काही गैरलागू उद्‌गार काढले; त्याबरोबर संतापून प्रेक्षकांनी त्यांना पुढील भाषण करू दिले नाही, यात माझा काहीच संबंध नव्हता. पण तो राग त्यांनी अकारण मनात ठेवला. मुंबईच्या संमेलनात मला बोलू देण्याची काही पत्रकारांनी विनंती केली, ती त्यांनी काही तकलादू कारणे सांगून फेटाळून लावली. पण तेथेही लोकांचे दडपण वाढले आणि मुख्य म्हणजे मला बोलू दिले पाहिजे, असा आग्रह श्री. पु. भागवतांनी धरला. पाध्यांकडून घडलेल्या या दोन्ही गोष्टी पाध्यांच्या आणि माझ्या संबंधांना शोभेशा नव्हत्या.

वयाने लहान म्हणून त्यांच्याकडे मी प्रथम जावे, अशी त्यांची अपेक्षा असणे स्वाभाविक आहे. पण एखाद्या क्षुल्लक गोष्टीमुळे सार्वजनिक ठिकाणी आमच्या संबंधांत आलेला व्यत्यय लोकांना जाणवावा, ही गोष्ट मला शोभादायक वाटली नव्हती. त्यांनी निदान फोन तरी करावा, अशी माझी अपेक्षा होती. अशा पेचप्रसंगात कोणीतरी मध्यस्थ लागतो. तो काही आमच्या संबंधात नव्हता. त्यामुळे कारण नसताना हा दुरावा तसाच राहून गेला. तरीही मला वाटते की पाध्येंना शीघ्रकोपी, अतिरेकी, दुराग्रही असे कोणी म्हणाले, तर त्याला मी विरोधच करीन.

वार्धक्याकडे झुकलेला, रोगांशी मुकाबला करता करता थकलेला, एकुलत्या एक मुलाचा विरह पचविलेला असा हा साहित्यातील एक यती होता. समजून घेणारा आणि घेऊ शकला असता असा. अशी माणसे वारंवार तुमच्या आयुष्यात येत नाहीत. एखादेच सुगंधी झाड पश्चिमेकडून सुगंधी झुळूक घेऊन येते आणि तुमच्या अनेक रात्री सुगंधित करून जाते. काळरात्र आली म्हणून मागे भोगलेल्या रात्रीचे विस्मरण कसे होईल?

-०-०-०-

.२१.
अ. ज. करंदीकर

पुण्यातील एक श्रेष्ठ विचारवंत, संशोधक कै. अ. ज. करंदीकर नोव्हेंबर महिन्याच्या पहिल्या आठवड्यात कालवश झाले. अ. ज. करंदीकर हे काही तशा अर्थाने लोकप्रिय नव्हते, म्हणून त्यांच्या मृत्यूचे वृत्तसुद्धा वृत्तपत्रांनी यथान्याय दिले नाही. एवढेच नव्हे तर साहित्यसंस्थांनी शोकसभांचे साधे शिष्टाचारही पाळले नाहीत.

अ. ज. करंदीकरांच्या व्यासंगाचे विषय चौफेर होते. कामशास्त्रापासून ते ज्योतिषशास्त्रापर्यंत सर्व शास्त्रांत त्यांना गती होती. भारतातील अनेक प्रमुख भाषा, युरोपातील महत्त्वाच्या सर्व भाषा त्यांना अवगत होत्या. 'महायुद्धाच्या भडकत्या ज्वाला' हे अगदी साक्षेपी युद्धवृत्त ते 'केसरी' च्या स्तंभांतून गेल्या महायुद्धाच्या वेळेस देत असत. त्यांनी लिहिलेले अनेक ग्रंथ आज त्यांच्या व्यासंगाची व बहुश्रुतपणाची खात्री पटवून देण्यास समर्थ आहेत. ज्योतिर्विज्ञानाच्या साहाय्याने आर्यांचे वसतिस्थान कोठे असावे यासंबंधी लोकमान्य टिळकांचे जे संशोधन आहे, त्याचाच उत्तरार्ध अ. ज. करंदीकरांनी अधिक विकसित केला. भाषाशास्त्र, ज्योतिर्विज्ञान, युद्धशास्त्र, मनोविज्ञान अशा अनेक विषयांत त्यांना गोडी होती; परंतु त्यांचा खास अभ्यासाचा विषय म्हणजे महाभारत. महाभारताचा अन्वयार्थ ते काही वेगळ्या पद्धतीने उलगडण्याचा प्रयत्न करीत होते. त्यांची उपपत्ती सहजासहजी स्वीकारण्यासारखी नाही. कारण महाभारत हिंदुस्थानात घडलेच नाही, ग्रीसमध्ये घडले असा

त्यांच्या संशोधनाचा निष्कर्ष होता. तथापि या संशोधनाच्या निमित्ताने भारतीय समाजस्थितीचा, देवदेवतांचा त्यांचा जो अभ्यास आहे, तो अतिशय मूलगामी आहे. कित्येक साध्यासाध्या गोष्टींचा ते जो अर्थ लावीत व त्याला यथार्थ पुरावे देत, ते पाहिले म्हणजे त्यांच्या प्रज्ञेची व मूलगामी दृष्टीची खात्री पटे.

अ. ज. करंदीकर हे आजन्म ब्रह्मचारी होते. पण तसे असून ब्रह्मचाऱ्यांचा आडमुठेपणा त्यांच्या ठायी नव्हता. अमरुशतकाचे त्यांनी केलेले भाषांतर ही त्यांच्या रसज्ञतेची पावतीच होती. घाशीराम कोतवाल हे नाटक व्हिक्टर ह्यूगोच्या 'दि किंग्ज ॲम्युजमेंट'वरून चोरलेले आहे हे त्यांनी सांगितले व घाशीराम कोतवाल व मूळ नाटक यांवर विवेचन केले, ते ऐकून मी थक्क झालो. 'केसरी'चे संपादक ज. स. करंदीकर ह्यांचे अ. ज. हे चिरंजीव. त्यामुळे टिळकभक्तीचा वारसा त्यांच्या वडिलांकडून त्यांना मिळाला. न. र. फाटक यांनी गोखले यांचे चरित्र लिहिताना लोकमान्यांची जी अकारण बदनामी केली, त्यामुळे ते अतिशय संतापले. जयंतराव टिळक यांना आपल्या आजोबांच्या म्हणजे लो. टिळकांच्या झालेल्या बदनामीबाबत काहीही करावयाचे नाही असे दिसून आल्यामुळे महाभारतावरचे आपले संशोधन अपुरे टाकून, 'क्रांतिकारक टिळक आणि त्यांचा काळ' हा ग्रंथ त्यांनी लिहिला व मामाराव दाते यांनी तो साभिमान प्रसिद्ध केला.

टिळकांच्या अज्ञात कर्तृत्वाचे अनेक आलेख या ग्रंथात त्यांनी समाविष्ट केलेले आहेत व न. र. फाटकांचा युक्तिवाद अनेक ठिकाणी खोडून टाकलेला आहे. अ. ज. करंदीकरांची मते एकांतिक वाटली तरी तर्कशुद्ध असत. फक्त खोलात जाऊन व्यासंग करण्याची प्रवृत्ती नष्ट होत चालल्यामुळे धक्कादायक मते स्वीकारताना आपल्याला अवघड वाटते.

अ. ज. करंदीकर हे तसे विक्षिप्त गृहस्थ. स्वतःला अनेक तऱ्हेचे आजार असून त्यांनी ॲलोपॅथीचे औषध घेण्याचे शेवटपर्यंत नाकारले. त्यांची मी खूप समजूत घातल्यानंतर त्यांनी हॉस्पिटलमध्ये जाण्याचे मान्य केले. परंतु ही गोष्ट कुटुंबातील अन्य व्यक्तींना न सांगितल्यामुळे ॲम्ब्युलन्स त्यांच्या दारात आल्यावर कुटुंबातील मंडळी चक्रावून गेली. त्यांचे पुतणे, सुना करंदीकरांना आपल्या शक्तीनुसार सांभाळीत होती; परंतु स्वतःच्या विक्षिप्त वागण्यामुळे ते सर्वांशी फटकून वागत. आमच्यासारख्या मित्रांकडून साहाय्य घेताना ते अवघडत नसत. परंतु नियमित आणि शिस्तबद्ध साहाय्य करण्याची आमची असमर्थता, त्यांचे बळावलेले रोग आणि विक्षिप्तपणा यांची सांधेजोड काही होऊ शकली नाही. त्यांचे आजारपण जेव्हा मला कळले, तेव्हा ते शेवटच्या अवस्थेत होते. पुण्यातील

माझे समाजहितदक्ष डॉक्टर मित्र श्री. मुळे यांच्या हॉस्पिटलमध्ये मी त्यांना पोचविले. त्यांनी योग्य ते सहकार्य दिले व औषधांनी काही अनुकूल परिणाम झाले तरच एकाहून एक गुंतागुंतीची ऑपरेशन्स करण्यात अर्थ आहे, असे डॉक्टरांनी सांगितले. स्त्रीनर्सकडून सेवा घ्यायची नाही, या हट्टीपणामुळे ते स्वतःच्याच पायाने शरीरशुद्धीसाठी हालचाल करीत राहिले. अखेर विनंतीला मान देऊन त्यांनी नर्सकडून शुश्रूषा करून घेण्याचे मान्य केले. खरेतर त्यांचे डोळे, मेंदू आणि तोंड याव्यतिरिक्त कोणतेही अवयव काम करीत नव्हते. त्याही अवस्थेत हा मनुष्य शांतपणे पुस्तक वाचत होता. त्या पुस्तकातील ज्ञानाचा त्यांना खरोखरीच यापुढे काहीही उपयोग नव्हता. फार थोडे आयुष्य आता उरलेले होते. आणि ह्याची जाणीव त्यांनाही होती. ग्रंथांशिवाय त्यांना कोणीही मित्र नव्हते आणि आयुष्याची अखेर आपल्या मित्रांच्या संगतीत व्हावी, असे त्यांना वाटत असावे. आवाज खोल गेलेला होता, पण बोलण्यातला ठामपणा कोठेही उणावलेला नव्हता. डॉक्टरांनी मला आधी कल्पना दिली होती, की आता कोणत्याही क्षणी करंदीकरांची प्राणज्योत मालवू शकेल. कारण हृदयाचे स्पंदन दाखविणारे यंत्रसुद्धा कोणतीच नोंद दाखवीत नव्हते. आप्तपरिवार, मित्रपरिवार कोणीही जवळ नसताना हा वेडा म्हातारा पुस्तकातील निर्जीव अक्षरांची सोबत घेऊन सूर्यास्ताच्या वेळेस निःशब्द झाला.

अ. ज. करंदीकर हे पुण्यातील चालतेबोलते ज्ञानभांडार आता कायमचे बंद झाले. पुस्तकांच्या आणि हस्तलिखितांच्या गराड्यात बसलेला हा लोकहितवादींच्या वाड्यातील ज्ञानदीप कायमचा मालवला. रस्त्यात उभे राहून तासन् तास आपल्या अनुनासिकयुक्त एकारल्या आवाजात लहान मुलाला समजावून सांगावे अशा भाषेत त्यांनी मला अनेक गोष्टी ऐकवल्या आहेत. माझे ऑफिस तळमजल्यावर होते, तेव्हा ते अनेकदा माझ्याकडे येत. 'गिड्डी माणसे खुनशी असतात', असा एक त्यांच्या किरट्या अक्षरातील नेहमीप्रमाणेच पाठकोऱ्या कागदावर लिहिलेला लेख मी छापला नाही, म्हणून ते माझ्यावर रागावलेही होते. परंतु वर्षभरानंतर त्यांची-माझी जेव्हा गाठ पडली, तेव्हा तो लेख न छापल्याबद्दल आपला राग गेला असे त्यांनी कबूल केले. त्या लेखातील काही विधाने शास्त्रीजींना लागू होती आणि शास्त्रीजी कालवश झाले त्याच्या आधीच आठ-पंधरा दिवस हा लेख प्रसिद्ध झाला असता. रशियन कूटनीतीपासून सावध राहा कारण विषप्रयोगात हे लोक तज्ज्ञ आहेत, असा एक लेख त्यांनी शास्त्रीजी रशियात गेले तेव्हा लिहिला होता व मी तो छापलाही होता.

करंदीकरांचे कित्येक विक्षिप्त लेख मी छापलेले आहेत. त्यांतली सगळीच मते मला आवडलेली नाहीत किंवा सगळेच समजण्याची माझी पात्रता नाही. परंतु तिरकस विचारांतून त्यांनी काढलेले कित्येक मुद्दे विचार करायला लावणारे होते. कुराणाचाही त्यांचा अभ्यास चांगला होता व त्यावर त्यांनी लिहिलेला एक लेख 'पैंजण' मध्ये छापल्यामुळे इंडिया डिफेन्स ॲक्टखाली त्यांना सहा-सात महिने तुरुंगात काढावे लागले. पुढे न्यायमूर्ती नाईकांपुढे हेबियस कॉर्पस अन्वये त्यांचा अर्ज सुनावणीस आला तेव्हा नाईकांनी त्यांची मुक्तता करून जे निकालपत्र दिले, ते भारतीय न्यायालयात अपूर्व असे होते. आज आपण लेखनस्वातंत्र्याचा डिंडिम बडवीत आहोत; परंतु लेखनस्वातंत्र्याचा जाहीरनामा ठरणाऱ्या व इंडियन लॉ रिपोर्ट्समध्ये समाविष्ट झालेल्या या न्यायपत्राचे व करंदीकरांचे आपल्याला स्मरणसुद्धा होत नाही. तेव्हाही झाले नाही. अ. ज. करंदीकर हे उपेक्षित होते आणि उपेक्षितच राहिले. 'सोबत' च्या परिवारातील एक लेखक मी गमावला एवढ्यापुरते हे दुःख नाही; तर पुण्यातील ज्ञानवेड्या संप्रदायाची आता अखेर झाली, हे माझे खरे दुःख आहे. आता अशी माणसे पुन्हा होणार नाहीत. राजप्रतिष्ठा, लोकप्रियता, मनुष्यसंग्रह या सर्व बाबतींत हा हटवादी म्हातारा उदासीन होता. त्याला तसेच राहू द्या, कारण एकटेपणाने वाटचाल करणारा हा ऋषी एकाकी रस्त्यावरच शोभून दिसतो.

यंदा ऋषिपंचमीच्या निमित्ताने वसंत गाडगीळ यांनी काही ऋषींचा सत्कार केला. त्याचे बोलावणे करण्यासाठी ते माझ्याकडे आले तेव्हा मी त्यांना म्हणालो, ''कल्पना तर फार चांगली आहे, पण निवड जरा चोखंदळपणे करायला हवी. केवळ वृद्धांचा सत्कार करू नये. ज्ञानवृद्धांचा करावा. ऋषितुल्य समर्पित माणसांचा करावा.'' मी सहज अ. ज. करंदीकरांचे नाव उच्चारले, तेव्हा गाडगीळ म्हणाले, ''चुकलेच! पुढच्या वर्षी त्यांचा नक्कीच सत्कार करतो.'' पण गाडगीळांचे काही चुकलेले नाही. सत्कार, हारतुरे, प्रशंसा या रस्त्यावर करंदीकरांना चालायचेच नव्हते. त्यांचाच रस्ता बरोबर होता. हारांशिवाय त्यांचे आयुष्य गेले. मृत्युशय्येवर हार घातले गेले; पण ते काही त्यांच्यासाठी नव्हते. एका मोठ्या माणसाची उपेक्षा केली ही लाज आम्हांला होती. हार घालून आम्ही आपली समजूत करून घेतली. करंदीकरांना त्यांचे काय सोयरसुतक? आपल्याच मस्तीत भर गर्दीतूनसुद्धा पुस्तके वाचत जाणाऱ्या या वेड्या पिराचे आमचे नाते आहेच कोठे- ज्ञानवेड्यांसाठी एकच सत्कार असतो. एखाद्या अभूतपूर्व विचाराचा जेव्हा जन्म होतो, तेव्हा लुकलुकणारे पण काळाने फिक्कट केलेले डोळे चमकून उठतात, अनेक सिद्धांत

जन्म पावतात, तत्त्वज्ञानाचा जन्म होतो, संहिता रचल्या जातात.

अशीच एक ज्ञानसंहिता त्या दिवशी अग्नीने आपल्या पोटात घेतली आणि अग्नीसुद्धा आपली दाहकता विसरला. वर जाणाऱ्या ज्वाला वाकून खाली गेल्या आणि त्यांनीही त्या म्हाताऱ्याला नमस्कार केला. अनंत अनंतात विलीन झाला.

- ० - ० - ० -

२२.
भाऊसाहेब खांडेकर

भाऊसाहेब खांडेकर यांचा वार्धक्याने मृत्यू झाला आणि त्यांचे कृतार्थ जीवन, साहित्यिकाच्या वाट्याला येणारे सर्व मानसन्मान, कीर्ती व पैसा मिळून, संपुष्टात आले. खांडेकर अवेळी मृत्युमुखी पडले असे कोणी म्हणणार नाही. परंतु माणसाचा मृत्यू केव्हाही आला तरी तो दुःखदच असतो. कारण त्या माणसाचे आणि सृष्टीचे नाते संपुष्टात येते. मागे ठेवण्यासारखे काही कर्तृत्व त्याने ठेवले असेल, तर ते तेवढे शिल्लक उरते आणि ज्याचा नाश अटळ आहे, असा देह सृष्टीच्या मूलद्रव्यांत विरघळून जातो.

खांडेकर हे नाव नाही म्हटले तरी वेगवेगळ्या संदर्भांत गेली पन्नास वर्षे महाराष्ट्र सारस्वतात दुमदुमत राहिलेले आहे. खांडेकरांचे साहित्य केवळ महाराष्ट्रातच नव्हे, तर हिंदुस्थानातील अन्य भाषांतही अनुवादित होऊन समाजात चांगले चिरस्थायी झालेले आहे. खांडेकरांचे सारे साहित्य भारतीय संस्कृतीतील करुणा, दया, उदात्तता आणि मांगल्य यांच्याशी निगडित असल्यामुळे ते लोकप्रिय व्हावे ह्यात काहीच आश्चर्य नाही. संतत्वाचा स्पर्श झालेले साहित्य भारतीय भूमीत सर्वत्र सन्मान पावते, असा नेहमीचाच अनुभव आहे. आपल्या देशातीलच नव्हे, तर जगातील सर्वच वाङ्मयात माणसाच्या चांगुलपणावर आधारलेले वाङ्मय हेच लोकप्रिय होते, किंवा माणसाला विरंगुळा देणारे वाङ्मय हेही लोकप्रिय होते. अशा वाङ्मयाचे मूल्यमापन करण्यात फारसा अर्थही नसतो. उच्च साहित्यमूल्याचे

वाङ्मय फार क्वचित वेळाच लोकप्रिय होते. याचे मुख्य कारण वाङ्मयीन अभिरुची ही कष्टसाध्य गोष्ट आहे. अगदी सुसंस्कृत समाजातही शहाण्या आणि सुजाण लोकांचे प्रमाण नेहमीच कमी असते. त्यामुळेच लोकप्रियता मिळविण्यासाठी लिहिलेले किंवा लोकप्रियता मिळालेले वाङ्मय साहित्याच्या शाश्वत मूल्यांशी फार क्वचित वेळा इमान राखते.

खांडेकर आणि फडके हे समकालीन. फडक्यांनी कलावादी साहित्याचा पुरस्कार केला आणि खांडेकरांनी जीवनवादी साहित्य अंगीकारले. परंतु दोघांचे युक्तिवाद तसे फसवेच आहेत. कारण कलावाद म्हणजे रंजनवाद आणि जीवनवाद म्हणजे बोधवाद असे या साहित्याचे प्राकृत स्वरूप असते. साहित्यात या दोन्ही प्रकारचे वाङ्मय लोकप्रिय होते. याचे कारण मानवी मनाच्या प्राथमिक भुकांशी या दोन्हीही प्रवृत्ती लगटलेल्या आहेत. सुखवादी वाङ्मय आणि आदर्शवादी वाङ्मय अशीसुद्धा या वाङ्मयाची विभागणी करता येईल. माणसाला आपल्या उणिवांची जाणीव असते म्हणून तो नेहमी आदर्शांपुढे नम्र असतो. आदर्शवादी जीवन म्हणूनच त्याला नेहमी लोभात पाडते. हे असे असायला हवे होते, असे त्याला नेहमी वाटते. जीवनात नसणारे मांगल्य आणि सद्विचार साहित्याने पुरविले, तरी त्याची गरज भागते. अशी फार मोठी गरज खांडेकरांनी पुरविली ही गोष्ट मान्य केली, तर त्यांची लोकप्रियता समजून घ्यायला मदत होते. तसेच जीवनात अभावाने असणारे सुख, सौंदर्य, विस्मयकारक योगायोग, मनासारखे जोडीदार आणि ऐहिक सुखाचे रस्ते दाखविणारे हे सुखवादी वाङ्मयसुद्धा माणसाच्या अतृप्त इच्छा पुऱ्या करीत राहते. नाटकातले नायक-नायिका सुंदर असतात आणि त्यांच्या ठायी स्वत:ला कल्पून घेण्यात प्रेक्षकांना आनंद वाटतो. म्हणून तर सुंदर घर, सुंदर नायक, रोचक घटना असणारी नाटके लोकप्रिय होतात. तीच गोष्ट फडक्यांच्या साहित्याची आहे. फडक्यांनी माणसांच्या अपुऱ्या इच्छा पुऱ्या करण्याचा प्रयत्न केला. वेगवेगळ्या हिलस्टेशन्सची वर्णने वाचताना वाचकांचा मनोरथ तेथे सहजगत्या पोचतो, आणि जेथे एरवी कधीच पोचता येत नाही वा जे भोगता येत नाही, तेथे दरिद्री वाचक पोचू शकतो.

खांडेकर आणि फडके यांच्या साहित्यविषयक भूमिका परस्परविरोधी आहेत, असा गैरसमज करून घेऊन एक गोड वाद चालू आहे. पण ही गोष्ट मुळातच खोटी आहे. कारण या दोघांच्या भूमिका भिन्न नाहीतच. हे दोघेही स्वप्नांचे कारखानदार आहेत. जीवनात प्रत्यक्ष न भेटणाऱ्या गोष्टींची दुकाने या दोघांनीही काढली होती आणि नवीन मालाची दुकाने येईपर्यंत या दोघांची दुकाने

चांगली भरभराटीला आली. शेजारी शेजारी असणाऱ्या सुती, भरड, टिकाऊ हातमागाच्या आणि रंगीबेरंगी वसनांच्या गिरणीमालकाची ही दुकाने होती. जॉर्जेट, शिफॉनसारख्या तलम मुलायम वस्त्रांचे दुकान काय किंवा हातमागाच्या जरा भरड परंतु अधिक उपयोगी टिकाऊ वसनांचे दुकान काय, दोन्ही दुकानांत जीवनावश्यक वस्तूंचा व्यापार चालू होता. त्यात चांगले-वाईट ठरविण्याचाही फारसा प्रश्न आहे, असे मला वाटत नाही. या अगदी गरजेच्या वस्तू आहेत आणि या दोघांनी काळाची गरज ओळखून व्यवहारदक्षतेने व्यापार केला. खांडेकरांचे सणंग अधिक टिकाऊ, रोजच्या वापरातले होते इतकेच. पण यापेक्षा अधिक सखोलपणे या व्यापाराकडे पाहता येईलसे वाटत नाही. एकाने वैविध्य, रंगसंगती यांकडे अधिक लक्ष दिले, तर दुसऱ्याने पोत, टिकाऊपणा यांकडे लक्ष दिले, पण यापेक्षा गंभीरपणे या साहित्याची दखल घेऊ नये असे जर जाणत्यांना वाटले, तर त्यांना फारसा दोष देण्यात अर्थ नाही.

दोघेही अखेरीस मध्यमवर्गीय समाजजीवनाशी निगडित होते; कारण त्या वेळचे त्यांचे गिऱ्हाईकही मध्यमवर्गीयच होते. त्यामुळे खांडेकरांचा ध्येयवाद हासुद्धा मध्यमवर्गीयच आहे. त्यांचे आदर्श म्हणूनच त्यागाची भाषा बोलतात, हक्कांची बोलत नाहीत. मध्यमवर्गीय माणूस त्याग तरी कशाचा करणार? तो शरीराने झिजू शकतो आणि फारतर अवतीभवतीच्या ऐहिक आकर्षणांकडे पाठ फिरवू शकतो. म्हणून खांडेकरांनी गेल्या पन्नास वर्षांत जी सामाजिक स्थित्यंतरे झाली, त्यांबद्दल कोठेही नवीन मागणी केलेली नाही. फडक्यांनी तर गेल्या पन्नास वर्षांतील सर्व सामाजिक स्थित्यंतरांचा आपल्या दुकानाच्या सजावटीसाठीच केवळ उपयोग केला. त्यांच्या सर्व साहित्यांत राजकारण आहे, मोर्चे आहेत, सामाजिक चळवळी आहेत, परंतु समाजाला क्षुब्ध करण्यासाठी त्यांचा वापर झालेला नाही; तर समाजाला बधिर करण्यासाठीच त्याचा उपयोग झाला. खांडेकरांनी अंगाईगीते गायिली आणि फडक्यांनी ठुमरी, गझल गायिली. पण या दोन्हीही गायनाने समाज उत्तमपैकी झोपी गेला. क्रांतिगीते त्यांना गायचीच नव्हती. त्यांना वणवा पेटवायचा नव्हता. उलट, सारं काही आबादीआबाद राहावं, माणसानं शहाण्यासारखं वागावं याबाबत त्या दोघांच्याही अंत:करणात एकवाक्यता होती. खरेतर गेल्या पन्नास वर्षांतील मराठी साहित्याने समाजाची फसवणूक तर केली नाही ना, अशी शंका येण्यास पुष्कळ जागा आहे. लेखकाने काळजीपूर्वक प्रचार करावा किंवा त्याने अमुक विषयांवर लिहावे असा कोणी आग्रह धरलेला नाही वा धरणार नाही. परंतु साहित्यिक हा अधिक सुजाण आणि संवेदनाक्षम आहे म्हणून

जे जे रम्य, भीषण नाटक समाजात घडत असते त्याचा कळत नकळत त्याच्यावर परिणाम व्हायला हवा.

ही गोष्ट खरी, की माणसामाणसाने एकमेकाला समजून घ्यावे; देश, धर्म, समाज यासाठी काहीतरी करत असावे, याचा विचार खांडेकरी वाङ्मयात पुष्कळ आढळतो. त्यांनी कधी आततायीपणाने किंवा असहिष्णुतेने काही विचार मांडले, असे उत्तर काळात तरी दिसत नाही. सानेगुरुजींप्रमाणेच खांडेकरही एक छोटासा करुणेचा जलाशय आहे. पण ही करुणा त्यांच्या ठायी केव्हा निर्माण झाली? आरंभीच्या काळात त्यांचे लेखन धारदार आणि असहिष्णू वाटावे इतके आक्रमक होते. 'त्रिदल आणि त्याचे काटे' ह्यासारख्या त्यांच्या टीकालेखनात तर त्यांचा तोलही गेलेला दिसतो. पण मग कदाचित त्यांच्या शारीरिक वैगुण्यामुळे व आजारामुळे त्यांच्या मनोवृत्तीत पालट झाला असला पाहिजे. अर्थात हा शोध आता निरर्थक आहे. कारण आज जो त्यांचा ठसा मराठी वाङ्मयावर आहे तो मुख्यत्वेकरून कथा-कादंबरीकार असाच आहे. आपल्याहून लहान असणाऱ्या पुढच्या पिढीतील लेखकांबद्दल त्यांना जो अपार जिव्हाळा होता, त्याचा उद्गम कदाचित ते स्वत:च करुणेचा विषय झाले ह्याच्याशी जोडता येईल. काही असले तरी ही गोष्ट मान्य केली पाहिजे, की नव्या लेखकांना मदतीचा हात देण्यासाठी त्यांनी कधीही अनमान केला नाही. त्यामुळे त्यांच्या संगतीत आलेले अनेक लेखक त्यांचे चिरंतन ऋणी झाले आहेत. त्यांच्याबद्दल आदर नाही असा गेल्या तीस-चाळीस वर्षांतील लेखक विरळाच. पण तो आदर मुख्यत्वेकरून त्यांच्या वाङ्मयसेवेचा नव्हता; तर त्यांच्या सल्लामसलतीचा, मार्गदर्शनाचा, जिव्हाळ्याचा होता. दुसऱ्यांना, त्यांनी सुचविलेले वाङ्मयाचे निकष, त्यांना स्वत:ला पाळता आलेले दिसत नाहीत. परंतु नव्या साहित्यमूल्यांची त्यांना जाणीव झाली होती, हे मात्र जाणवते. फडक्यांप्रमाणे आपल्या पायांखालची वाळू घसरलेली आहे हे लक्षात न येण्याइतके ते अप्रबुद्ध नव्हते. फडके मात्र साठ वर्षांनंतरही अजूनही आपण श्रेष्ठ कादंबरीकार आहोत, असा दावा हटवादाने सांगत आहेत. आपले युग संपले आहे हे समजण्यासाठीसुद्धा नव्या युगाची चाहूल लागावी लागते आणि त्यासाठी डोळे उघडे ठेवावे लागतात. फडक्यांच्याप्रमाणे खांडेकरांनी युगप्रवर्तक असा दावा केलेला दिसत नाही. एवढेच नव्हे तर आपल्या साहित्यावर त्यांनी विकृत असे प्रेम केलेले नाही. चांगले काय, हे त्यांना समजत होते आणि नवे काय, हे त्यांच्या वाचनात होते, आणि म्हणून त्यांना नव्याचे वा चांगल्याचे स्वागत करताना संकोच वाटला नाही. त्यांनी नवीनतेला दिलेला पाठिंबाही

अनेकांप्रमाणे काळापुढे दिलेली शरणागती नव्हती, तर ती अभिजात औदार्य आणि रसिकता ह्यांची पावती होती. कोणाही नवीन साहित्यकाराला खांडेकरांची भीती वाटली नाही किंवा त्यांच्या लोकप्रियतेचा दबदबाही वाटला नाही. फडके यांचे तसे नाही. स्वत:च्या लोकप्रियतेच्या भाराखाली फडके कायमचे दबून गेलेले आहेत.

फडके आणि खांडेकर हे समकालीन असूनही फडके यांची साहित्याची जाण निश्चितपणे खांडेकरांपेक्षा जास्त आहे आणि त्यांना ती दाखविता आलेली आहे. साहित्यनिर्मितीमागच्या प्रेरणा फडक्यांनी काही ठोकताळ्यांत बसविल्या आणि ह्या ठोकताळ्यांच्या तुरुंगात ते सदैव अडकून पडले. स्वत:च्या लेखनाच्या चौकटीची गुलामगिरी हा सर्वांत मोठा शाप फडके ह्यांच्या वाट्याला आला. खांडेकरही तसे एका विशिष्ट बोधवादाच्या गुलामगिरीत अडकलेच होते. कधी कधी ते त्यातून मुक्त झाल्यासारखे दिसतात; पण त्या गुलामगिरीतून ते पूर्णपणे मुक्त नाहीत. खांडेकरांचे हे वैचारिक दास्य त्या पिढीतील सर्व लेखकांचेच दास्य होते. समाजवाद, लोकशाही, जातिनिर्मूलन, विषमता, रूढी ह्या साऱ्यांविरुद्ध आक्रोश केला पाहिजे, असे तेव्हा सर्वांनाच वाटत होते. पण हे सारे आक्रोश मराठी साहित्यात फार खोलवर क्वचितच मुरलेले आहेत. हा सारा वरवरचा देखावा वाटतो. जणू काही नवी खेळणी आपल्या हातांत आली आहेत तेव्हा त्यांच्याशी खेळलेच पाहिजे, असा बनाव दिसतो. हा सारा काही सामाजिक व्यवस्थेचा भाग आहे व म्हणूनच काही मूल्यांची फेरतपासणी केली पाहिजे, असा विचार फारसा कोणाजवळ दिसत नाही. हिंदू धर्मावर प्रेम करावयाचे आणि चातुर्वर्ण्य आणि पुनर्जन्म ह्या कल्पनांची चेष्टा करायची, ह्यात विपरीत असे कोणालाच वाटले नाही. ह्या दोन गोष्टी नष्ट केल्यानंतर मग प्रचलित व्यवहारातील हिंदू धर्म कितीसा शिल्लक राहतो, हे तर कोणाच्याच गावी नाही. स्त्रीस्वातंत्र्याचा उच्चार झाला. स्त्रियांना अनुकूल असे कायदे अस्तित्वात आले. पण स्त्रीस्वातंत्र्य हे औदार्यातून निर्माण झालेले नसून काही चिरंतन मानवी हक्क आणि मूल्ये यांतून निर्माण झाले आहे, ह्याचे भान सुटले गेले आहे. श्यामची आई हे लहान मुलांवर संस्कार करावयाला अत्यंत उपयोगी पुस्तक आहे, हे स्वीकारल्यानंतर समाजात त्यामुळे कोणते नागरिक निर्माण होतील, याचा आपण विचार केलेला नाही. म्हणून खांडेकरांसकट सर्व मराठी साहित्यिकांच्या साहित्यातील विचार हे वरवरचे वाटतात. ही करुणा खोटी वाटते. शरच्चंद्रांच्या साहित्यातील करुणासागर पाहून आपण जसे हेलावून जातो, तसे काही खांडेकरांच्या साहित्याने होत नाही.

दुसऱ्यांची दुःखे पाहून येणारा उमाळा हा सहानुभूतीचा असतो, दयेचा असतो. पण स्वतः दुःख भोगलेले वा पतित समाजाशी निगडित झालेले साहित्यिक जेव्हा त्या दुःखांना स्पर्श करतात, तेव्हा त्या दुःखांचे अश्रू बनत नाहीत; तर ठिणग्या बनतात.

भाऊसाहेब खांडेकर यांच्या लोकप्रियतेचे रहस्य ह्या अश्रूंच्या महासागरातच आहे. अश्रूंच्या ठिणग्या झालेल्या व त्याही काही कलात्मक मूल्ये घेऊन आलेल्या श्रोत्यांना दिसतच नाहीत. या ठिणग्या दग्ध करू इच्छितात. हे असे दग्ध होणे भाबड्या वाचकांना फारसे प्रिय नसते.

खांडेकरांच्या मृत्यूमुळे एक सहिष्णू, मनाने उदार साहित्यिक, अनेकांचे आश्रयस्थान, अनेकांच्या विसाव्याची जागा हरवली आहे, ही गोष्ट निश्चित. त्यांचे झालेले सन्मान हे म्हणून कृतज्ञतेपोटी होते. कृतज्ञता जागी व्हावी यासाठीसुद्धा काही अलौकिक गुणधर्म लागतात. ते खांडेकरांच्या ठायी निश्चितच होते. प्रा. फडके यांनी मराठी रसिकतेचा दर्जा वाढविला व साहित्यमूल्य समजून घेण्यासाठी आवश्यक असणारे प्राथमिक ज्ञान अवश्यमेव दिले, परंतु कोणत्याही कलाकृतीचे मर्म समजून घेण्यासाठी तर्क व समज ह्यांइतकीच सहृदयातही लागते. समजून घेण्याचा धर्म हा केवळ तर्कातून सापडत नाही. मानवी मनाचे व्यापार जिज्ञासेशिवाय, जिव्हाळ्याशिवाय नीटसे उमजत नाहीत. म्हणूनच खांडेकरांचे मराठीतील स्थान सहजासहजी कोणालाच पुसून टाकता येणार नाही.

- ० - ० - ० -

२३.
यशवंतराव चव्हाण

यशवंत बळवंत चव्हाण हे नाव महाराष्ट्रात इतके खोलवर रुजले आहे, की त्या नावाची लोकप्रियता अन्य कोणाही मराठी माणसाच्या नावाला आलेली नाही. एक पंतप्रधानपद सोडले तर भारतातील सर्वोच्च बहुमान त्यांना लाभले, आणि त्यांनी महत्त्वाकांक्षा बाळगलीच असती, तर त्यांना पंतप्रधानपद मिळणे अशक्य होते असे नाही. सिंडिकेटच्या फाटाफुटीच्या वेळेस त्यांना पंतप्रधानकीचे आमिष दाखविण्यात आले होते आणि त्यांनी आपले मत सिंडिकेटच्या बाजूने टाकले असते, तर भारताचा इतिहास वेगळा घडला असता. मराठी माणसाला असते तशी मर्यादितच महत्त्वाकांक्षा असल्यामुळे दुय्यम स्थानावर त्यांनी समाधान मानले, आणि जेव्हा ते परत इंदिरा काँग्रेसमध्ये गेले, तेव्हा त्यांनी आपली स्थिती आपणहून अपमानास्पद करून घेतली. आपल्याविरुद्ध काही काळ यशवंतराव चव्हाणांनी भूमिका घेतली, हे इंदिराजी कधीही विसरल्या नाहीत आणि त्याची किंमत यशवंतरावांना मोजायला लावली. मी एकदा त्यांना त्याबाबत प्रश्न केला, त्यावर त्यांनी जे उत्तर दिले ते लक्षात ठेवण्यासारखे आहे. ते म्हणाले, ''कोणतेही सन्मानपद मिळावे अशी मला आता इच्छा राहिलेली नाही. पण माझ्यावर अवलंबून जे लोक महाराष्ट्राच्या राजकारणात आले, आणि अजूनही माझ्याशी एकनिष्ठ राहिले, त्यांना मला वार्‍यावर सोडता येत नाही. आता माझा मान-अपमान या गोष्टी मी दुय्यम स्वरूपाच्या

मानतो; पण मी इंदिरा काँग्रेसच्या बाहेर राहिल्याने माझ्या अनेक अनुयायांची कोंडी होते आहे.''

हे सारे बोलताना ते अत्यंत गंभीर तर होतेच; पण एक तीव्र स्वरूपाची खंतही त्यांच्या बोलण्यात व्यक्त होत होती. यशवंतरावांनी त्यांच्या अगदी मनातल्या गोष्टी माझ्याशी बोलाव्यात, असे माझे-त्यांचे संबंध नव्हते. जे संबंध होते ते विरोधी पक्षाचा प्रवक्ता या नात्याचेच होते. मी त्यांच्यावर फार विदारक स्वरूपाची टीका केलेली आहे, आणि निवडणुकीच्या कालखंडात तर अत्यंत जहरी स्वरूपाची टीका मी त्यांच्यावर केली आहे. यशवंतरावांच्या मनात माझ्याबद्दल काय मत असेल, ते मला माहीत नाही. पण सार्वजनिक ठिकाणी किंवा त्यांना भेटायला गेलो असताना एकटेपणातही त्यांनी कोठेही कटुता येऊ दिली नाही. उलट माझ्याबद्दल एखादे वाक्य बोलले, तर ते आमचे स्नेहसंबंध असल्याचेच दर्शवीत असे. शत्रूला जिंकण्याची त्याची ती एक खासियत होती. कोल्हापूर येथे दक्षिण महाराष्ट्र साहित्य संमेलन भरले होते. वास्तविक त्याला कर्तव्यबुद्धीने मी हजर राहिलो होतो. कारण माझे मित्र ग. ल. ठोकळ संमेलनाचे अध्यक्ष होते. पण हे संमेलन मोडायला साहित्य परिषदेचे लोक आले आहेत, असा पाजी प्रचार काही लोकांनी केला. अर्थात संमेलनाच्या वेळेस मी गेलो असताना मला पहिल्या रांगेत नेऊन बसविण्यात आले. ''माझे मित्र ग. वा. बेहरे यांची याबाबतची मते माझ्याविरुद्ध आहेत; पण सरकारशी कायमचे भांडण्यात काय अर्थ आहे, सरकार तुमचेच आहे ना,'' असा थोडा अनावश्यक परंतु सौहार्दपूर्ण उल्लेख करून आपल्या उद्घाटनपर भाषणात यशवंत चव्हाणांनी सरकार आणि साहित्यिक यांच्या भांडणाचा विषय आणून सभेतील कटुता एका क्षणात नष्ट केली. यशवंतरावांची ती खास लकब होती. सभा मित्रत्वाच्या पातळीवर आणून विरोधकांना निष्प्रभ करून टाकणे आणि नर्मविनोदाने सभेचे वातावरण बदलून टाकणे हे त्यांना सहज शक्य होते. त्यांना हे सहज शक्य होत असे याचे कारण त्यांचा व्यासंग, सुसंस्कृत वक्तृत्व आणि मनाचा उमदेपणा हे होय. हुतात्मा स्मारकाच्या एका गाजलेल्या सभेत त्या स्मारकाला सरकारी देणगी देऊन त्यांनी त्या सभेतील मैदानी वक्त्यांचा पार पचका करून टाकला. बौद्धिक लढाईला ते नेहमी तयार असत. पण त्यांना लढण्याची खुमखुमी मात्र नव्हती. कारण मुळातच त्यांच्यात एक समंजसपणा होता.

ते शेतकरी, कामकरी पक्षात गेले नाहीत याचे कारणसुद्धा हेच असेल. कारण आक्रस्ताळेपणा, आततायी वक्तृत्व या गोष्टींची त्यांना मनापासून आवड

नव्हती. राजकारणात प्रवेश करताना त्यांच्यापुढे दोन पर्याय होते. काँग्रेस हा राजमार्ग झाला, परंतु त्यांना जवळचा आणि सोईचा शेतकरी कामकरी पक्ष होता. माणसांच्या प्रवृत्ती सदैव काम करीत असतात. पुढे यशवंतरावांचे सारे कर्तृत्व जे घडत गेले व त्याला जो दिलदारपणाचा मोहर आला, त्याचे मुख्य कारण त्यांनी केलेली संयमी राजकीय मार्गाची निवड हेच होय. बाळासाहेब खेरांपासून त्यांनी मृदुत्व घेतले आणि मोरारजी देसाई यांच्याकडून शिस्त घेतली. त्यांना शिकत शिकत एक एक पायरी वर जावे लागले. द्वैभाषिकाच्या मुख्यमंत्रिपदाच्या वेळेस त्यांना थोडीफार राजकीय चालबाजी करावी लागली आणि सौजन्यमूर्ती हिऱ्यांना मागे ढकलून पुढे यावे लागले. एरवी त्यांच्या राजकीय वाटचालीत कोठेही हीण नाही.

राजकारणात त्यांनीच जातीयवादाला उत्तेजन दिले, असा त्यांच्यावर गंभीर आरोप केला जातो. लोकशाहीत राजकारणात ज्याच्याजवळ एकगठ्ठा मते असतात त्याचा अनुनय करावाच लागतो. अशा वेळेस यशवंतरावांना कसा दोष देता येईल? मराठा लॉबी, शुगर लॉबी नावाने महाराष्ट्रात जे राजकारण सुरू झाले, खेडेगावांतील आर्थिक मक्तेदारी एका विशिष्ट जातीच्या हातांत गेली, ती यशवंतरावांच्या कारकिर्दीत. ही गोष्ट खरी असली, तरीपण जेव्हा सत्तांतर होत असते, तेव्हा त्याचा एक अनुक्रम असतो. तो कोणालाही टाळता येत नाही. गावातील सधन वतनदार अशा मान्यवर मराठा घराण्यांतील नेतृत्व महाराष्ट्रभर उदयाला आले. शिक्षणाचा प्रसार तर यशवंतरावांच्या कारकिर्दीतच झाला. शिक्षणातील सवलतीही त्यांच्याच काळात मिळाल्या. त्यामुळे एकूणच बहुजन समाजातून नेतृत्व निर्माण होणे ही क्रिया वेगाने घडत गेली. महाराष्ट्रात काँग्रेस खोलवर रुजली आहे तिचे श्रेय यशवंतरावानाच दिले पाहिजे. केशवराव जेध्यांनी महाराष्ट्राच्या राजकारणाचा आराखडाच बदलला आणि यशवंतरावांच्या रूपाने त्यांना खरा वारस मिळाला. आधुनिक महाराष्ट्राचा कर्ता म्हणून यशवंतरावांविषयी बहुजन समाजाने कृतज्ञच असले पाहिजे. त्यांच्याच कारकिर्दीत सहकारी चळवळ वाढीला लागली. विशेषत: सहकारी साखर कारखाने व कूळकायदा अस्तित्वात आला. विद्याक्षेत्र विस्तारले आणि गरिबांना ते फुकट प्राप्त झाले. आरंभी सत्तासंघर्षात ब्राह्मण-ब्राह्मणेतर वादाचा तणाव दिसतो. पण यशवंतरावांनी चातुर्याने आणि औदार्याने असे म्हटले तरी चालेल- या वादातील कटुता नष्ट केली. यशवंतरावांमुळे ब्राह्मण समाजाची अप्रतिष्ठा वाचली आणि सरकारी नोकरी हे क्षेत्र सोडून देऊन ब्राह्मणांनी लघुउद्योगांकडे आपले लक्ष वळविले.

लो. टिळकांनंतर मराठी माणसांना पुढारी कोण, या प्रश्नाला ऐतिहासिक उत्तर यशवंतराव चव्हाण हे आहे. ह्यात टिळक आणि चव्हाण यांच्या बुद्धीची तुलना नाही आणि त्यागाचीही तुलना नाही. लोकांना बरोबर घेऊन नवे घडविणे ही क्रिया फार अवघड आहे. नुसतेच वाह्यातपणे अतिरेकी बोलणे फार सोपे असते. पण प्रत्यक्षात ते बोलणे खरे करून दाखवायचे असेल, तर एकीकडून लोकांचे अनुरंजन करावे लागते, आणि दुसरीकडून जे घडवायचे त्यावरील मांड पक्की ठेवावी लागते. याच नीतीला कोणी कुंपणावरील नीती असेही म्हणतात. पण ही नीती पलायनवादी असेल, तर निंदनीय आहे. काहीतरी नवे घडविण्याचा जेव्हा तो पवित्रा बनतो, तेव्हा त्यालाच मुत्सद्देगिरी असे म्हणतात. यशवंतरावांनी महाराष्ट्रात जे जे काही करून दाखविले, त्याबद्दल फारशी मचमचही केली नाही किंवा फार मोठा विरोधही ओढवून घेतला नाही. पण त्यामुळे त्यांच्या कार्याचे मोल कमी होता कामा नये. 'पानी तेरा रंग कैसा, जिसमें मिलावे वैसा', अशी एक म्हण आहे. यशवंतरावांचे तसेच होते. ग्रामीण भागात ते अनागरी वाटत, नागर भागात ते सुसंस्कृत वाटत. साहित्यिकांत साहित्यिक, कार्यकर्त्यांत कार्यकर्ता, पत्रकारांत पत्रकार आणि विद्वानांत विद्वान होण्याइतकी लवचीकता त्यांनी प्राप्त करून घेतली होती. आपण त्यांना सहज एखादे मत पटवू शकू, असे त्यांच्या वागण्याबोलण्यावरून किंवा देहस्वरूपावरून कोणाचे मत झाले आणि तो भलत्या भ्रमात त्यांच्याशी बोलू लागला, म्हणजे यशवंतरावांचा आग्रहीपणाही त्याच्या लक्षात येई. आरंभीच्या घडणीत ते शिकत होते. मग दिल्लीच्या नेहरूकालीन वास्तव्यात ते महाराष्ट्राला शिकवीत होते, आणि इंदिराजींच्या कारकिर्दीत मात्र ते हतबुद्ध होऊन साऱ्या घटना पाहत होते. नेहरूंच्या सुसंस्कृत नेतृत्वाशी जमवून घेणे त्यांना शक्य होते. पण गेल्या दहा-पंधरा वर्षांत इंदिराजींनी राजकारणाची रयाच बदलून टाकली. त्यात यशवंतराव फारसे रमले नव्हते. एकतर त्यांना दिल्लीत सन्मानाचे स्थानही नव्हते, आणि जी उरलीसुरली महत्त्वाकांक्षा त्यांच्या मनात होती, ती इंदिराबाईंनी सूडबुद्धीने चेचून टाकली.

यशवंतराव चव्हाण यांचे वक्तृत्व मी गेली कित्येक वर्ष ऐकतो आहे आणि त्यात होणारे बदलही मी न्याहाळले आहेत. नर्मविनोद, एखादा जखमी करू शकेल असा घाव, विषयाची ऐसपैस मांडणी, त्याला अनुरूप दाखले, उपस्थित महत्त्वाच्या माणसांचा केलेला उल्लेख, आणि प्रयत्नपूर्वक आणलेली काव्यात्मकता हे त्यांच्या वक्तृत्वाचे विशेष होत. त्यांचे वाचन तर चांगले होतेच, पण ग्रंथप्रेमही लक्षात घेण्याजोगे होते. मूळचे ते रॉयिस्ट असल्याकारणाने गंभीर

वाचनाकडेही त्यांचा ओढा होता. त्यामुळे अगदी सहज म्हणून केलेल्या भाषणातसुद्धा रुचिरता निर्माण होई. पुस्तकप्रकाशनासाठी, साहित्य संमेलनासाठी, चर्चासत्रासाठी किंवा एखाद्या लेखकाच्या सत्कारासाठी त्यांची उपस्थिती अग्रहक्काची वाटे. इतर राजकारणी पुरुषांवर ते आमच्या क्षेत्रात हस्तक्षेप का करतात, असा लेखकांकडून आक्षेप घेतला जात असे. पण चव्हाणांची गोष्ट निराळी होती. व्यासपीठावर कोणी मंत्र्याने बसता कामा नये, अशी पु. ल. देशपांडे यांनी इचलकरंजीच्या साहित्य संमेलनात अटच घातली होती. यशवंतराव एका सामान्य प्रेक्षकासारखे खाली कोचावरच बसले होते. अध्यक्षीय भाषणाला सुरुवात होण्यापूर्वी पु. ल. देशपांडे व्यासपीठावरून उतरून खाली गेले आणि चव्हाणांना नमस्कार करून परत वर आले. हा आपल्यांतलाच आहे असे वाटण्याइतपत लेखकांबद्दल किंवा कलाकारांच्याबद्दलचा जिव्हाळा यशवंतरावांना वाटत होता आणि त्यात राजकारणी नाटक नव्हते. संरक्षणमंत्री असताना पु. ल. देशपांडे, वसंत कानेटकर, पु. भा. भावे, ग. दि. माडगूळकर आणि वसंत सबनीस या पाच लेखकांना त्यांनी युद्ध चालू असलेले रणक्षेत्र दाखवून आणले. ते आघाडीवर जाण्यापूर्वी चव्हाणांनी त्यांना चहासाठी बोलावले होते, तेव्हा काँग्रेसचे राजकारण कसे चूक आहे आणि युद्धशास्त्रातले नेहरुंना काही कसे कळत नाही, हे यशवंतरावांच्याच घरी बसून यशवंतरावांना सांगणारे पु. भा. भावेही थोर आणि त्यांच्याशी कसलाही प्रतिवाद न करता शांतपणे ते ऐकून घेणारे यशवंतरावही थोर. संतापलेल्या, क्षुब्ध झालेल्या पुरुषोत्तम भास्कर भाव्यांचे रूप डोळ्यांत साठवताना यशवंतराव काँग्रेसवाले राहिले नव्हते. त्या वेळी ते भाव्यांबरोबर शिवाचे रुद्रभीषण स्वरूप पाहत होते.

यशवंतरावांची भाषाशैली हा एक स्वतंत्र विषय करता येईल. नुकतेच प्रसिद्ध झालेले ‘कृष्णाकाठ’ हे त्यांचे आत्मचरित्र लक्ष्मीबाई टिळक, बहिणाबाई यांसारख्या अस्सल मराठमोळ्या भाषेशी नाते सांगणारे आहे. अलंकाराचा सोस नसलेली तरी डोळ्यांत सर्व जग घेऊन हिंडणारी सरस्वती ही एक दिवस अचानक कोपऱ्यावर भेटते, तेव्हा भाषेचे एक स्वतंत्र रूप लक्षात येते. सौंदर्याची सारी मोजमापे या वेळेस थिटी पडतात. कवचकुंडलांसारखी ती भाषा विचारांशी एकरूप झालेली असते. वेगळेपणा जाणवणे हेही एक भाषेचे वैगुण्य आहे. यशवंतरावांच्या हातून त्यांचे संपूर्ण चरित्र लिहून पुरे व्हायला हवे होते. मध्यंतरी एका छोट्या मुलाखतीच्या निमित्ताने ते भेटले असताना आणीबाणी आणि त्यानंतरचा काळ तुम्ही खराखुरा लिहू शकाल काय असे विचारले, तेव्हा ते मिस्कीलपणे हसून म्हणाले, ‘‘मला कुठे कोट करू नका. अगदी खरेखुरे काही

मी लिहिणार नाही; पण राजकीय खरे मात्र लिहीन. राजकारणात यापेक्षा खरे काही लिहिता येत नाही.''

जनता पक्षाचे राज्य आले तेव्हा आम्ही काही मित्र मोठ्या उमेदीने आमच्या लोकांचा राज्यग्रहणविधी पाहायला गेलो. पण गमतीची गोष्ट अशी की एक मोहन धारिया सोडले तर एकही जनता पक्षाचा महत्त्वाचा माणूस आम्हांला भेटू शकला नाही. मधु लिमये हा तर खरा माझा बालमित्र. त्याच्या पक्षाची तर खडाजंगी चर्चा चाललेली होती. शेवटी मी जनता पक्षाच्या नेत्यांना भेटायचा नाद सोडून दिला. पत्रकार म्हणून गेलो असतो, तर ते मला भेटले असते. पण औपचारिक उत्तरे ऐकून घेण्यासाठी मला त्यांना भेटायचे नव्हते. मी विचार केला की जनता पक्षाचे नाही तरी काँग्रेसपक्षाचे लोक तर भेटतील आणि फारसा विचार न करता मी १ रेसकोर्स रोड, या बंगल्यावर पोचलो. वास्तविक नुकत्याच झालेल्या निवडणुकीत मी यशवंतरावांवर इतके वाईट बोललो होतो, की मी आल्या आल्या त्यांनी आपल्या चपराश्यांकरवी माझी हकालपट्टी केली असती, तरी हरकत नव्हती. डोंगरे माझ्या ओळखीचेच होते. त्यांनी मला बसायला सांगितले आणि यशवंतराव चव्हाणांना मी आल्याचे कळविण्यासाठी ते आत गेले. आत त्या वेळेस गोविंदराव तळवलकर बसलेले हेते. पण त्यांना बाहेर बसायला सांगून त्यांनी मला आत बोलावले आणि इतक्या मोकळेपणाने गप्पा केल्या, की शेवटी मी निवडणुकीतील माझ्या भाषणांबद्दल त्यांच्याकडे दिलगिरी व्यक्त केली. ते खदखदून हसले आणि खांद्यावर हात ठेवून म्हणाले, ''निवडणुकीत सर्व माफ- आहे, हो!'' नंतर त्यांनी इंदिरा गांधींच्या कोणकोणत्या चुका झाल्या, हेही मोकळेपणाने सांगितले. पत्रकारांनी जरी त्या काळातील त्यांचे शब्द जसेच्या तसे वापरले असते, तरी त्यांना त्याची काही क्षिती वाटत नव्हती. झाल्या सर्व प्रकारचा एक सूक्ष्म आनंद त्यांच्या नेहमीपेक्षा अधिक मोकळ्या बोलण्यावरून लक्षात येत होता. ते अगदी खूप ओळख असल्यासारखे वागले. पोचवायला बाहेर आले, तेव्हा माझ्या एक गोष्ट लक्षात आली, की काका गाडगीळांसारखेच वागण्याची यांची जात आहे. महाराष्ट्रातील हे दोघेही श्रेष्ठ संसदपटू! यांची लकब किती सारखी आहे! राग लपविण्याचे इंद्रिय यांनी साधना करून परमेश्वराकडून मिळविले होते.

यशवंतराव गेले म्हणजे महाराष्ट्राचा तीस-चाळीस वर्षांचा जागता बोलता इतिहास आता इतिहासाच्या कपाटात गेला. यशवंतराव यांचा अस्सल मराठी बाणा त्यांच्या प्रत्येक कृतीतून दिसत असे. महाराष्ट्रात असे बहुतांशी कोणतेही

गाव नसेल, संस्था नसेल किंवा कोणतीही घटना नसेल, की जिच्याशी यशवंतरावांचा संबंध आलेला नाही. यशवंतरावांनी लोकमताविरुद्ध काही काळ वावरण्याचा प्रयत्न केला. महाराष्ट्रापेक्षा नेहरू मोठे, किंवा कोल्हापूरची फाटकी गादी असे काही कटू शब्द त्यांच्या तोंडून आले. संयुक्त महाराष्ट्राच्या प्रश्नात तर ते एकाकीच होते. पण मंगल कलश आणण्याचे भाग्य मात्र त्यांना मिळून गेले. आजतरी महाराष्ट्रात इतका सर्वमान्य, इतका हसतमुख आणि प्रसन्नवदन नेता दुसरा कोणीही नव्हता. 'राजकारण हा बदमाशांचा खेळ आहे', अशी एक म्हण आहे. पण राजकारण हे सभ्यपणानेही करता येते असे सिद्ध करणारा लोकमान्य यशवंत बळवंत चव्हाण हा महत्त्वाकांक्षा नसलेला माणूस आता अस्तंगत झाला आहे. त्याने घडविलेली नवीन राजकीय पिढी आज महाराष्ट्रात राजकारण करीत आहे. इंदिराजींनी त्यांची राजकारणातील रया घालविली तरी आम्हा साहित्यिकांत, पत्रकारांत, कलावंतांत यशवंतरावांना जे स्थान आहे, त्याला काही इंदिराजी हात लावू शकल्या नाहीत. कारण कारस्थानी राजकारण्यांचे हात सरस्वतीला स्पर्श करू शकत नाहीत.

- ० - ० - ० -

२४.
ग. दि. माडगूळकर

बुधवारी संध्याकाळी ग. दि. ऊर्फ अण्णा माडगूळकर यांचे निधन झाल्याचे वृत्त रेडिओने सांगितले आणि मन एकदम उदास झाले. त्यांच्या सहवासात आपण अनेक रात्री घालविल्या त्याची याद आली. एक उमदा आणि दिलदार मित्र आता कायमचा गमावला, ही कल्पना भयानक वाटली.

रात्री ९-१० वाजता फोन करून "हॅलो अण्णा, जेवण व्हायचंय ना? मग येणार काय?" असा फोन करण्यासाठी वहीतून काढायचा एक नंबर कायमचा हरविला.

अण्णांची-माझी अनेक दिवसांची मैत्री होती. नेहमी माणसांच्या कोंडाळ्यात राहायची त्यांना सवयच होती. एकट्याने काही सुखदुःखाच्या गोष्टी बोलाव्यात, तर तसा योग येणे दुर्लभच! म्हणून मी एकदा वैतागाने त्यांचा फोन आला तेव्हा सांगितले, "एकटे येणार असाल तर या. बरोबर खुशमस्करे आणू नका."

अण्णा मग त्या दिवशी एकटेच आले. गणपतीबुवासारखे मांडी घालून, पोट सावरून दिवाणावर बसले. त्या दिवशी दोघांच्या गप्पा चार-पाच तास तरी चालल्या होत्या. एरवी कौटुंबिक सुखदुःखे बोलायला मिळत नसत.

त्या दिवशी विद्याताईंचे कौतुक, मुलांची प्रशंसा, भावाबद्दलचा आदर आणि आपल्या वत्सल आईबद्दल भक्तिभाव सारखा उमाळून येत होता. आमच्याही कुटुंबाची पुष्कळ चौकशी करून झाली. मद्याचे व अन्नाचे कौतुक करून झाले.

नाना नव्या नव्या साहित्यिक मनसुब्यांचे स्वप्नरंजन झाले. गडी खुलत होता. आधीच कवी, त्यात प्रत्यक्ष विद्यादेवी जिव्हेवर. नकला, गाणी यांचा महापूर. त्यानंतर माडगूळकरांबरोबर अनेक रात्रीचे दिवस झाले; परंतु त्यांनी आणि मी दोघांनीच सावरलेली ती रात्र पुन्हा उगवली नाही.

अण्णा हे अस्सल गृहस्थी! घरात रमणारे. लोकांनी यावे, खावे, विद्याताईंच्या सुगरणपणाचे कौतुक करावे अशी अनिवार लालसा. दिवाळीला मी एकटाच पुण्यात होतो. तेव्हा भल्या पहाटे दिवाळीच्या फराळासाठी त्यांनी मला आवतण दिले. अर्थात देशस्थी पहाटे. मध्येच लहर आली की फोन यायचा, किंवा मला लहर आली, की मीही पंचवटीत डोकवायचा, त्या भरलेल्या तृप्त घरात जाताक्षणीच माणूस तृप्त होई.

"मास्तर..." मग अण्णा काहीतरी फर्माईश करायचे. विद्याताई ओठांवरच्या हास्यात ती फर्माईश बुडवून टाकायच्या. इतकी हसरी सौभाग्यवती क्वचित पाहायला मिळते. आता पंचवटीवरून जाताना अण्णांचा गडगडणारा आवाज कानी येणार नाही. "काय, संपादक!" अशी किंचित तिरकी स्वागताची आरोळी कानी पडणार नाही. त्यांच्या नेहमीच्या बैठकीच्या खुर्चीशी एकरूप झालेले एक मिस्कील, ठणठणीत असे देशस्थी वाणाचे व्यक्तिमत्त्व यापुढे दृष्टीस पडणार नाही.

अण्णांच्या कवित्वाबद्दल मी आणखी निराळे लिहिण्यात काही अर्थ नाही. कारण त्यांची प्रासादयुक्त, अर्थगंभीर अस्सल मराठी कविता महाराष्ट्राच्या कानाकोपऱ्यांत दणाणते आहे. महाराष्ट्राच्या सर्व महशूर गायकांनी त्यांचे शब्द पारिजातकाच्या फुलांसारखे अलगद झेलले आहेत.

त्यांचे शीघ्रकवित्व मी स्वतः अनुभवले आहे. बसल्याबसल्या पुढच्या कागदावर गप्पांत रंगलेले माडगूळकर एखादी सुंदर कविता लिहून जात. त्यांची अशी निदान दहा-पाचतरी चिटोरी माझ्या संग्रहात कुठेतरी सापडतील. त्या कवितेतल्या शब्दांनी जर मला विचारले, की "अण्णा कुठे आहेत", तर मी आता काय सांगू?

अण्णांच्या रसभरल्या कवितांनी महाराष्ट्रातील रसिकांचे कान कदाचित तृप्त झाले असतील; परंतु या कवीला मात्र तृप्तीची नशा कधी चढली नाही. समीक्षकांनी अण्णांचा गीतकार म्हणून हेटाळणीने उल्लेख केला, तो त्यांना सारखा टोचत असे. कधी कधी ते फार अस्वस्थ होत. परमेश्वराने त्यांना मानसन्मान, कीर्ती, लोकप्रियता आणि गृहस्वास्थ्य दिले होते; पण कवीची

अतृप्ती ही काही अजब गोष्ट आहे.

त्यांना राग चटकन येई. पण तितकाच चटकन तो निवळे. त्यांच्या रागाचे चारदोन चटके मला अकारण भोगावे लागले, पण त्याचे निराकरण होताच 'गड्या चुकलंच', असं म्हणण्याचा दिलदारपणाही त्यांच्याजवळ होता. भावे माडगूळकरांचे जिवलग मित्र आणि माझ्याबद्दलही माडगूळकरांना मनोमन प्रेम. त्यापोटीच भाव्यांचे आणि माझे भांडण मिटवण्याचा त्यांनी निकराने प्रयत्न केला. कदाचित बाबूजींचे (सुधीर फडक्यांचे) आणि अण्णांचे मतभेद मिटवण्यासाठी दोघांकडून मी ज्या शिव्या खाल्ल्या, त्याची ती परतफेड असेल. त्यांचा तो प्रयत्न असफल झाल्यामुळे मी, भावे आणि अण्णा या तिघांच्या एकत्र बैठकी मात्र कायमच्या संपल्या. भावे सर्वांत वडील. त्यांचा मान राखून अण्णा त्यांच्याशी मस्करी करीत. तीही आता संपली. त्या रात्री दोघांना परिचित असणारा एखादा शब्द किंवा घटना यांचे श्लेष काढून त्यांची शब्दस्पर्धा अखंड चालायची.

'सोबत' च्या अगदी पहिल्या अंकासाठी त्यांनी काहीतरी लिहावे, असा मी आग्रह केला. अनेक पर्याय सुचविले आणि अखेरीस भगवद्‌गीता गीतरूप करावी असे ठरले. त्या बैठकीतच अण्णांनी स्वरगीता या नावाखाली एक प्रसादपूर्ण गीत लिहून दिले. नंतर त्यांच्या मुंबईच्या खेपा सुरू झाल्या आणि मग ही स्वरगीता अपुरीच राहिली. ती आता कायमचीच अपुरी राहणार.

अण्णांचे मुंबईला पहिल्यांदा ऑपरेशन झाले, तेव्हा त्यांना भेटायला त्यांच्या कॅडेल रोडवरच्या घरी गेलो. त्यांचे कॅन्सरचे ऑपरेशन झाले आहे याची त्यांना कल्पना नाही, अशी सूचना मला देण्यात आली. तिथे काय बोलायचे, हा माझ्यापुढे प्रश्न होता. मग त्यांच्या मुलाच्या-बाबाच्या-एका काल्पनिक प्रेमप्रकरणाची टिंगल करीत मी तास-दोन तास काढले. अण्णाही खदखदून हसत होते. मधून कण्हत होते. बाबावर हा अन्याय होता, पण त्याला इलाज नव्हता. मलाही कळत होते, की अण्णांचे आता काही खरे नाही. हा भरगच्च माणूस कोठेतरी धास्तावलेला आहे. मृत्यूची छाया कोठेतरी वावरते आहे.

सगळ्यांना वाटत होते. माडगूळकरांना आपण कॅन्सरने आजारी आहोत हे माहीत नाही आणि माडगूळकरही अडाणीपणाचे सोंग आणून त्यांना फसवत होते. जाताना ते एवढेच म्हणाले, ''आता येत चला. थोड्याच भेटीगाठी उरल्या आहेत!'' त्यांचे म्हणणे तशा अर्थाने खरे ठरले. कारण या आजारपणानंतर फारतर त्यांच्या पाच-दहा वेळाच गाठीभेटी झाल्या असतील.

महाराष्ट्र साहित्य परिषदेचे अध्यक्षपद त्यांनी स्वीकारावे हे सांगण्यासाठी

ग. दि. माडगूळकर / १९३

मी त्यांच्याकडे गेलो, तेव्हा ते म्हणाले,

"आता असल्या भानगडीत कशाला गुंतविता?"

मी अर्ज पुढे केला आणि नुसते त्यांच्याकडे पाहिले. माझ्या डोळ्याला त्यांनी डोळा भिडवला, बाहीने उगाचच डोळे पुसल्यासारखे केले आणि निमूटपणाने अर्जावर सही केली. खरं म्हणजे या त्यांच्या रुग्णावस्थेत त्यांच्या उपयुक्ततेची सारखी जाणीव त्यांना करून देणे भाग होते. त्यांच्याशी नव्या कल्पना, नवी निर्मिती यांविषयी कुणीतरी सारखं बोलत राहायला हवं होतं. त्यांचा काव्याचा झरा आटलेला नव्हता. प्रतिभाही दुबळी झालेली नव्हती.

दुबळा झाला होता देह आणि तोही अनेक जबाबदाऱ्या पेललेल्या एका प्रापंचिकाचा. अण्णा त्यांच्या कुटुंबात एखाद्या वटवृक्षासारखे होते. सर्व भावंडांवर त्यांचा वचक होता. माया होती, त्यांची पंचवटी खरोखरीच तपोभूमी होती.

त्यांनी 'कर्ता' या नावाची एक गोष्ट लिहिली. त्या गोष्टीत त्यांच्या काही कौटुंबिक शल्यांचा उल्लेख होता. थोरल्या भावाने, धाकट्या भावाच्या एका प्रमादाबाबत केलेले त्यातले चित्रण मला अजिबात आवडले नाही. खरेतर मला संताप आला होता. माडगूळकरांचे सारे कुटुंबच माझ्या प्रेमाचा विषय असल्याने आणि अण्णांची कौटुंबिक स्वास्थ्याबद्दलची कल्पना मला माहीत असल्याने मला तर तो गंभीर प्रमाद वाटला.

योगायोगाने ते मला मुंबईत भेटले. त्यांना मी घरी घेऊन गेलो आणि त्यांच्यापाशी हा विषय काढला. प्रथमत: आपण अलिप्तपणाने ही गोष्ट लिहिली आहे, असे स्पष्टीकरण करण्याचा दुबळा प्रयत्न त्यांनी केला. माझा गदगदलेला आवाज, तीव्र अशी रुष्टता त्यांच्या ध्यानी येताच ते एकदम सावरून बसले.

मी म्हणालो, "तुम्ही तुमच्या भावाच्या दोन थोबाडीत मारल्या असत्या, तरी त्याने हूं की चूं केले नसते. पण एकदम तुम्ही त्याला समाजापुढे उभे केलेत. तुमच्या मोठेपणाला ही गोष्ट शोभा देत नाही."

मग अण्णा एकदम गदगदले. खरे म्हणजे त्यांनाही मनातून चुकल्यासारखे वाटत होते. ते म्हणाले, "काय करायचे?"

या प्रश्नावर मी म्हणालो, "ते मला सांगता येणार नाही आणि ती माझी लायकी नाही. उद्या मी भावेअण्णांना भेटेन आणि मग काय ते सांगीन."

मग भावेअण्णा व मी त्यांना परत भेटलो आणि भाव्यांनी जे जे सांगितले, ते ते त्यांनी बिनतक्रार पूर्ण केले. अण्णांचे हे मृदू हृदय आणि हळुवारपणा मी अनेकदा अनुभवला आहे.

अण्णांचे जामात अपघाती निधन पावल्यानंतर अण्णांचा डौल जरा कमी झाला. कारण तो आघात त्यांच्या मर्मावर झाला होता. मी त्यांच्या समाचाराला गेलो, तर जणूकाही तेच माझ्या समाचाराला आले आहेत अशा थाटात मृत्यूचे वैयर्थ्य आणि देवाघरचा विचित्र न्याय ते मला समजावून सांगत बसले.

हे सारे नाटक होते, हे मला कळत होते. त्याच वेळेस पु. भा. भाव्यांच्या घरच्या मृत्युमालिकेबाबत असेच उद्वेगाने आम्ही बोलत होतो. मृत्यूचे हे भाष्य मृत्यूला तेव्हा ऐकू गेले असेल. 'पराधीन आहे जगती पुत्र मानवाचा' हे सूत्र सांगणे किती सोपे आहे! परंतु मृत्यूचा पहिला प्रहार सोसता सोसता अण्णांची कळी कोमेजू लागली होती आणि मृत्यूची सावली तेव्हाच जाणवू लागली होती.

आता हे अगाध शब्दलाघव संपून गेले. भावे, माडगूळकर आणि बेहेरे या त्रिकुटाच्या मैफली संपल्या. काळ कोणासाठी थांबून राहत नाही, ही गोष्ट खरी आहे. कोणाच्या मृत्यूमुळे पोकळी निर्माण झाली असे आपण म्हणतो; पण पुष्कळ वेळा तो एक उपचार असतो; अण्णांच्या बाबतीत मात्र खरोखरीच ती पोकळी निर्माण झाली. केव्हाही हाक मारावी आणि होकार घेऊन परतावे, असा एक जिव्हाळ्याचा सोबती आज दुरावला.

माडगूळकर हे मराठी साहित्यातले एक मातब्बर कुटुंब आहे. धाकटी पाती, थोरली पाती असा गौरवपूर्ण उल्लेख केला जातो. एक अस्सल शैलीकार, भावकोमल कवी, एक ऐटबाज गृहस्थ अशी त्यांची विलोभनीय रूपे आहेत. चित्रपटसृष्टीत त्यांचा मोठा दबदबा.

राजा परांजपे, सुधीर फडके आणि ग. दि. मा. या नावांनी एक कालखंड गाजवला. हे खरेतर बेलाचे पान-तीन दलांचे. बाबूजींनी सूर सांगण्यापूर्वी अण्णांचे शब्द तयार असायचे. शब्दांनी एवढी तत्परता क्वचितच दाखवली असेल.

पद्मावर गोवईकर यांना गीतरामायण अण्णांच्या घरी गाऊन दाखवण्याची इच्छा होती. मी सहज अण्णांशी बोललो. अण्णांनी शानदार बिछायतीने मैफल मांडली. एवढेच नव्हे, तर गीतरामायणातील प्रत्येक गाण्याचे प्रास्ताविक स्वत: केले. अण्णाच्या रसवंतीला अधिकच फुलोरा आलेला. घरगुती वातावरणात त्या दिवशी गीतरामायण गायले गेले, तेव्हा खरोखरीच प्रभू रामचंद्रालाही आपले चरित्र समक्ष येऊन ऐकावेसे वाटले असेल.

अण्णांनी तीन चरणांची कविता प्रथमच लिहिली. एक चरण बाकी ठेवून ते अवेळी गेले. प्रपंच, साहित्यकर्तृत्व, मानसन्मान या चरणांत त्यांची कविता संपली. अजून एक चरण बाकी राहिला आहे.

ग. दि. माडगूळकर / १९५

कोणता ते मला माहीत नाही. पण एका अस्वस्थ कवीला मी नीट न्याहाळले आहे- मला एवढेच समजते, की वाटेल तेव्हा हळुवार कविता करणारा हा कवी एका जीवनकवितेतील एक काव्यचरण अपुरा का बरे ठेवून गेला?

- o - o - o -

www.ingramcontent.com/pod-product-compliance
Lightning Source LLC
Chambersburg PA
CBHW031144050726
47495CB00018B/1147
* 9 7 8 9 3 8 2 9 8 8 2 9 8 *